காக்கைச் சிறகினிலே

வ. கோகுலா

செயங்கொண்ட சோழபுரத்தில் பிறந்து தற்போது திருச்சிராப்பள்ளியில் வசித்து வருபவர். திருச்சி தேசியக் கல்லூரியில் விலங்கியல் துறைத் தலைவராக பணியாற்றி வருபவர். ஓவியத்தில், குறிப்பாக கேலிச்சித்திரம் வரைவதில் ஆர்வம் கொண்டவர்.

காக்கைச் சிறகினிலே

வ. கோகுலா

கிழக்கு

காக்கைச் சிறகினிலே
Kakkai Siraginile
V. Gokula ©

Kizhakku First Edition: December 2022
200 Pages
Printed in India.

ISBN : 978-93-90958-62-7
Kizhakku - 1297

Kizhakku Pathippagam
177/103, First Floor, Ambal's Building, Lloyds Road,
Royapettah, Chennai - 600 014. Ph: +91-44-4200-9603
Email : support@nhm.in Website : www.nhm.in

kizhakkupathippagam kizhakku_nhm

Author's email id: gokulae@yahoo.com

Kizhakku Pathippagam is an imprint of New Horizon Media Private Limited

<u>சமர்ப்பணம்</u>

க. வரதராஜன் மற்றும் வ. ஜனார்த்தனிக்கு

உள்ளே

முன்னுரை

அறிவியல் பயின்ற தமிழன் அறிவியலைத் தமிழில் தரவேண்டும் எனும் உந்துதலில் உருவான முயற்சியே இந்நூல். துறைசார் கலைச்சொற்களை முழுமையும் தமிழ்ச் சொற்களாகவே பெய்து இந்நூல் ஆக்கப்பட வேண்டும் என்பது என் பெருவிருப்பமாயினும், அச்சொற்கள் புழக்கச்சொற்களாக இன்னும் பரவவில்லை என்ற தயக்கத்தில் அதை நிறைவேற்ற இயலவில்லை. தெளிவும் செறிவும் இலகுத்தன்மையும் கொண்டதாக இந்நூல் இருக்கவேண்டும் என்பது என் எண்ணமாக இருந்துள்ளது.

பொதுவாக அறிவியல் சிந்தனைகளும் தத்துவச் சிந்தனைகளும் கோட்பாட்டுச் சிந்தனைகளும் தமிழில் வருகின்ற முயற்சி சில பத்தாண்டுகளாக நடைபெற்று வருகிறது. அவை பெரும்பாலும் தமிழில் இருக்கின்றனவே தவிர தமிழ் மொழித்தன்மையோடு இருப்பதில்லை. ஆகவே முடிந்தவரை இந்நூலை தமிழ் மொழித்தன்மையுடன் கொடுக்க முயன்று இருக்கிறேன்.

என்னை எழுதத் தூண்டிய முனைவர் சி.காந்தி, ஊக்கமளித்த மருதன், மற்றும் இந்நூலை சிறந்த முறையில் வடிவமைத்து பிரசுரித்த கிழக்கு பதிப்பகத்தாருக்கும் என் நன்றிகள்.

இவண்

வ.கோகுலா

1

அண்டமும் உயிரும்

நம் அண்டம் பல பருப்பொருட்களின் தொகுப்பை உள்ளடக்கிய பல வளிமண்டலங்களைக் கொண்டது. பெருவெடிப்புக் கோட்பாடு என்பது இந்த அண்ட உருவாக்கத்தை விளக்க முற்பட்ட ஒரு முயற்சி. அதன்படி இயன்வழுப் புள்ளியிலிருந்து (சிங்குலாரிட்டி) சுமார் 13.7 பில்லியன் வருடங்களுக்கு முன்பு அண்டம் உருவாகியிருக்க வேண்டும்.

இந்த இயன்வழுப் புள்ளி ‘கருந்துளைகள்’ மையத்தில் அமைந் திருக்கும். கருந்துளை என்பது அதீத ஈர்ப்பின் அழுத்தத்தில் உருவாகும் ஒன்று. நம் அண்டம் என்பது மிகச் சிறியதான, சூடான, ஈடற்ற அடர்த்தியில் உள்ள இயன்வழுப் புள்ளியில்தான் ஆரம்பித்தது. அது தன் தோற்றத்திற்குப் பின்பு விரிவடைந்து, குளிர்ந்து, தற்போதைய நிலையில் உள்ளதாகக் கருதப்படுகிறது.

இது தொடர்ந்து விரிவடைந்து, குளிர்ந்து கொண்டிருக்கும் நிலையில் அதனுள்ளே நாமும் நாம் சார்ந்த அனைத்தும் இருப்பதாகக் கூறலாம். இதுதான் பெருவெடிப்பு எனப்படுகிறது.

பெருவெடிப்பு என்று கூறினாலும் உண்மையில் அங்கு விரிவாக்கம் மட்டுமே நடக்கிறது. வெடிப்பு நிகழவில்லை. அது ஒரு சிறிய பலூன், காற்று ஏற, ஏற விரிவடைவது போன்றதாகும். இயன்வழுப் புள்ளி என்பது அண்டவெளியில் அமைந்த ஒரு நெருப்புப் பந்தல்ல. ஏனெனில் பெருவெடிப்பிற்கு முன்பு இடம் என்ற ஒன்று இல்லை. பெருவெடிப்பிற்குப் பிறகுதான் காலமும் இடமும் தோன்றியதாக வல்லுனர்கள் கூறுகின்றனர்.

இந்தப் பெருவெடிப்புக் கோட்பாடு எடுத்துரைக்கும் நம் வளி மண்டலங்கள், அவற்றுக்கு இடைப்பட்ட தூரத்திற்கு நேரிடையாக விலகிச் செல்கின்றன என்றும் அண்டம் என்பது ஓர் ஆரம்பத்தைக் கொண்டுள்ளது என்றும் அண்டத்தின் தோற்றம் மிக மிக வெப்பமானதாய் உருவானது என்றும் கூறுவதற்கு உரிய சான்றுகள் 1965இல் அர்னோ பென்சியால் மற்றும் ராபர்ட் வில்சன் ஆகியோரின் கண்டுபிடிப்பில் கிடைத்தன.

நாம் பார்க்கும் அண்டத்தில் ஊடுருவிய காஸ்மிக் மைக்ரோவேவ் கதிர்வீச்சு 2.7250 கெல்வின் அளவிற்கு இருந்ததாக இவர்கள் கண்டறிந்தனர். இந்தக் கதிர்வீச்சுதான் அக்கால வெப்பத்திற்கு ஒரு சான்று. ஆக இது தவறில்லாத கோட்பாடா? என்று நாம் கேட்கலாம். இதுவரை தவறில்லை. ஆனால் இனிவரும் அறிவியல் இக்கேள்விக்கான பதிலை வேறுவிதமாகக்கூடச் சொல்லாம். பெரு வெடிப்பு என்னும் சொற்றொடர் 1950 பிபிசி வானொலியில்தான் (Sir Fyed Hoyle என்பவரால்) அறிமுகப்படுத்தப்பட்டது.

இந்த வளிமண்டலங்களில் ஒன்றுதான் நம் பூமியை உள்ளடக்கிய பால்வளி மண்டலம் ஆகும். இவ்வளிமண்டலம் இன்று 10 கோடிக்கும் மேலான நட்சத்திரங்களைக் கொண்டுள்ளது. சில வானியல் ஆய்வாளர்கள், அண்ட வெளியில் ஒரு நட்சத்திர அமைப்பிற்குப் பிறப்பு, வளர்ச்சி மற்றும் அழிவு உண்டு என்றும் அதைப் பார்க்க முடியும் என்றும் உறுதி கூறுவதோடு, அவற்றைப் பதிவும் செய்து வருகிறார்கள். இதனால் அண்டவெளியானது எப்போதும் தோற்றம் மற்றும் அழிவுகளை உள்ளடக்கிய ஓர் இயக்க நிலையிலேயே காணப்படுகிறது என்று கூறலாம். புதிய நட்சத்திரங்கள், அழிந்த பழைய நட்சத்திரக் கழிவுகளில் இருந்து உருவாகின்றன.

சூரியக் குடும்பத் தோற்றம்

சூரியக் குடும்பம் நம் பால்வளி மண்டலத்தின் ஓர் ஓரத்தில் இருக்கிறது. பல பில்லியன் நட்சத்திரங்களில் ஒன்றான சூரியன் தனக்கென்ற கோள்களின் தொகுதியைக் கொண்டு காணப்படுகிறது. வானவியல் அறிஞர்கள், நட்சத்திரம் அதன் சுழற்சியில் உருவாகும் விசையில் பல பருப்பொருட்கள் மையத்தில் இருந்து விலகிச் செல்கின்றன எனவும், ஹைட்ரஜன் இணைவு ஆரம்பிக்கும் முன்பே முதல் நிலை நட்சத்திரத்தை சுற்றிப் பெரிய பருப்பொருள் வளையங்கள் உருவாகின்றன எனவும் கூறுகிறார்கள்.

அந்நிலையிலேயே ஈர்ப்பு விசை பல மையங்களைக் கொண்ட சுய சுருக்கங்களை உருவாக்குகிறது.

விண்வெளிக் கற்கள் போன்றவை ஈர்ப்பு விசையால் மேற் சொன்ன மையங்களுடன் இணைந்து வருகின்றன. இதனால் மையங்கள் அளவில் பெரிதாகின்றன. இந்நிகழ்வுகள், இருளிலும் குறைவான வெப்பநிலையிலும் நடைபெறுவதாகக் கூறப்படுகிறது. இக்கோள்கள் அவை சார்ந்துள்ள நட்சத்திரங்களுக்கு ஒத்துதான் அமையும்.

நட்சத்திரங்கள் தொலைவில் உள்ள மற்ற நட்சத்திரங்களின் அமைப்பை மிகக் குறைந்த அளவே ஒத்ததாய் அமையும். சூரிய நட்சத்திரம் மேலும் சுருங்க அங்கே இணைவு நிகழ்வு அதிகரிக்கிறது. ஒளி, வெப்பம், அணுக்கதிர்வீச்சு ஆகியவற்றில் பால்வளி மண்டலம் பல நூறு மில்லியன் வருடங்களுக்குத் தகிக்கிறது. அதன்மூலம் சூரியனுக்கு அருகே மிகு எடைகொண்ட தனிமங்கள் விலக விலக அதற்குத் தகுந்தாற்போன்ற குறைந்த எடைகள் கொண்ட தனிமங்கள் உருவாகின்றன.

குறிப்பிட்ட இந்நிகழ்வு பல தனிமங்களைக் கொண்டிருக்கும் பூமிக்கும் பொருந்தும். சுழற்சியால் தனிமங்கள் தங்களைத் தாங்களே பாகுபடுத்திக்கொள்கின்றன. இதன் விளைவு கன தனிமங்கள் பூமியின் ஒரு பகுதியில் குவிந்து புவியீர்ப்பு விசையைத் தகர்க்க அதனால் அதிக அளவு சக்தி உருவாகிறது. அச்சக்தியே அத்தனிமங்களை அவற்றிற்குரிய இடங்களில் நிலை நிறுத்துகிறது.

இப்படியாகத்தான் இரும்பு மற்றும் நிக்கல் குழம்பு பூமியின் மையத்தில் வெகுகாலத்திற்கு முன்னே உருவாகியிருக்க வேண்டும் என்ற கருத்து இருக்கிறது. ஆனால் இத்தகைய நிகழ்வு மெதுவாக நிகழ்ந்து உருவாகும் வாய்ப்பு ஏதும் இல்லை என்ற மற்றொரு கருத்தும் இருக்கிறது. யுரேனியம், காப்பர் போன்றவற்றின் கதிரியக்க வெப்பம் பூமியில் இருக்கிறது. ஆனால் பெரும்பாலான கதிரியக்க பொருள்கள் முன்பே சிதைந்துவிட்டதால் அவற்றின் கதிரியக்க விகிதம் குறைவாகத்தான் உள்ளது.

உருகிய நிலையில் உள்ள இரும்பு புவியின் மையத்தில் குவிய லேசான தனிமங்கள் மேல் புறமாகப் பரவ ஆரம்பித்தன. இவை சுமார் 3.8 பில்லியன் வருடங்களுக்கு முன்பாகத் தோன்றி இருக்க வேண்டும் எனப் பாறைகளின் வயதைக் கணக்கிடுதல் மூலம் அறிகிறோம். ஆனால் சந்திரனில் எடுத்த பொருள்களின் மூலமும் சில விண்வெளிக் கற்களின் காலத்தை கணக்கிடுதலின் மூலமும் சூரியக் குடும்பம் ஏன்

பூமியும்கூட 4 அல்லது 4.6 பில்லியன் வருடங்களுக்கு முன்பே தோன்றியதாக அறியப்படுகிறது.

எவ்வாறு இருப்பினும் அறிவியலால் எல்லோரையும் எல்லா விதத்திலும் முழுமையாகத் திருப்திப்படுத்த முடிவதில்லை. அதில் சூரியக் குடும்பம் பற்றிய கோட்பாடும் ஒன்று. இருப்பினும் பெரும்பாலான கோள்களின் தோற்றம் சூரியனின் தோற்றத்திற்கு இணையானதாய் இருக்க வேண்டும் என்றும் பூமியின் பிறப்பானது குளிர்ந்த தன்மையுள்ள பொருட்களின் ஈர்ப்பு விசையால் உருவாகியதாகவும் பிறகு அது வெப்பநிலையினை அடைந்ததாயும் நம்பப்படுகிறது.

பூமியின் மேற்பரப்புத் தோற்றம்

பூமியின் மேற்பரப்பு மிகவும் சிறியது. இம்மேற்பரப்பில் கண்டப்பரப்பு 35 விழுக்காடும் கடற்பரப்பு 65 விழுக்காடும் இருக்கின்றன. பூமியின் மேற்பரப்பில் தோன்றிய நீராவியானது ஒரு கட்டத்தில் மழையாகப் பூமியில் இறங்கி நீராக உருவானது. நீர் பூமியின் மையத்திலிருந்து உருவாகியிருக்க வேண்டும். ஆக்ஸிஜனும் ஹைட்ரஜனும் தாதுக்களில் இருந்த நேரத்தில் உருகும் நிகழ்ச்சி தோன்ற ஆரம்பித்தது. நீராவி லேசாக இருப்பதால் அது பூமியின் மேற்பரப்பிற்கு வந்து, பூமியிலிருந்து விலகி வளிமண்டலத்தில் கலந்தது.

வாயு வெளியேற்றம் பற்றிய அறிவு எரிமலை பற்றிய ஆய்வுகள் மூலம் கிடைத்துள்ளது. மூன்று பில்லியன் வருடத்திற்கு முன் தோன்றிய கடல், முதலில் சிறியதாக இருந்து காலப்போக்கில் பெருகியுள்ளது. கடல் நீரின் மிக முக்கிய உப்புகளான குளோரினும் சோடியமும் கடல் தோன்றிய காலத்திலிருந்து இருக்கின்றன. குளோரின் வாயு, வெளியேற்ற விளைவால் குளோரின் தோன்றியது. சோடியம், பாறைகளின் சிதைவில் இருந்து தோன்றியது. பாறைகளில் ஹீலியம் சிதைவு, நீரும் பாறையும் சேர்ந்த பொழுது உருவானது.

வாயுமண்டலத் தோற்றம்

பூமியின் வாயுமண்டலத்தில் 78% நைட்ரஜனும் 21% ஆக்ஸிஜனும் உள்ளன. சூரியக் குடும்பத்தில் ஹைட்ரஜன், ஹீலியம் போன்றவை அதிகமாகவே உள்ளன. வாயுமண்டலம் தோன்றும்போது நீராவியுடன், நைட்ரஜன், மீத்தேன், கார்பன்-டை-ஆக்ஸைடு இருந்தன. ஆனால் அதன் சரியான விழுக்காட்டு அளவு கணக்கிட முடியாததாக உள்ளது. இருந்தாலும் இப்போது இருக்கும் தனி

ஆக்ஸிஜன் அளவு முதலில் இல்லை என்பதை ஒத்துக்கொள்ள வேண்டும்.

தனி ஆக்ஸிஜன் என்பது நீராவியானது புறஊதா கதிர்வீச்சிற்கு உட்படும்போது தனியே பிரிந்து உருவாகியிருக்கலாம் என்று கருதப்படுகிறது. ஆனால் இன்று புறஊதாக் கதிர்வீச்சில் இருந்து பூமியின் மேற்பரப்பு ஓசோனால் பாதுகாக்கப்படுகிறது. அந்தளவிற்கு இது மாறுதலுக்கு உட்பட்டுள்ளது. பூமியின் புறப்பாறைகளில் அக்காலத்தில் காணப்படாத தாதுக்களான இரும்பு மற்றும் பிற கனிமங்கள் தொடக்கத்தில் தனித்தே இருந்தன. இதைவிட மேலான கருத்து, யாதெனில் தனியான ஆக்ஸிஜன் மூலக்கூறுகள் எந்த ஓர் இணைக்கூட்டுப் பொருளையும் சிதைக்கும் வல்லமை கொண்டுள்ளதால் அப்போது எந்த ஓர் உயிரும் தோன்றியிருக்க வாய்ப்பில்லை என்பதாகும்.

ஆனால், ஆக்ஸிஜன் உயிர்க்கு இன்றியமையாதது. ஆகவே ஏதோ ஓர் ஒளி இந்த நிகழ்வை நிலைநிறுத்திக் கூட்டுப் பொருள்களைக் கொண்டு உயிர்களைத் தோற்றுவித்திருக்கலாம்.

உயிர்த் தோற்றம்

1953இல் எஸ்.எல். மில்லர் என்னும் மாணவர் ஒரு வித்தியாசமான ஆய்வினை மேற்கொண்டார். அவர் தனது ஆய்வகத்திலேயே பூமியின் பழைய நிலையைப் போன்ற ஒன்றை உருவாக்கி அத்துடன் சுற்றும் ஒரு வாயுமண்டலத்தையும் உருவாக்கினார். நீர், ஹைட்ரஜன், மீத்தேன் மற்றும் அம்மோனியா மட்டுமே இருப்பதாய்க் கொண்டு வெப்பநிலையை நீரின் கொதி நிலைக்குக் கீழே இருக்குமாறு செய்து அந்நிலையைப் பூமியின் ஆரம்ப நிலைக்கு ஈடாக மாற்றினார்.

இப்போது மின்னல் போன்று மின்சார அலையைச் செலுத்தி 140 மணிநேர ஆய்வினைத் தொடர்ந்தார். இவ்வாய்வின் இறுதியில் நீர், H_2, CH_4, NH_3இன் கூட்டு மாற்றப்பட்டு புதிதாய் CO, CO_2 மற்றும் நைட்ரஜன் ஆகியன தோன்ற ஆரம்பித்தன. அதில் உருவான அமினோ அமிலம்தான் இன்றைய உயிர்களின் ஆதாரமாகும். இந்த ஆய்வின் வெற்றியானது இதைப்போன்ற பல்வேறு ஆய்வுகள் நிகழ்த்தவும் பல்வேறு அமிலங்களை உருவாக்கவும் காரணமாகியது. இப்படியாக மிக முக்கியமான 16 அமினோ அமிலங்களும் தொகுப்பிக்கப்பட்டன.

உச்சகட்டமாய் அடினோசின் டிரை பாஸ்பேட் எனப்படும் ATP கூட தயாரிக்கப்பட்டது. இவ்வாறு செய்யப்பட்ட அனைத்து ஆய்வுகளிலும் ஓர் உண்மை பொதுவானதாக இருந்தது. அது

யாதெனில் ஆக்ஸிஜன் இல்லாத நிலையில் கரிமப் பொருட்கள் கரிமம் அல்லாத பொருட்களிடமிருந்து உருவாவது கண்டறியப் பட்டது.

ஆக்ஸிஜன் இல்லாத வாயுமண்டலம் இருந்த முற்காலத்தில் கரிம மூலக்கூறுகள் தோன்றுவதற்குத் தேவையான உயிர் மூலங்கள் கடலிலிருந்து தோன்றின. கடல், சில மூலக்கூறுகள் பிரிவதைத் தூண்டுவதுடன் சில மூலக்கூறுகள் இணைவதையும் தூண்டியது. அப்புதிய மூலக்கூறுகள் தங்களின் சுற்றுப்புறத்தில் இருந்து வேறுபட்டு நிற்பது மட்டுமின்றி தங்களுடைய கட்டமைப்பாலும் வேறுபடுகின்றன.

இவை தங்களைச் சுற்றி ஒரு வெளி உறையை ஏற்படுத்திக் கொண்டு, தங்களுக்குத் தேவையானவற்றைச் சுற்றுப்புறத்திலிருந்து உள்ளே வருவதற்கும் சிலவற்றை வெளியே செல்வதற்கும் அனுமதிக் கின்றன. இவற்றில் சில போட்டியின் காரணமாய் மற்றவற்றின் அழிவைக்கொண்டு வளர ஆரம்பிக்கும். இதுவே டார்வினின் ‘வாழ்வியல் போராட்டம்‘ என்ற கருத்து உருவாவதற்கான ஒரு நிகழ்வின் ஆரம்பம் எனலாம்.

ஒரு தெளிவான உயிர் தோன்றுவதற்கு முன்னமே இது நிகழ்ந்து விட்டது. அந்நிகழ்வே பாக்டீரியா, வைரஸ் போன்ற உயிர்களின் தோற்றத்திற்கு அடிப்படையாக இருந்தது. இப்படி உயிரின் தோற்றமும், ஆக்ஸிஜன் அதிகம் கொண்ட வாயு மண்டல உருவாக்கமும் பின்னாளில் பூமியில் தவிர்க்க முடியாத நிகழ்வுகளாகிவிட்டன.

இந்நிலையில் பூமி போன்ற பல கோள்கள் கொண்ட அண்ட வெளியில் பூமி மட்டும் உயிரினங்களைக் கொண்டுள்ளது என்று கூறுவதைவிட பிற கோள்களைப்பற்றி அறியும் தன்மையில் நாம் பின்தங்கி உள்ளோம் என்று கூறுவது பொருந்தும். மேலும் நாம் அறிந்த சில கோள்கள் மட்டுமே அண்டவெளி அல்ல என்பதையும் அறிந்துகொள்ள வேண்டும்.

➤➤➤

2

உயிர்களின் தோற்றம்

நிலவியல் வல்லுநர்கள் உயிர்களின் தோற்றத்துக்கு முன்பான பூமியின் தோற்றக் காலத்திலிருந்து இக்காலம் வரையிலான கால இடைவெளியை வெவ்வேறாகப் பிரித்துப் பெயரிட்டுள்ளனர். அவற்றைச் சுருக்கமாகத் தெரிந்துகொண்ட பிறகு உயிர்களின் தோற்றத்தைப் பார்ப்போம்.

பூமியின் ஆரம்ப நிலை அல்லது தோற்றத்திலிருந்து நான்கு பில்லியன் வருடங்கள் வரை உள்ள காலம் ஹேடியன் (Hadean) என்று அழைக்கப்படுகிறது. அதாவது இக்காலம் 4.6 பில்லியனிலிருந்து 4 பில்லியன் வருடங்களுக்கு இடைப்பட்டதாகும். ஹேடியன் என்பது கிரேக்க மொழியில் நரகம் அல்லது பாதாளம் என அழைக்கப்படும். இது ஹேடஸ் எனும் சொல்லிலிருந்து உருவானது. இக்காலம் பற்றி சிறிதளவே நமக்குத் தெரியும்.

இக்காலத்தின் சான்றுகளாக நிலவில் எடுக்கப்பட்ட பாறை மாதிரிகளும் விண்வெளிக் கற்களும் உள்ளன. பூமியும் நிலவும் சமகாலத்திலேயே உருவாகியிருக்க வேண்டும் என்ற கருத்தில் இவற்றையே இக்காலத்திற்கான சான்றுகளாகக் கூறுகிறார்கள். பூமியில் இருந்த வெவ்வேறு சான்றுகள் அனைத்தும் அழிந்துபோன நிலையில், மேற்சொன்னவையே நமக்கு உதவும் நிலையில் உள்ளன.

இக்காலத்தில் நைட்ரஜன் மட்டும் பூமியைச் சுற்றி இருந்ததாகத் தெரிகிறது. சிலர் கார்பன்-டை-ஆக்சைடு, நீராவி, எரிமலை வாயுக்கள் கொண்ட வாயுமண்டலம் இருந்ததாகக் கூறுகிறார்கள். இந்நிலையில்

பாறைகளின் நிலையைக் கனடாவில் காணப்படும் ‘அகஸ்டா நிஸ்’ என்ற 4 பில்லியன் வருடத்திற்கு முன் தோன்றிய பாறைகளைக் கொண்டு அறியமுடிகிறது.

உயிரினத் தோற்றம் ஏதுமின்றி மிகச் சூடாக நரக நிலையை ஒத்து பூமி காணப்படுவதாகச் சொல்லும் காலகட்டம் ஆர்கியன் (Archean) எனப்படும். இந்த இரண்டாவது காலநிலையானது 4 பில்லியன் வருடத்தில் இருந்து 2.5 பில்லியன் வருடத்திற்கு உட்பட்டது. ஆர்கியன் என்றால் பழமையான என்று பொருள். இக்காலகட்டத்தின் ஆரம்ப நிலையில் பூமியில் வெப்பம் தணிந்து, ஆக்சிஜன் மிக மிகக் குறைவாகக் கொண்ட வாயுமண்டலம் உருவானதாகக் கூறுகின்றனர்.

கடல் உருவான காலம் இதுதான். அப்போது நீராவி அதிகம் காணப்பட்டது. இதுவே முதல் உயிர் தோற்றத்திற்கு வழிவகுத்தது எனக் கூறவேண்டும். இம்முதல் உயிரின் மூலமே தற்கால உயிர்களின் அடிப்படை. இக்கால இறுதியில் ஒளிச்சேர்க்கை நடத்தும் உயிரினங்கள் தோன்றி ஆக்ஸிஜனை வெளியிட்டு வாயு மண்டலத்தில் அதன் அளவை மிகுதிப்படுத்தின. நீர்ச்சுழற்சி அக்காலத்தில் நடைபெற்றதற்கான ஓர் ஆதாரம் கிரீன்லாண்டில் கிடைக்கப்பெற்ற ஒரு பாறையில் பதிவாகியுள்ளது. இக்காலத்தில்தான் முதல் உயிர் தோன்றியிருக்க வேண்டும். அதனைப் பற்றி நாம் முன்பே பார்த்துவிட்டதால் அதனைத் தாண்டி வேறு காலப்பகுதிக்குச் செல்வோம்.

இப்பொழுது ஆஸ்திரேலியாவில் கண்டுபிடிக்கப்பட்ட படிவத்தில் இருந்து 3.5 பில்லியன் வருடத்திற்கு முன்பு காணப்படும் ஸ்ரோமடோலைட்ஸ் வகை உயிரினம் இருந்தது அறியப்பட்டுள்ளது. ஆக உயிரினம் 2.7 பில்லியன் வருடத்திற்கு முன்பாகக் குறிப்பாக 3.5 பில்லியன் வருடக் காலகட்டங்களில் தோன்றியிருக்கலாம் என்று உறுதியாகக் கூறலாம்.

2.5 பில்லியன் வருடங்களிலிருந்து 542 மில்லியன் வருடங்கள் வரை உள்ள இடைப்பட்ட காலத்தை புரோட்டீரோசோயிக் (Proterozoic) என அழைக்கின்றனர். இதுவும் முதல் உயிர் எனப் பொருள்படும் கிரேக்கச் சொல்லாகும். இதனைத்தான் சில ஆண்டுகளுக்கு முன்னர்வரை ‘ப்ரீகேம்பிரியன்’ (Precambrian) என அறிஞர்கள் அழைத்தனர். இந்தக் காலத்தில் உண்டான பாறைகள் ஆஸ்திரேலியா, கனடா, சீனா போன்ற நாடுகளில் கண்டறியப்பட்டன. இப்போது சிறந்த அமைப்புடைய செல் உயிர்கள் தோன்ற ஆரம்பித்தன. பல செல் உயிராக்கமும் இக்காலத்தில்தான் நிகழ்ந்தது.

புவியியல் கால அட்டவணை

காலம்	**மில்லியன் ஆண்டுகளுக்கு முன்**
ப்ரீகேம்பிரியன் (Precambrian)	**4500-542**
ஆர்கியன் (Archean)	4500-2500
புரோட்டீரோசோயிக் (Proterozoic)	2500-542
ஃபனரோசோயக் (Phanerozoic)	**542-0**
பேலியோசோயக் (Paleozoic Era)	**542-252**
கேம்பிரியன் (Cambrian)	542-488
ஆர்டோவிசியன் (Ordovician)	488-444
சைலூரியன் (Silurian)	444-416
டெவோனியன் (Devonian)	416-359
கார்போனிபெரஸ் (Carboniferous)	359-299
பெர்மியன் (Permian)	299-251.9
மெசோசோயக் (Mesozoic Era)	**251.9 - 66**
டிரையாசிக் (Triassic)	251.9 - 201.3
ஜுராசிக் (Jurassic)	201.3 - 145
கிரிடேசியஸ் (Cretaceous)	145 - 66
சீனோசோயக் (Cenozoic Era)	**66-0**
பேலியோஜின் (Paleogene)	66 - 23
- பேலியோசின் (Paleocene)	66 - 55.8
- இயோசின்	55.8 - 33.9
- ஆலிகோசின்	33.9 - 23
நியோஜின் (Neogene)	23 - 2.58
- மையோசின் (Miocene)	23-5.3
- ப்லியோசின் (Pliocene)	5.3-2.58
குவாடெர்னெரி (Quartenary)	2.58 - 0.01
- ப்லைஸ்டோசின் (Pleistocene)	2.58 - 0.01
- ஹோலோசின் (Holocene)	0.01 - today

இப்படிப் பல செல் உயிர்கள் தோன்றியதற்கான சான்றுகள் தெற்கு ஆஸ்திரேலியாவில் உள்ள எடியாகரன் மலைத்தொடரில் கண்டறியப் பட்டுள்ளன. இந்நிகழ்வு அம்மலையின் பெயராலேயே அழைக்கப் பட்டது. ஒளிச்சேர்க்கையின் தாக்கத்தினால் வாயுமண்டலத்தில் ஆக்ஸிஜனின் அளவு அதிகரிக்க ஆரம்பித்தது என்று முற்பகுதியில் கண்டோம். இதற்குக் காரணமாக அமைவது கடலில் காணப்பட்ட ஒரு செல் பாசி இனங்களும் பாக்டீரியாக்களும் ஆகும்.

தொடர்ந்து வந்த காலத்தை ஃபனரோசோயக் (Phanerozoic) என அழைக்கிறோம். இக்கால அளவு 542 மில்லியன் ஆண்டுகளுக்கு முன்பிருந்து (மிஆமு) தற்சமயம் வரையிலான காலமாகக் கருதப்படுகிறது. இதனை மேலும் பகுத்து பேலியோசோயக்- Paleozoic - 542-252 மிஆமு, மெசோசோயக் - Mesozoic - 252-65.5 மிஆமு, மற்றும் சீனோசோயக் - Cenozoic - 65.5 மிஆமு-இன்றுவரை என்று பிரித்துள்ளனர்.

பேலியோசோயக் காலம்

கேம்பிரியன் (Cambrian) என்பது 542-488 மிஆமு காலமாகும். பாலியோசோயக் தொடக்கக் காலத்தினைக் கேம்பிரியன் என அழைக்கிறோம். கேம்பிரியன் என்பது ரோமன் பெயரில் வேல்ஸ்சைக் குறிப்பதாகும். இக்கால வகையைச் சார்ந்ததாக நமக்குக் கிடைத்த விலங்குப் படிவங்களில் பெரும்பாலானவை விலங்குகளின் ஓடுகள் உருவானதை உறுதிசெய்வதாய் இருக்கின்றன.

இக்காலத்தில்தான் விலங்குகளில் இனப்பெருக்கம் அதிகம் நடைபெற்றதாக அறிவியல் வல்லுநர்கள் கூறுகிறார்கள். இக்கால இடைவெளியில் மிக அதிகமாய் இருந்தது ட்ரைலொபைட்ஸ் எனும் பூச்சியினத்தைச் சேர்ந்த ஒரு முன்னோடி விலங்கினமே ஆகும்.

ஆர்டோவிசியன் (Ordovician) என்பது 488 - 444 மிஆமு காலம். கேம்பிரியன் காலத்தைத் தொடர்ந்து ஆர்டோவிசியன் எனும் காலம் வருகிறது. இது சுமார் 488 மில்லியன் வருடங்களுக்குப் பிறகு ஆரம்பித்து 444 மில்லியன் வருடங்கள் வரையிலான இடைப்பட்ட காலமாகும். இக்காலத்தில் தோன்றிய உயிரின ஆதாரங்கள் முதலில் வேல்ஸில்தான் கிடைத்தன. வேல்ஸில் ஒருகாலத்தில் வாழ்ந்த ஆர்டோவிசியன் எனும் பழங்குடியினர் பெயரால் இக்காலம் அழைக்கப்பட்டது.

இவ்வுயிரினங்கள் ஆரம்பத்தில் சில கேம்பிரியன் காலத்தையும் சில சைலூரியன் காலத்தையும் சார்ந்தவை. இக்காலத்தைச் சரியாகக்

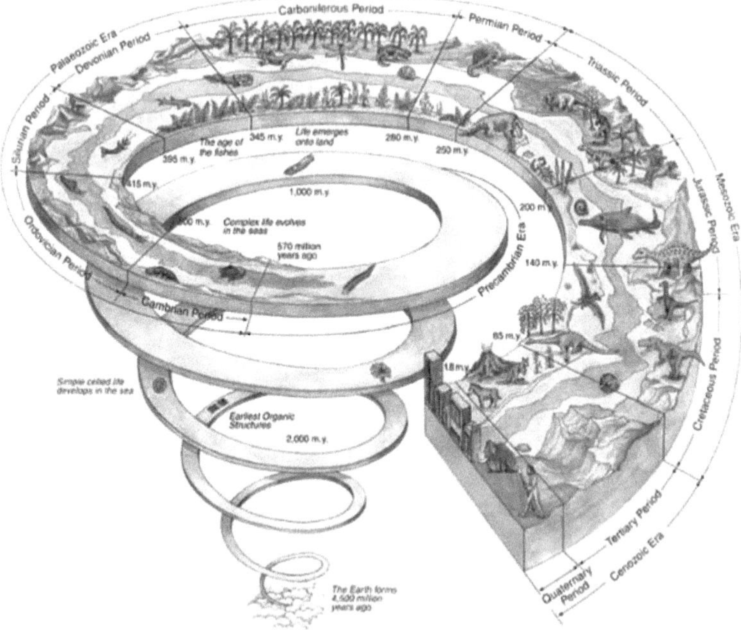

கணித்துப் பெயரிட்டவர் சார்லஸ் லேப்ஒர்த் (1879) ஆவார். இக்காலத்தின் சிறப்பே முதல் தரைவாழ் உயிர்களான லைகன் மற்றும் பிரையோபைட்ஸ் தாவரங்கள் தோன்றியதுதான்.

இக்கால இறுதியில் பனியுகம் (Ice Age) தோன்றி மாபெரும் பேரழிவு ஏற்பட்டது. இது பற்றி விரிவாக வேறொரு பகுதியில் பார்ப்போம். இக்காலத்தில் பல மாறுபட்ட சூழ்நிலை மண்டலங்கள் தோன்ற ஆரம்பித்துவிட்டன. இக்காலத்தில் ஏற்பட்ட பேரழிவு அப்போது உருவான உயிரினங்கள் பலவற்றையும் அழித்தது. பல்வேறு சூழ்நிலை மண்டலங்களில் ஆழ்கடல் உயிரினங்கள் பரிணமித்ததும் இத்தருணத்தில்தான்.

சைலூரியன் (Silurian) என்பது 444-416 மிஆமு காலம். சைலூரியன் என்ற பழங்குடியினர் பெயரால் அழைக்கப்பட்டது. தெளிவான நன்நீர், தரை சூழ்நிலை மண்டலம், அலையாத்திக் காடுகள் போன்றவை இக்காலத்தில் உருவாயின. குறிப்பாகத் தாடையிலா மீனினம் உருவாகிச் செழித்தது. வாஸ்குலார் தாவர இனங்கள் முதன் முதலாக இக்காலத்தின் இறுதியில் தோன்றின. பூமியின் கண்டங்களில் பெரிய மாற்றங்கள் நிகழ்ந்தன.

டெவோனியன் (Devonian) என்பது 416-359 மிஆமு காலம். இக்காலம் இங்கிலாந்தின் தேவோன்ஷயர் பெயரால் அழைக்கப்பட்டது. இதுவே 'மீன்களின் காலம்' என்று விலங்கியல் வல்லுநர்களால் அழைக்கப்பட்டது. இக்காலத்தில் முதுகெலும்பற்ற விலங்குகளின் சிற்றினப் பெருக்கம் அதிகரித்து ஒரு கட்டத்தில் முதல் நிலம்சார் முதுகெலும்புடைய விலங்குகள் தோன்றின.

டெவோனியன் என்ற காலத்தின் இடைப்பகுதியில் குறுஞ்செடி மற்றும் மரம் போன்ற தாவரங்கள் உருவாயின. இக்காலத்தின் இறுதியில் உண்மையான மரங்கள் தோன்றின. பூச்சியினங்கள் எண்ணிக்கையிலும் இனத்திலும் நன்றாகப் பெருக ஆரம்பித்தன. ஆனால் அவற்றில் 70 விழுக்காட்டிற்கும் மேல் இக்கால இறுதியில் ஏற்பட்ட 'இன அழிவு' நிகழ்வில் அழிந்தன. இதில் நீர் வாழ் உயிரினங்கள், நிலம்சார் உயிரினங்களைவிட அதிக அளவில் பாதிக்கப்பட்டன.

கார்போனிபெரஸ் (Carboniferous) என்பது 359 - 299 மிஆமு காலம். இது இன்று இரண்டு பகுதிகளாக பிரிக்கப்பட்டு மிசிசிபியன் (359-318 மிஆமு) என்றும் பென்சில்வேனியன் (318 - 299 மிஆமு) என்றும் அழைக்கப்படுகிறது.

பென்சில்வேனியன் என்பது வட அமெரிக்காவில் நிலக்கரி அதிகம் நிறைந்த ஒரு பகுதியாகும். இதனால் இதன் பெயரிலேயே இக்காலம் அழைக்கப்பட்டது. இக்காலம் இரு வாழ்வினங்களின் காலம் எனக் கூறலாம். இதன் தொடர்ச்சியாகத்தான் ஊர்வனவும் தோன்ற ஆரம்பித்தன.

பெர்மியன் (Permian) என்பது 299 - 252 மில்லியன் ஆண்டுகளுக்கு முந்தைய காலம். ருஷ்யாவின் பெர்ம் பகுதிகளில் உள்ள பாறைகளை ஓர் ஆய்வாளர் (Roderick Murchison) ஆராய்ந்து இக்காலகட்டத்து நிகழ்வுகளைக் கூறியதால் இக்காலம் பெர்மியன் என்று அழைக்கப்படுகிறது.

முதன் முதலாய் உயிரினங்களிடையே உண்மையான மாற்றமும் பரிணமிப்பும் இக்காலகட்டத்தில் தோன்றின. இளம் உயிரியின் வாழ்வு முறை அது வளர்ந்த உயிரியிடத்திலிருந்து முற்றிலுமாக மாறி இருப்பதை அக்கால தாவரப் படிவுகளில் கண்டனர். இது 'உலக வெப்பமடைதலுக்கு' உட்பட்ட காலமாக இருந்தது. ஆகவே அதிக அளவில் பாலைவனத்தில் பெருகியிருந்த தாவர இனங்கள் அக்கால இறுதியில் ஒரு மாபெரும் 'இன அழிவை'ச் சந்தித்தன. இதில் 90% கடல்சார் உயிரினங்கள் அழிந்தன.

மெசோசோயக் காலம்

மெசோசோயக் (Mesozoic) என்பது *252-65.5* மில்லியன் ஆண்டுகளுக்கு முந்தைய காலம். பானெரோசோயக் காலத்தின் இரண்டாவது பிரிவாக மெசோசோயக் கருதப்படுகிறது. இது மூன்று உட்பிரிவுகளைக் கொண்டது. அவற்றில் பழையது டிரையாசிக் (Triassic). இது *252-200* மிஆமு காலமாகும். தெற்கு ஜெர்மனியில் இக்கால பாறை வடிவங்கள் *3* அடுக்குகளாய் அமைந்திருந்ததால் இதனை டிரையாசிக் என அழைத்தனர். இக்காலம் பெர்மியன் இன அழிவில் இருந்து தப்பிய உயிரினங்கள் மீண்டும் உயிர்ப் பெருக்கத்திற்கு உட்பட்ட காலமாகும்.

இதன் மையக் காலப்பகுதியில்தான் டைனோசர் இனம் தோன்ற ஆரம்பித்தது. முதல் பறக்கும் ஊர்வனவான டீரோசார் (Pterosaur), மற்ற ஊர்வனவான முதலை, ஆமை போன்றவை தோன்றின. இன அழிவிலிருந்து தப்பிய உயிரினங்கள் மீண்டும் தழைக்க ஆரம்பித்த காலமாக இக்காலத்தைக் குறிப்பிடலாம்.

ஜுராசிக் (Jurassic) என்பது *200 - 146* மில்லியன் ஆண்டுகளுக்கு முந்தைய காலம். டிரையாசிக்கைத் தொடர்ந்து வந்த காலமான ஜுராசிக் காலம், ஜிரா மலையின் பெயரால் வழங்கப்படுகிறது. இதுவே 'டைனோசர்களின் காலம்' என அழைக்கப்படுகிறது. இது மட்டுமல்லாமல் இக்காலத்தைப் பறவையினத்தின் தொடக்கம் என்றும் அழைக்கலாம்.

கிரிடேசியஸ் (Cretaceous) என்பது *146-65.5* மில்லியன் ஆண்டுகளுக்கு முந்தைய காலம். டைனோசர்களின் 'இன அழிவு' காலம். உலக வெப்பமயமாக்கல் அப்போது பெரிய அளவில் நிகழ்ந்தது. பூக்கும் தாவரங்கள் தோன்றிப் பெருக ஆரம்பித்தது இக்காலத்தில்தான். அப்போது ஏற்பட்ட இன அழிவுக்குப் பலவிதமான காரணங்கள் கூறப்படுகின்றன. விண்வெளிக் கற்கள் மோதியதால் ஏற்பட்ட பாதிப்பு பெரிதாக இருந்தது. இருப்பினும் இதனை மறுக்கும் வகையில் இந்நிகழ்வுக்கு முன்பே அழிந்துபோன டைனோசர் படிவங்கள் கிடைத்ததால் மேற்சொன்ன காரணத்தை மறுப்பவர்களும் உள்ளனர்.

சீனோசோயக் காலம்

சீனோசோயக் (Cenozoic) *65.5* மில்லியன் ஆண்டுகளுக்கு முன்பிலிருந்து தற்காலம் வரை. இந்தக் காலம் இரண்டு பிரிவாகப் பிரிக்கப்படுகிறது. பாலியோஜின் மற்றும் நியோஜின்.

பேலியோஜின் (Paleogene) என்பது 65.5-23 மில்லியன் வருடங்களுக்கு இடைப்பட்ட காலமாகும். இதுவே பாலூட்டிகளின் பெருக்கத்திற்கும் பாலூட்டிகளின் வளர்ச்சிக்கும் அடிகோலிய காலம். இக்காலத்தின் ஆரம்பத்தை, விண்வெளிக் கற்களின் தாக்கத்தினால் ஏற்பட்ட அழிவிலிருந்து தப்பி உயிர்கள் உயிர்த்தெழுந்த காலம் என்றும் கூறலாம். இந்தக் காலகட்டம்

பேலியோசின் (66.5-55.8 மில்லியன் ஆண்டுகளுக்கு முன்பு),

இயோசின் (55.8-33.9 மில்லியன் ஆண்டுகளுக்கு முன்பு),

ஆலிகோசின் (33.9-23 மில்லியன் ஆண்டுகளுக்கு முன்பு)

என மூன்றாகப் பிரிக்கப்படுகிறது.

அதற்குப் பிறகு நியோஜின் காலத்தில் நான்கு காலகட்டங்கள் வருகின்றன. அவற்றை ஒவ்வொன்றாகப் பார்ப்போம்.

மையோசின் (Miocene) என்பது 23-5.3 மில்லியன் வருடங்களுக்கு இடைப்பட்ட காலமாகும். இக்காலத்தில் குதிரை மற்றும் மான் இனங்கள் தோன்றின. கடல் நீரால் கடல் உயிரினங்கள் தழைக்க ஆரம்பித்தன.

ப்லியோசின் (Pliocene) 5.3-1.8 மில்லியன் வருடங்களுக்கு இடைப்பட்ட காலமாகும். பாலூட்டிகளின் தொடர்ச்சி காலம், மனிதனின் மூதாதையர் அதாவது இரு கால்களில் நடக்கும் முன்னோர்கள் பரிணமித்த காலம் இதுவாகும்.

ப்லைஸ்டோசின் (Pleistocene) என்பது 1.8 மில்லியன் ஆண்டுகளுக்கு முன்பிருந்து 11,500 வருடங்களுக்கு முற்பட்ட காலத்தைக் குறிக்கும். இக்காலத்தில் மனித நாகரிக வளர்ச்சி ஆரம்பித்துவிட்டது. மனிதன் இடம்பெயர ஆரம்பித்ததும் இக்காலத்தில்தான்.

ஹோலோசின் (Holocene) என்பது 11,500 ஆண்டுகளுக்கு முன்னிருந்து தற்காலம் வரையிலானது. இக்காலத்தில் மனிதனின் மூளை வளர்ச்சி உச்சகட்ட நிலையை அடைந்தது. இம்மூளை வளர்ச்சியைக் கொண்டு பூமியை மனிதன் ஆதிக்கம் செலுத்திய காலம் இதுவாகும்.

➤➤➤

3

கண்டங்களின் போக்கு

பூமியின் தொடக்கக் காலத்தில் தற்போதுள்ள கண்டங்கள் அனைத்தும் இணைந்து ஒரே கண்டமாக இருந்தது. இது 'பான்ஜியா' என்று பெயரிடப்பட்டு அழைக்கப்பட்டது. உச்ச கண்டமான இந்நிலப்பரப்பு அதன் தோற்றம் தொடங்கி 'கார்போனிபெரஸ்' காலம் வரை ஒரே கண்டமாகப் பல மாற்றங்களுக்கு உட்பட்டுக் கொண்டிருந்தது.

இக்கண்டத்தைத் தவிர பூமியின் மற்ற பகுதிகள் அனைத்தும் கடல்நீரால் சூழப்பட்டு இருந்தன. இந்நிலையை வல்லுநர்கள் 'பான்தலாசா' என அழைத்தனர். இந்த உச்ச கண்டம் சுமார் 225 - 200 மில்லியன் வருடத்திற்கு முன்பு இரண்டாகப் பிளவுபட்டது. அதன் வடபகுதியில் உள்ள கண்டத்திற்கு லாராசியா (Laurasia) எனவும் தென்புறக் கண்டத்திற்கு கோண்ட்வானா லேண்ட் (Gondwana) எனவும் வல்லுநர்கள் பெயரிட்டனர்.

தென்புறக் கண்டங்களான தென் அமெரிக்கா, ஆப்பிரிக்கா, அரேபியா, இந்தியா, ஆஸ்திரேலியா, அண்டார்டிகா ஆகிய அனைத்தும் கோண்ட்வானாவில் அடங்கின. வடபுறக் கண்டங்களான வட அமெரிக்கா, ஐரோப்பா, கிரீன்லேண்ட், ஆசியா, ஸ்கேண்டிநேவியா போன்றவை லாராசியாவில் அடங்கின. இந்த இரு கண்டங்களையும் பிரித்த கடல் 'டீதிஸ்' (Tethys) ஆகும்.

இவ்வாறு பிரிந்த இரு கண்டங்களும் காலவோட்டத்தில் மேலும் பல பிரிவுகளாகப் பிரிந்து தற்கால அமைப்பை அடைந்தன.

கண்ட இடப்பெயர்ச்சி

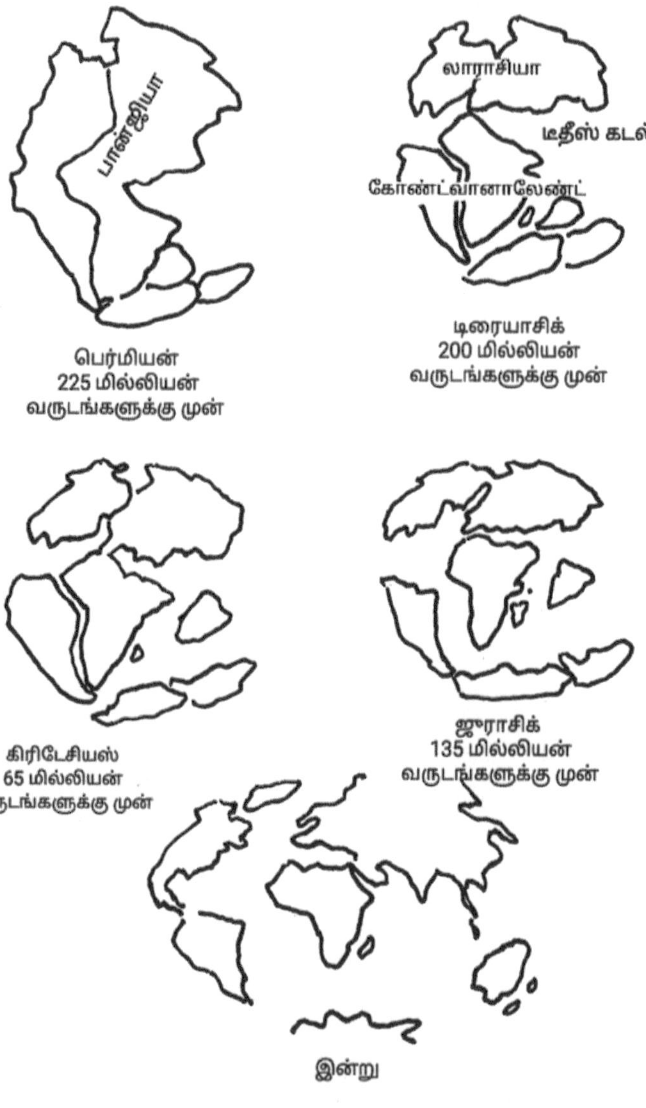

இவை பூமித் தட்டுகளின் இயக்கங்களால் நடக்கின்றன என்று கூறுகிறார்கள். பூமியின் மையத்தில் உண்டான கதிரியக்க நடவடிக்கைகள் கீழ்ப்புற 'மேன்டில்' பகுதியைச் சமமற்ற முறையில் வெப்பப்படுத்தியதன் விளைவால் 'மேன்டில்' பகுதியில் உள்ள பாதி உருகிய பாறை வெப்பமடைந்து பூமியில் ஒரு பெரிய மெதுவான வெப்பப்படுத்தல் நிகழ்வைத் தூண்டியது.

இவ்வாறு வெப்பமடைந்த பாறையின் பக்கவாட்டில் உள்ள கடினமான திடநிலையில் உள்ள லித்தோஸ்பியரின் அடியின் விளிம்பும் பூமியின் மேற்பகுதியும் கீழே இழுக்கப்படுகிறது. இத்தகைய நிகழ்வே பூமித் தட்டுகளின் இடப் பெயர்ச்சிக்குக் காரணமாகும்.

கண்டங்கள் தானாக நகருவதில்லை. ஆனால் நகரும் லித்தோஸ்பியர் தட்டுடன் பூமியின் மேற்பரப்பும் பயணிக்கின்றது. இதுதான் 'கண்ட நகர்வு' எனப்படுகிறது. இதை அறிவதற்கு முதலில் அடிக்கோடிட்டவர் ஆல்ஃபிரட் வெக்னர் எனும் ஜெர்மானியர் ஆவார். ஆனால் கண்ட நகர்வுக்குக் காரணமாக பூமியின் சுழற்சியையும் பூமியின் ஈர்ப்பு விசையையும் இவர் குறிப்பிட்டது பின்னர் நிராகரிக்கப்பட்டது. எனினும் அவரின் கண்ட நகர்வுக் கோட்பாடு ஒத்துக்கொள்ளப்பட்டது.

ஐந்து மாபெரும் இன அழிவுகள்

இன அழிவு என்பது ஒரு சிற்றினம்சார் உயிரிகள் அனைத்தும் ஏதோ ஒரு காரணத்தினால் முற்றிலுமாக அழிக்கப்படுவதைக் குறிக்கும். இதில் மாபெரும் இனப் பேரழிவு என்பது ஒன்றுக்கு மேற்பட்ட பல சிற்றினங்கள் சார்ந்த உயிரிகள் ஒரே காலத்தில் குறிப்பிட்ட காரணத்தால் அழிக்கப்படுவதாகும்.

இன்று நம்முடன் வாழும் உயிரினங்கள் பலவும் புதியதாகத் தோன்றியவை. ஆரம்பத்தில் தோன்றிய 99% மேற்பட்ட உயிரினங்கள் தற்போது இல்லை. இந்த மாபெரும் அழிவு என்பது சமமற்ற விகிதத்தில் நடந்த வெவ்வேறு மாபெரும் பேரழிவுகளைக் குறிப்பதாகும். நமக்குக் கிடைத்த படிவங்களின் மூலம் இந்த நிகழ்வை அறிவியலாளர் 2 அல்லது 5 வகைப்பட்ட குடும்பங்களாகப் பிரிக்கின்றனர். ஒவ்வொரு மில்லியன் வருடங்களுக்கிடையிலும் அழிவுகள் நடந்திருப்பதாகக் கணக்கிடுகின்றனர்.

பொதுவாகக் கடல் படிவங்களே அழிவுகளைப் பற்றிப் படிக்க உதவுகின்றன. ஏனெனில் இவை நிலம்சார் உயிர்களைவிட

எண்ணிக்கையில் அதிகமாகவும், நீண்ட காலத்தைக் கொண்டதாகவும் இருக்கின்றன. இப்படி ஆராய்ந்ததில் பூமியில் மாபெரும் 5 பேரழிவுகள் நிகழ்ந்திருப்பதாகக் கண்டறிந்துள்ளனர். அவை ஆர்டோவிஷன் (Ordovician) முடிவுகாலம், திவோனியன் (Devonian) இறுதிக்காலம், பெர்மியனின் (Permian) இறுதிக்காலம், திரையாசிக்கின்(Triassic) இறுதிக்காலம் மற்றும் கிரட்டேசியசியனின் (Cretaceous) இறுதிக்காலம் என்பனவாகும். மேலும் சிறு சிறு இனப்பேரழிவுகள் வெவ்வேறு காலக்கட்டங்களில் நடந்து கொண்டுதான் இருந்தன.

மாபெரும் இனப் பேரழிவுகளை மட்டும் சுருக்கமாகக் காண்போம்.

ஹலோசின் (Holocene) என்று அழைக்கப்படும் நம்முடைய காலமே மாபெரும் இனப்பேரழிவினைச் சந்தித்த காலம் எனலாம். இது முற்றிலும் மனிதனால் ஏற்பட்டது. இன்னும் 100 வருடங்களில் பூமியில் பாதிக்கும் மேலான உயிரினங்கள் மனிதனால் அழிக்கப் படும் என்று அஞ்சப்படுகிறது. இது கடந்த காலத்தில் நடந்த மாபெரும் இனப்பேரழிவிற்குச் சமமானதாக இருக்கிறது என்று சில ஆய்வாளர்கள் கருதுகின்றனர்.

65 மில்லியன் வருடங்களுக்கு முன்பு சுமார் 75% நிலம்சார் சிற்றினங்கள் மாபெரும் இனப்பேரழிவில் அழிந்தன. அது டைனோசர்களைச் சூழ்ந்து பாலூட்டிகள் மற்றும் பறவைகள் வளர வழிவகுத்த காலமாகும். இது ஒரு மாபெரும் இனப்பேரழிவாக இருப்பினும் இக்காலத்தில் வாழ்ந்த எல்லா இனங்களும் அழிக்கப்படவில்லை. சில இனங்கள் குறைந்த அளவிலும் சில இனங்கள் முற்றிலுமாகவும் வேறு சில பெரிய அளவிலும் அழிக்கப்பட்டன.

சுமார் 200 மில்லியன் வருடங்களுக்கு முன்பு திரையாசிக் மற்றும் ஜூராசிக் இரண்டும் இணையும் காலத்தில் 20% நீர்வாழ் குடும்பங்கள் அழிந்திருக்கின்றன. அதே காலக்கட்டத்தில், அதாவது 251 மிஆமு நடந்த இனப்பேரழிவில் 53% கடல்சார் குடும்பங்களும் 84% பேரினங்களும் அதாவது மொத்தத்தில் 96% கடல்சார் உயிரினங்களும் 70% நிலம்சார் விலங்குகளும் அழிந்தன. இந்நிகழ்வு 'மிகப் பெரிய சாவு' என அழைக்கப்படுகிறது.

சுமார் 360 மிஆமு திவோனியனும் கார்போனிபெரசும் சேரும் காலத்தில் ஒரு தொடர் அழிவு ஏற்பட்டு 70% உயிரினங்களை அழித்தது. உயிரினங்களின் 70% தொடரழிவு சுமார் 20 மில்லியன்

வருடங்களில் நிகழ்ந்தது. 447 மிஆமு ஆர்டோவிசியன் - சைலூரியன் கால இடைவெளியில் இரண்டு அழிவு நிகழ்வுகள் நடந்தன. இவை இரண்டையும் இணைத்து அதை மாபெரும் இனப்பேரழிவு நிகழ்வில் இணைத்துள்ளனர்.

கடைசியில் (அதாவது பூமியின் தோற்ற ஆரம்பத்தில்) மேற்சொன்னது போன்ற தொடர் இனப்பேரழிவு பல நடந்ததாகவும் இதனை மாபெரும் இனப்பேரழிவு காலமாகவும் சித்திரிக்கின்றனர்.

மாபெரும் இனப்பேரழிவு : பரிணாம முக்கியத்துவம்

மாபெரும் இனப்பேரழிவு பூமியில் பரிணாமத்தையும் அதன் வேகத்தையும் உயர்த்திய நிகழ்வாகக் கருதப்படுகிறது. ஓர் இனத்தின் உயர் பண்பைத் திடீரென அழித்து மற்றொரு இனம் தன் உயர் பண்பை வெளிப்படுத்த வழங்கப்படும் ஒரு வாய்ப்பாக இப்பேரழிவைக் குறிப்பிடலாம்.

குறிப்பாக, பாலூட்டிகள் டைனோசர் காலத்திலேயே வாழ்ந்திருந் தாலும் டைனோசர்களைத் தன் பண்புகளாலும் வாழும் முறை களாலும் அவற்றால் கீழ்ப்படுத்த முடியவில்லை. டைனோசர்களே அக்காலப்பகுதியைத் தங்கள் கட்டுப்பாட்டில் வைத்திருந்தன. டைனோசரின் அழிவு பாலூட்டிகளைத் தங்களின் அறிவுசார் வாழ்முறையின் மூலம் பூமியை ஆதிக்கம் செலுத்தும் நிலைக்கு உருவாக்கியது. அதே நேரத்தில் இனப்பேரழிவில் தப்பித்த பல உயிரினங்கள் தங்களை அதிலிருந்து முழுவதுமாய் மீட்க முடியாமல் இருக்கின்றன. இத்தகைய இனங்கள் நீண்டகாலப் பேரழிவுப் பயணத்தை மேற்கொண்ட உயிரினங்களாக உள்ளன. இதனை Dead Clades walking என்று அழைக்கின்றனர்.

மேற்சொன்ன இனப்பேரழிவுகள் புள்ளியியல் ஆய்வுக்கு உட்படுத்தப்பட்ட போது கிடைத்த உண்மைகள் வியப்பளிப்பதாக உள்ளன. இனப்பேரழிவுகளுக்கு இடையிலான காலம் பெரியதாகக் காணப்பட்டாலும் அழிவு என்பது சராசரிக்கும் குறைவாய்தான் உள்ளது.

இனப்பேரழிவுக்கான காரணங்கள்

மாபெரும் இனப் பேரழிவை முற்றிலுமாக ஆராய்ந்து அதற்கு விடை தரும் வகையிலான கோட்பாடு நம்மிடம் இல்லை. அதற்குப் பதிலாக குறிப்பிட்ட சில இனங்களின் அழிவுகளை மட்டுமே மையப்படுத்தி காரணங்கள் ஆராயப்படுகின்றன. இந்த ஆய்வுமுறை தவறான

முடிவுக்குத்தான் வழிவகுக்கும். மாபேரழிவிற்கான காரணங்களை, இனங்களை மையப்படுத்தாமல் மாபேரழிவில் அழிந்ததையும், உயிர்ப்பிழைத்ததையும் ஆராய்ந்து முடிவுகளைக் கூறுவதே நம்பகத்தன்மை கொண்ட ஆய்வுமுறையாக இருக்கும்.

இப்படி ஆராய்ந்ததன் விளைவால் ஒரே ஒரு காரணம்தான் மாபேரழிவிற்குக் காரணம் என்று கூறமுடியாமல் பல்வேறு காரணங்களின் கூட்டு விளைவுதான் மாபேரழிவிற்குக் காரணமெனக் கூறவேண்டிய கட்டாயம் வந்துவிட்டது.

சில மாபேரழிவிற்கான காரணங்கள் இவைதான் என்று கூறுவதற்கு நம்பத்தக்க சில ஆதாரங்கள் உள்ளன. அது குறித்து கீழே காண்போம்.

ஒரு மாபேரழிவிற்கு இரண்டு காரணங்கள் கூறப்படுகின்றன. முதல் காரணம் நீண்டகால அழுத்தத்திற்கு உட்பட்ட சுற்றுப்புறம். இரண்டாவது காரணம் அதன் விளைவாக இறுதியில் உருவாகும் அழிவு (Press/ Pulse model). இக்காரணங்களை ஆரேன், வெஸ்ட் *(2006)* எனும் அறிஞர்கள் எடுத்துக்கூறினாலும் சில மாபேரழிவுகளில் இவை மட்டுமே போதுமானதாய் இருக்கவில்லை.

ஆக மாபேரழிவிற்கும் அதற்கான காரணங்களுக்கும் உள்ள தொடர்பை மட்டுமே இப்போது நம்மால் நம்ப முடிகிறது.

லாவாக்குழம்பு வெள்ளம்: இதுவரை நடந்த 11 லாவா குழம்பு வெள்ளமும் பல்வேறு மாபேரழிவும் சமகாலத்தில் நடந்திருக்கின்றன என்றும் மாபேரழிவிற்கு இதுவும் ஒரு காரணியாகும் என்றும் ஆய்வாளர்கள் கூறுகின்றனர். ஆனால் இதுவும் பின்னர் மறுக்கப்பட்டிருக்கிறது. உண்மையில் 5 லாவா குழம்பு வெள்ளத்தை மட்டுமே நேரடியாக இப்பேரழிவுடன் தொடர்புபடுத்தமுடியும்.

கடல் நீர் உள்வாங்கல்: இதுவரை நடந்த 12 கடல்நீர் உள்வாங்கல் நிகழ்வுகளில் 7 நிகழ்வுகள் மட்டும் மாபேரழிவு நடந்த காலத்தில் நடந்துள்ளன.

விண்வெளிக் கற்களின் தாக்கம்: இதுவரை 100 கிமீ அகலமுடைய பள்ளம் உருவாக்கக்கூடிய விண்வெளிக் கற்களின் தாக்கம் ஒன்றே ஒன்றுதான் நடந்துள்ளது. அதுவும் ஒரு மாபேரழிவு நடந்த காலத்தில் நடந்துள்ளது. ஆனால் 100 கிமீக்குக் குறைவான அகலம் கொண்ட 50 பள்ளங்கள் மாபேரழிவுகளின்போது ஏற்பட்டிருக்கின்றன. ஆனால் பெரும்பாலானவை மாபேரழிவோடு தொடர்பில்லாதவை.

மேற்சொன்ன நிகழ்வுகள் எவ்வாறு அழிவினை ஏற்படுத்தி இருக்கலாம் என்பதனைக் காண்போம். எரிமலைக் குழம்பு வெளியே வெள்ளமாகப் பாயும்போது அதிக அளவில் வானத்தில் தூசு, துகள்கள் பரவுகின்றன. அதன் விளைவாக ஒளிச்சேர்க்கை நடப்பது தடுக்கப்பட்டு உணவுச் சங்கிலி நிலத்திலும் நீரிலும் பாதிக்கப்பட்டு இருக்கலாம். எரிமலைக் குழம்பு வெளிப்படும்போது உருவாகும் சல்பர் டை ஆக்ஸைடு, அமில மழைக்கு வழிவகுத்துப் பல உயிரிகளுக்கு நஞ்சாய் அமைந்து மேலும் உணவுச் சங்கிலியைப் பாதித்திருக்கலாம். அல்லது எரிமலைக்குழம்பு வெளியேற்றத்தில் உருவான கார்பன் டை ஆக்ஸைடு உலக வெப்பமாக்கலை உருவாக்கி இருக்கலாம். இத்தகைய நிகழ்வுகள் கிரிடேசியஸ், பெர்மியன், திரையாசிக் மற்றும் ஜுராசிக் கால இறுதியில் நடந்திருக்கலாம்.

நில உயர்வு நடந்த காரணத்தினால் கடல் நீரின் அளவு குறைந்து (Continental shelf area) உயிர்கள் அழிந்திருக்கலாம். மேலும் கடற்கரையில் ஏற்பட்ட மாபேரழிவுகளில் பெரும்பாலானவை கடல் நீர் அளவு குறைந்த காலத்திலேயே நடந்திருக்கின்றன என்பது குறிப்பிடத்தக்கது.

அடுத்ததாக, விண்வெளிக் கற்கள் பூமியின் உணவுச் சங்கிலியைப் பாதித்திருப்பதற்குக் காரணங்கள் உள்ளன. இத்தாக்குதலின்போது தூசுக்கள் வானில் பரவி ஒளிச்சேர்க்கையைக் குறைத்திருக்கலாம். சல்பர் அதிகம் உள்ள பாறைகளை விண்வெளிக் கற்கள் தாக்கியிருக்கும் பட்சத்தில் அதிக அளவில் சல்பர் டை ஆக்ஸைடு வெளிப்பட்டு அமில மழை உருவாகி அதன்மூலமும் மாபேரழிவு நிகழ்ந்திருக்கலாம்.

இது போன்ற ஒரு பெரிய தாக்குதல் கிரிடேசியஸ் மற்றும் டெர்ஷியரி காலத்தில் நடந்த மாபேரழிவின்போது நடந்துள்ளது. இவை மட்டுமன்றி உலக வெப்பமயமாக்கல், அனாக்சிக் நிகழ்வு, ஹைட்ரஜன் சல்பைட் வெளிப்படுதல், கடலில் ஏற்பட்ட வெப்பநீர் சுழற்சி, கண்ட நகர்வு, பூமித்தட்டுகளின் அசைவு போன்றவற்றையும் மாபெரும் இன அழிவுகளுக்கான காரணங்களாகக் கூறலாம்.

➤➤➤

4

பறவைகள் எவ்வாறு தோன்றின?

பறவையைப் போல் மனிதனுடன் வேறு எந்த உயிரினமும் அதிக அளவில், வெவ்வேறு பரிணாமத்தில், தொடர்ச்சியான தொடர்பு கொண்டதில்லை. தூது செல்லும் ஊடகமாக, அமைதிக்கு ஓர் அடையாளமாக, இலக்கியத்தில் ஓர் அம்சமாக, படிப்பதற்கு ஒரு பாடமாக, விளையாட்டிற்கு ஓர் உயிர்ப்பொருளாக பறவையே இருக்கிறது.

ஒரு பறவையை எவ்வளவு நேரம் வேண்டுமானாலும் ஆர்வம் குன்றாமல் பார்த்துக்கொண்டே இருக்கமுடியும். அப்படியொரு ஈர்ப்புத் தன்மை அதற்கு இருக்கிறது. தொடக்கத்தில் தோன்றிய பல்வேறு நாகரிகங்களிலும் பறவைகள் இறைத் தூதர்களாகக் கருதப்பட்டு வந்தது ஒரு வியக்கத்தக்கச் செய்தியாகும்.

பறவைகளின் மொழி கடவுளின் மொழியாகவே ஒரு காலத்தில் கருதப்பட்டது. ஒரு பறவை எவ்வாறு பறக்கிறது என்பதை அறிந்தால் எதிர்காலத்தை அறிந்துகொள்ளலாம் என்ற கருத்தும் நிலவியதுண்டு. தமிழில் 'கழறிற்றறிதல்' என்ற சொல் பறவைகளின் மொழி அறிதல் என்ற பொருளைத் தருகிறது.

'கார்கொண்ட கொடை கழறிற்று அறிவார்க்கும் அடியேன்'
- திருத்தொண்டர் தொகை

'தென்னர் பிரான் கழறிற்று அறிவான் எனும் சேரலனே'
- திருத்தொண்டர் திருவந்தாதி

சில பறவைகள் நன்மையைக் கொண்டுவரும் என்றும் சில தீமையைக் கொண்டுவரும் என்றும் நம்பப்பட்டது. புறா தாய்மைக்கும் அன்புக்கும் அமைதிக்கும் அடையாளமாகப் போற்றப்படுகிறது. கழுகு இறை தூதர் என்கிறது கிரேக்க இதிகாசம். காகம் அப்போலாவின் தூதர்.

பறவைகள் இலக்கியங்களில் அழகியலோடு வர்ணிக்கப் பட்டுள்ளன. குகை ஓவியங்களிலிருந்து தற்கால ஓவியங்கள்வரை பறவைகளின் உருவங்கள் இடம் பெற்றிருக்கின்றன. பிரான்சிலும் ஸ்பெயினிலும் உள்ள குகைகளில் கண்டுபிடிக்கப்பட்ட 1400 ஆண்டுக்கு முற்பட்ட ஓவியங்களில் பறவைகள் இடம்பெற்றுள்ளன.

பிகாசோவின் நவீன ஓவியங்களில் பறவைகளின் தாக்கம் இருக்கிறது. ஷேக்ஸ்பியருக்குப் பறவைகள் மீதிருந்த நாட்டம் அவர் படைப்பு களில் வெளிப்படுகிறது. 'ஷேக்ஸ்பியரின் பறவையியல்' என்ற பெயரில் ஜேம்ஸ் ஹார்டிங் என்பவர் (James Harting, 1871) ஒரு புத்தகம் எழுதும் அளவிற்கு அவர் நாடகங்களில் பறவைகள் குறித்த செய்திகள் மிகுதியாக இருந்திருக்கின்றன.

பறவையியலின் தோற்றம்

பல அறிவுத் துறைகளின் முன்னோடியான அரிஸ்டாட்டிலே முதன் முதலில் பறவைகள் பற்றியும் பதிவு செய்தார். பறவைகளைப் பற்றி குறிப்பெடுத்து அதைத் தனியே எழுதி தன்னுடைய 'விலங்குகளின் வரலாறு' எனும் தொகுப்பில் சேர்த்ததைப் பறவையியலின் தொடக்கம் எனக் கூறலாம்.

அதன் பின்னர் பல்வேறு கிரேக்க, ரோமானிய எழுத்தாளர்களும் இயற்கை ஆர்வலர்களும் பல்வேறு காலகட்டங்களில் பறவை களைப் பற்றிய செய்திகளைப் பதிவு செய்துள்ளார்கள். அவற்றில் எவ்வளவு உண்மையான தகவல்கள் இருந்தனவோ அவற்றுக்கு நிகரான தவறான செய்திகளும் இருந்தன என்பதை மறுக்கமுடியாது. பின்னால் வந்தவர்களில் நவீன பறவையியலில் சிறந்தவராக கில்பர்ட் ஒயிட் (Gilbert White, 1789) இருந்தார். இவருடைய பதிவுகள் மிகவும் நுட்பமாகவும் ஆதாரப்பூர்வமாகவும் இருந்தன.

கில்பர்ட் ஒயிட்

பறவையியல் வளர்ச்சி அடைந்ததற்குப் பறவையியல் வல்லுநர்கள் மட்டுமே

காரணம் என்று கூறமுடியாது. பொழுதுபோக்குக்குப் பறவைகளைக் கண்டு செய்திகளைப் பதிவு செய்பவர்களும் பறவையியல் வளர்ச்சிக்குப் பங்களித்திருக்கின்றனர். உயிர்ச் செயலியலுக்கும் மருத்துவத்துக்கும் நோபல் பரிசு வென்ற நிக்கோ டின்பெர்ஜென், கான்ராட் லொரென்ஸ் (Niko Tinbergen, Konrad Lorenz) இருவருடைய ஆய்வுகளும் பறவையியலை அடிப்படையாகக் கொண்டவை.

நிக்கோ டின்பெர்ஜென், கான்ராட் லொரென்ஸ்

1920 வரை பறவையியல், அருங்காட்சியகத்தில் உள்ள பதப்படுத்தி வைக்கப்பட்டிருக்கும் பறவை மாதிரிகளை மட்டுமே நம்பி இருந்தது. அதன்பின் அதிக அளவில் வேட்டைத் துப்பாக்கிகள் பயன்பாட்டுக்கு வந்தவுடன், களப் பறவையியல் உருவாக வழி பிறந்தது.

•

உலகின் அழகிய பெரிய கிளி வகைகளுள் ஒன்று, 'ஸ்பிக்ஸ் மக்காவ்'. பிரேசிலைச் சேர்ந்த இந்த இனம் வாழிட அழிவின் காரணமாக அழிந்துவிட்டது. இன்று வெறும் *88* கிளிகளே ஐந்து வெவ்வேறு இடங்களில் கூண்டுகளிலும் பூங்காக்களிலும் பராமரிக்கப்பட்டு வருகின்றன. இவற்றுள் பெரும்பாலானவை ஒரே இணையிடம் இருந்து தோன்றியவை என்பதால் இவற்றின் எதிர்காலம் கேள்விக்குரியது.

ஜோஹென் பாப்டிஸ்ட் ஸ்பிக்ஸ் *1817*இல் இக்கிளியைக் கண்டறிந்த போதே அதன் இனம் அழிய ஆரம்பித்திருந்தது. எண்ணிக்கை குறையக் குறைய பறவை வியாபாரிகளிடையே அதன் தேவை அதிகரிக்க ஆரம்பித்தது. அதன் விளைவால் *1988*இல் இப்பறவை அழிவின் உச்சிக்கு சென்றுவிட்டது. வெறும் நான்கு பறவைகளே தப்பிப் பிழைத்திருந்தன.

ஸ்பிக்ஸ் மக்காவ், ஜோஹென் பாப்டிஸ்ட் ஸ்பிக்ஸ்

அடுத்த இரண்டு ஆண்டுகளில் நான்கு, ஒன்றானது. 1990இல் பிரேசில் காடு ஒன்றில் ஒரே ஒரு ஆண் பறவை மட்டுமே இருந்தது. 1995இல் இப்பறவை இனத்தைக் காப்பற்ற ஓர் இறுதி முயற்சியாக வீட்டில் வளர்க்கப்பட்ட ஒரு பெண் பறவையை ஆண் பறவை உள்ள அக்காட்டில் பறக்கவிட்டார்கள். இதில் ஓர் அதிசயம் என்ன வென்றால் அந்தப் பெண் பறவை இதே ஆண் பறவையுடன் இருந்தபோதுதான் ஆறு வருடங்களுக்கு முன் வேட்டையாடு பவர்களால் பிடிக்கப்பட்டது.

இரு பறவைகளும் ஆறு வாரங்கள் ஒன்றாக இருந்தன. பின் பெண் பறவை மின்கம்பிகள் கீழே ஒருநாள் இறந்துகிடந்தது. அந்த ஆண் பறவையும் 5 அக்டோபர் 2000க்குப் பிறகு காணாமல் போய்விட்டது. இன்று இப்பறவையினம் பூமியில் அதன் வாழிடத்தில் அழிந்த ஓர் இனமாக அறிவிக்கப்பட்டுள்ளது.

இதுவரை 153 பறவை இனங்கள் அழிந்திருக்கின்றன. அதாவது, உலகின் ஒட்டுமொத்த பறவைகளில் 20-25 சதவிகிதம் அழிக்கப் பட்டுவிட்டது என்று சொல்வது நம் அச்சத்தைப் பெரிதுபடுத்தும். பறவைகள் பற்றிய படிப்பு 500 வருட பழமையானதாக இருப்பினும் பறவை பாதுகாப்புப் பற்றிய கருத்துகள் வெறும் நூறு வருடங்களுக்கு முன்புதான் தோன்றின. பறவைகள் அழிவதற்கு இதுவும் ஒரு காரணம்.

•

பல மில்லியன் வருடங்களுக்கு முன் இரு கால்களால் நடக்கும் ஊர்வன ஒன்று டைனோசர்களுடன் வாழ்ந்து வந்தது. காலப் போக்கில் அதன் கடினச் செதில்கள் இலகுவான இறகுகளாகப் பரிணமித்தன. இந்த இறகுகள் அவ்வுயிரியின் உடல் வெப்ப நிலையை நிலைப்படுத்த உதவியதால் அதன் செயல்திறன் அதிகரித்தது. அதன் நடை, தாண்டுதல் என்ற நிலையை அடைந்தது.

இந்தச் செயல்திறனே படிப்படியாக வானில் உயர வழிவகுத்ததுடன் பறவைகள் எனும் உயிரினப் பிரிவு பின்னாளில் உருவாகக் காரணமாயிற்று.

பறவைகள் மற்ற முதுகெலும்புடையவற்றிடம் இருந்து தாம் பெற்ற இறகுகள் மூலம் வேறுபட்டுள்ளன. இறகுகளுக்கு ஈடாக எந்தவோர் அமைப்பும் பிற முதுகெலும்புடைய உயிர்களிடம் காணப்படுவதில்லை. இறகுகள் பறப்பதற்கும் உடல்வெப்பநிலையை நிலைப் படுத்தவும் பயன்படுகின்றன.

பறவைகளின் மற்றொரு சிறப்பம்சம் அவற்றின் அலகு. பறவைகளின் வேறுபட்ட அலகுகளின் அமைப்புகளே எளிதில் ஒரு பறவையிடமிருந்து மற்ற பறவைகளை வேறுபடுத்திப் பார்க்க உதவுகின்றன. இந்த அலகு என்ற கூறு பறவைகளைத்தவிர பிளாட்டிபஸ் எனும் ஒரே ஒரு முதுகெலும்புடைய பாலூட்டிக்கு மட்டும் உண்டு.

பறவைகளைப் பறக்கும் இயந்திரம் என்று அழைக்கலாம். வௌவால்களையும் இதில் சேர்க்கலாம். பறப்பதற்கு எற்ற சிறப்பான பரிணாமத்தை அடைந்தவை இவை. ஆனால் பறப்பதில் வௌவால்களுக்கும் பறவைகளுக்கும் ஒரு முக்கியமன வேறுபாடு உண்டு. பறவைகளின் முழு உடல் அமைப்புமே பறப்பதற்காகப் பரிணமித்திருக்கிறது. ஆனால் வௌவாலில் பறக்க உதவக்கூடிய மெல்லிய தோல் போன்ற அமைப்பு மட்டுமே பறப்பதற்காகப் பரிணமித்திருக்கிறது.

பறவைகளின் தோற்றம் பற்றிப் பல்வேறு கருத்துகள் நிலவி வருகின்றன. அவற்றுள் திகோடாண்ட் மற்றும் தெரொபாட் (Thecodont and Theropod Hypotheses) கோட்பாடுகள் முக்கியமானவை. வெவ்வேறு காரணங்களால், வெவ்வேறு காலகட்டங்களில் இக்கோட்பாடுகள் ஆதரிக்கப்பட்டும் நிராகரிக்கப்பட்டும் வந்திருக்கின்றன என்றாலும் இன்றுவரை அவற்றின் செல்வாக்கு நீடிப்பதை மறுக்கமுடியாது. பறவைகளின் தோற்றத்தை அறிந்துகொள்ள உதவும் என்பதால் இரண்டையும் எளிமையாக அறிமுகம் செய்துகொள்வோம்.

தெரொபாட் கோட்பாடு

தெரொபாட் என்பது டைனோசரைப் போன்ற ஓர் ஊர்வன வகை உயிரியாகும். இதன் கால்கள் தற்காலப் பறவைகளின் கால்களை ஒத்திருந்தது. அதன் தோள்பட்டை எலும்பினைத் தாங்கும் மூட்டுக்

கிண்ணமும் தற்காலப் பறவைகளின் மூட்டுக் கிண்ணங்களைப் போல் காணப்பட்டது. மேலும் அவ்வுயிரினத்தின் கூட்டில் முட்டையிட்டு அடைகாத்தல் என்ற செயலும் தற்காலப் பறவையின் பண்பை ஒத்துக் காணப்பட்டது. ஆதலால் பறவைகள் தெரொபாட் உயிரினங்களில் இருந்து பரிணமித்திருக்கவேண்டும் என்பது இக்கோட்பாட்டின் சாரமாகும்.

இருப்பினும் இக்கோட்பாடு சில கேள்விகளுக்குப் பதிலளிக்க முடியாமல் இருப்பது அதன் பலவீனமாகும். உதாரணமாக, ஊர்வதற்காகப் பரிணாமத்தில் வடிவமைக்கப்பட்ட உடலைக் கொண்ட ஓர் உயிரினம் எப்படிப் பறக்கக்கூடிய ஓர் உயிரினமாகப் பரிணமிக்கமுடியும்? பறப்பதற்கு முன்பே பறக்க உதவக்கூடிய மிகச்சிக்கலான ஒரு வடிவமைப்பான இறகு எவ்வாறு அந்த உயிரினத்தில் தோன்றியிருக்கக்கூடும் என்ற கேள்விகளுக்கு இக்கோட்பாட்டால் பதில் அளிக்க முடியவில்லை.

ஆனால் இரண்டாவது கேள்விக்குத் தற்போது விடை கிடைத்துள்ளது. இறகானது முதலில் உடலை வெப்பத்தில் இருந்து காக்கும் உருவமைப்பாய்த் தோன்றி, பின் பறக்க உதவக்கூடிய ஒன்றாகப் பரிணமித்துள்ளது எனக் கண்டறியப்பட்டுள்ளது.

திகோடாண்ட் கோட்பாடு

பறவைகள் திகோடாண்ட் எனும் ஊர்வனவற்றில் இருந்து தோற்றம் பெற்றன என்று கூறுவது திகோடாண்ட் கோட்பாடாகும். ஓடும் விலங்கு பறக்கும் விலங்காக எவ்வாறு பரிணமிக்கமுடியும் என்னும் கேள்வியை ஆதரிக்கும் கோட்பாடு இது.

திகோடாண்ட் உயிரினம் ஆகாயத்தில் மிதக்கும் தன்மை கொண்டிருந்ததால் இதிலிருந்து பறக்கும் பறவை தோன்றுவதற்கு அதிக அளவில் சாத்தியங்கள் இருந்திருக்கலாம். இருப்பினும் தெரொபாட் கோட்பாடு போலவே இக்கோட்பாட்டிலும் சில கேள்விகளுக்குப் பதில் இல்லை. மேலும் இதற்கான ஆதாரங்கள் இன்னும் முழுமையாகக் கிடைக்காதது இக்கோட்பாட்டைச் சற்று வலுவிழக்க செய்கிறது.

➤➤➤

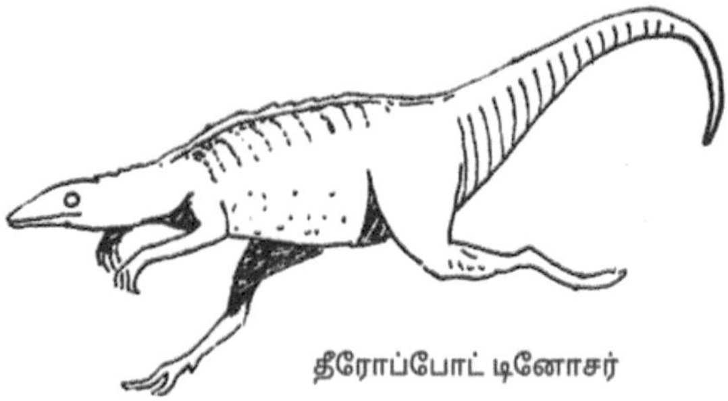

தீரோப்போட் டினோசர்

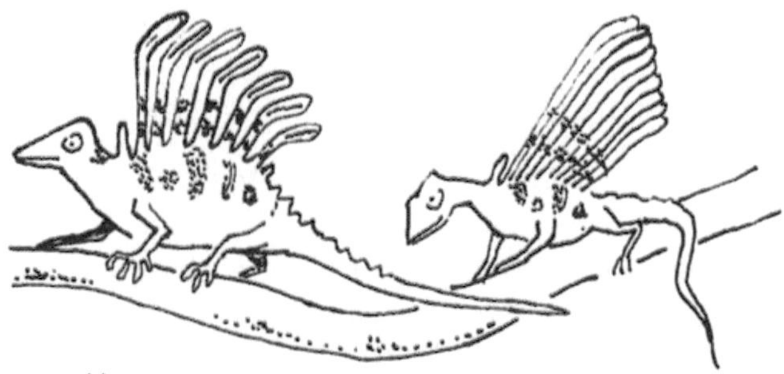

தீகோடாண்ட் ஊர்வன

ஆர்க்யாப்டெரிக்ஸ்

5

டைனோசரும் பறவையும்

1964இல் ஒரு வெப்பமான ஆகஸ்ட் மாதத்தில் மோன்டானா மாகாணத்திலுள்ள பிரிட்ஜர் நகரில் ஓரிடத்தில் புதைபடிமவியல் வல்லுநரான ஜான் ஆஸ்ட்ரமும் (J.H. Ostrom) அவருடைய உதவியாளரும் அன்றைய களப்பணியை முடித்துவிட்டு திரும்பி வந்து கொண்டிருந்தனர். இருவரும் நன்றாகக் களைத்திருந்தனர். வெளிச்சம் குறையத் தொடங்கியிருந்தது.

வரும் வழியில் செந்நிற மண்ணில், ஒரு பெரிய நகமும் சில எலும்புகளும் படிமங்களாகத் துருத்திக் கொண்டிருப்பதை இருவரும் கண்டனர். போதிய வெளிச்சம் இல்லாததால் அந்த இடத்தைக் குறித்துக் கொண்டு மறுநாள் வந்து தோண்டி வெளியே எடுத்தனர். அதுதான் 20ஆம் நூற்றாண்டின் மிக முக்கியமான டைனோநிகஸ் (Deinonychus) எனும் டைனோசரின் படிமம்.

கொடூர நகம் என்ற பெயரில் அழைக்கப்பட்ட அந்த உயிரி, சுமார் 70 கிலோ எடையில் இரு கால்களால் நடக்கும் டைனோசர் என்பதை ஆஸ்ட்ரம் உலகிற்கு அறிமுகப்படுத்தினார். அதுவே டைனோசர்கள் எவ்வாறு வாழ்ந்தன என்றும் பறவைகள் எவ்வாறு பரிணமித்தன என்றும் அறிவதற்குக் காரணமான படிமமாக இருக்கிறது.

இவ்விலங்கு தெரொபாட் வகையைச் சார்ந்தது. ஜான் ஆஸ்ட்ரம் மருத்துவம் படிப்பதை விட்டுவிட்டு ஆர்வம் காரணமாகப் புதைபடிமவியலுக்கு வந்தவர். அதில் முனைவர் பட்டமும் பெற்றவர். அவருடைய திறன் கண்டு ஏல் பல்கலைக்கழகம்

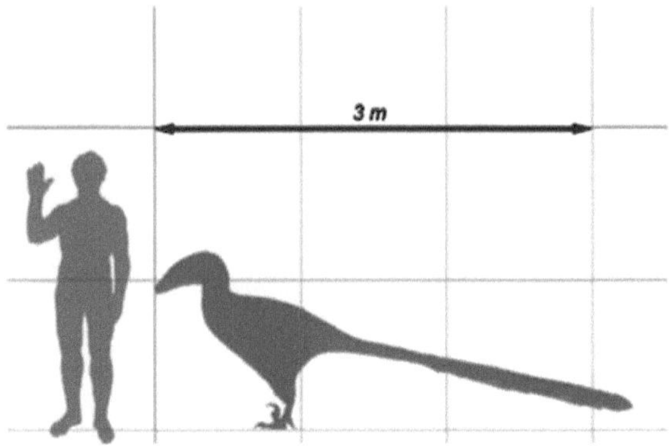

டைனோநிகஸ் (Deinonychus)

அவருக்கு முதுகுநாண் புதைபடிமவியலின் காப்பாளர் பதவியைத் தந்து அழகு பார்த்தது.

இப்பதவி *1866*இல் மார்ஷ் என்பவருக்காக உருவாக்கப்பட்டது. சார்லஸ் மார்ஷ், எட்வர்ட் கோப் ஆகிய இருவரும்தான் நவீனப் புதைபடிமவியலுக்கு வித்திட்டவர்கள். 'எலும்பு யுத்தம்' என அழைக்கப்பட்ட புதைபடிமத் தேடலின் இரு பெரும் வீரர்கள் இவர்கள். போட்டி, பொறாமை, வஞ்சம், துப்பாக்கி, குதிரை என ஹாலிவுட் படத்தில் உள்ள அனைத்தும் இவர்களுடைய எலும்பு யுத்தத்தில் இடம்பெற்றன. இருப்பினும் அவர்கள் சேகரித்த படிமங்கள்தான் இன்று நமக்குப் பல திறப்புகளை அளித்திருக்கின்றன.

*1970*இல் ஆஸ்ட்ரம் பண்டைய காலத்துப் பறவையான ஆர்க்கியாப்டெரிக்ஸை (Archaeopteryx) நோக்கித் தன் கவனத்தைத் திருப்புகிறார். அப்போது 4 ஆர்க்கியாப்டெரிக்ஸ் புதை படிமங்கள்தான் இருந்தன. ஒன்று, இறகுப் படிமம், மற்ற மூன்றும் எலும்புப் படிமங்கள். ஜெர்மனியில் ஆர்க்கியாப்டெரிக்ஸ் கிடைத்த குவாரிகளையெல்லாம் பார்த்துவிட்டு நெதர்லாண்டுக்குச் செல்கிறார்.

அங்குள்ள அருங்காட்சியகத்தில்தான் டிரோசார் எனப்படும் பறக்கும் ஊர்வனவற்றின் படிமங்கள் இருந்தன. இது ஆர்க்கியாப்டெரிக்ஸ் வாழ்ந்த காலத்தில் இருந்தாலும் அதனுடன் நெருங்கியத் தொடர்பு கொண்டதல்ல. அந்த அருங்காட்சியம் இயற்கை வெளிச்சத்தை

அதிகம் சார்ந்து இருந்ததால் குளிர்காலங்களில் வெளிச்சமின்மை காரணமாக அருங்காட்சியகத்தை முன்பே மூடிவிடுவது வழக்கம். ஆகவே ஆஸ்ட்ரம் அந்த அருங்காட்சியகத்தில் உள்ளவற்றைப் பற்றி கவனமாகவும் அவசரமாகவும் குறிப்புகள் எடுத்துக்கொண்டார்.

'டெரொடாக்டைலஸ் கிராசிபஸ்' எனக் குறிப்பிடப்பட்டு காட்சிக்கு வைக்கப்பட்டிருந்த படிமம் ஒன்று சற்று வெளிச்சமின்மைக் காரணமாகத் தெளிவாகத் தெரியாததால் ஆஸ்ட்ரம் அதை ஜன்னல் அருகே நல்ல வெளிச்சத்தில் வைத்துப் பார்க்க ஆரம்பித்தார். சில நிமிடத்திலேயே, அது டெரொடாக்டைலஸ் அல்ல, 'ஆர்க்கியாப்டெரிக்ஸ்' என்பதை அறிந்தார்.

ஆம், அந்தப் படிமம் 1855இல் கண்டுபிடிக்கப்பட்டு அன்றுவரை தவறாகப் பெயரிடப்பட்டு வந்திருக்கிறது. அந்த உண்மையை அறிந்தவுடன் அருங்காட்சியகக் காப்பாளரே மேலாய்வுக்காக அவரிடம் அதை ஒப்படைத்தார்.

அருமையான பொக்கிஷம் அல்லவா! உடனடியாகப் படிமத்துக்குக் காப்பீடு ஒன்று எடுத்துக்கொண்டு, பயபக்தியோடு தன் மடியில் வைத்துக்கொண்டே பயணம் செய்து ஏல் பல்கலைக்கழகம் அடைந்தார். (இன்றுவரை 11 ஆர்க்கியாப்டெரிக்ஸ் மாதிரிகள் கண்டறியப்பட்டுள்ளன. இருந்தும் இந்த ஆர்க்கியாப்டெரிக்ஸுக்கு மட்டும் ஏன் இத்தனை முக்கியத்துவம்? டார்வின் தன் நூலை எழுதி 2 ஆண்டுகள் கழித்து அவருடைய பரிணாமக் கோட்பாட்டுக்கு முதல் ஆதாரமாக இந்த ஆர்க்கியாப்டெரிஸ்தான் இருந்தது என்று சொன்னால் அது மிகையாகாது).

ஆஸ்ட்ரம் காலத்தில் ஜெரார்ட் ஹெயில்மன் எழுதிய பறவைகளின் தோற்றம் எனும் நூல்தான் பைபிளாகக் கருதப்பட்டு வந்தது. அது அப்போது தீகோடாண்ட் கோட்பாட்டைச் சொல்லி வெளிவந்த நூல். இப்போது ஆஸ்ட்ரம் அவர் ஆரம்பத்தில் கண்டுபிடித்த டைனோநிகஸையும் ஆர்க்கியாப்டெரிக்ஸையும் சேர்த்து ஆராய்ந்த போது ஹெயில்மன் கருத்து தவறு என்ற முடிவுக்கு வந்தார்.

ஹெயில்மன் ஓர் ஓவியர். ஆஸ்ட்ரம் ஒரு புதைபடிமவியலாளர். எனவே ஆஸ்ட்ரமால் மிக நேர்த்தியாக ஒரு முடிவுக்கு வந்தடைய முடிந்தது. பறவைகள் டைனோசர்களுடன் தொடர்பு கொண்டவை மட்டுமின்றி அவை டைனோசர்கள்தாம். அதாவது, பறவைகள் டெரொபாட் டைனோசர்களிடம் இருந்து தோன்றியவை என்று அருதியிட்டு அவரால் கூறமுடிந்தது. பறவைகள் டைனோசர்களே

(Birds as Dinosaurs - BAD) என்று ஒரு பிரிவும் சிறு பறவைகள் டைனோர்கள் அல்ல (BAND) என்று இன்னொரு பிரிவும் பின்னாளில் தோன்றின.

ஆலன் பெருசியா போன்ற பறவையியலாளர் மற்றும் புதை படிமவியலாளர் கூட BAD-ஐ எதிர்த்து எழுதி வந்தார். ஆனால் சீனாவில் 2000 தொடங்கி இன்றுவரை கிடைத்துவரும் புதைபடிமங்கள் ஆஸ்ட்ரமின் கருத்துக்கு ஆதரவாகவே இருக்கின்றன. அப்படியென்றால் வெறும் 1850 டைனோசர் இனங்களைக் கொண்ட அக்காலம் டைனோசர் காலமா அல்லது 10,000க்கும் அதிகமான பறவையினங்களை (பறவைதான் டைனோசர் இல்லையா?) கொண்ட இக்காலம் டைனோசர் காலமா எனும் கேள்வி எழுகிறது அல்லவா?

இருப்பினும் பிரேன் ஜேம்ஸ், ஜான் போர்ட்லெஸ் இருவரும் இன்னமும் சில உறுதியற்றதன்மை இக்கோட்பாட்டில் நிலவுவதாக எச்சரிக்கிறார்கள். எது எவ்வாறாயினும் பறவைக்கும் டைனோசருக்கும் நெருங்கிய தொடர்புள்ளதை டிரெக்ஸ் எனும் டைனோசர் படிமத்திலிருந்து எடுக்கப்பட்ட புரதம் பற்றிய ஆராய்ச்சி உறுதிப்படுத்துகிறது. டிரெக்சின் புரதம் தற்கால கோழி இனங்களின் புரதத்துடன் ஒத்துப்போவது கண்டறியப்பட்டுள்ளது. இன்று எலும்புகளில் காணப்படும் நார் புரதத்தை உருவாக்கும் அமினோ அமிலங்களை வரிசைப்படுத்துவதன் மூலம் இது நிரூபிக்கப் பட்டிருக்கிறது.

இது படிம வரலாற்றையும் சற்று ஆட்டிப்பார்த்தது. ஏனெனில் இதற்கு முன்பு இது போன்று நார் புரதம் படிமத்தில் கிடைக்கும் என யாரும் எதிர்பார்க்கவில்லை. இப்படி இருக்கையில் 2000ஆம் ஆண்டில் மைக்ரோராப்டர் வகை டைனோசர் படிமம் கண்டெடுக்கப்பட்ட நிகழ்வு, பறவைகள் மரம் சார்ந்த டைனோசர்களிடம் இருந்தே பரிணமித்திருக்க வேண்டும்; நிலம்சார் டைனோசர்களிடம் இருந்து அல்ல என்னும் கொள்கையை உருவாக்கியுள்ளது.

இவ்வகை டைனோசர்கள் ஆர்க்கியாப்டெரிக்ஸுக்குப் பிற்காலத்தில் வாழ்ந்த ஓர் உயிரினமாகக் கருதப்படுகிறது. அதாவது மைக்ரோ ராப்டர் வாழ்ந்தகாலம் ஆர்க்கியாப்டெரிக்ஸுக்கு 20 மில்லியன் ஆண்டுகளுக்குப் பிறகு. இப்பறவை பறப்பதற்கு ஏற்ற வகையில் உடல் சிறுத்தும், மரம்சார் வாழ்க்கையைக் கொண்டதாகவும் இருந்தது.

•

பறவைகள் பத்தாயிரத்திற்கும் மேற்பட்ட வகைகளாகப் பரிணமித்து இயற்கையோடு தங்களை நிலைநிறுத்திக் கொண்டுள்ளன. உலகளவில் உயிரினங்களை எளிதாக அறியும் வகையில் பொதுப் பெயர்களை அறிஞர்கள் சூட்டுகின்றனர். இது பறவைகள் பற்றிய தகவல்களை எளிதில் ஐயமின்றிப் பரிமாற வகைசெய்கிறது.

உதாரணமாக, காகம் என்று தமிழில் அழைக்கப்படும் பறவை இந்தியாவில் மட்டுமே பதினாறு மொழிகளில் பதினாறு விதமாக அழைக்கப்படுகிறது. ஆனால் அது கார்வஸ் ஸ்ப்லென்டன்ஸ் (Corvus splendens) எனப்படும் ஒரே அறிவியல் பெயரால் உலகெங்கிலும் அழைக்கப்படுகிறது. ஆக மொழிமூலம் உருவாகக் கூடிய குழப்பம் பொதுவான அறிவியல் பெயரால் தவிர்க்கப்படுகிறது.

இதற்கு மூலக்காரணம் 18ஆம் நூற்றாண்டைச் சேர்ந்த ஸ்வீடிஷ் தாவரவியல் அறிஞரான கரோலஸ் லின்னேயஸ் (Carolus Linnaeus). உயிரினங்களுக்கு இது போன்று பெயரிட்டு அவற்றின் பரிணாம ஒற்றுமையை வைத்து வரிசைப்படுத்தும் படிப்பை நாம் வகைப்பாட்டியல் (Taxonomy) என்று அழைக்கிறோம். இந்த வகைப்பாட்டியலின்படி விலங்குகள் இரு பெயர் மூலம் அழைக்கப்படுகின்றன. இப்படிப் பெயரிடுமாறு அறிவுறுத்தியவர் கரோலஸ் லின்னேயஸ். இந்த இரு பெயர் கொண்ட வார்த்தையின் முதல் பெயர் பேரினத்தைக் குறிப்பதாகும். இரண்டாவது பெயர் சிற்றினத்தைக் குறிக்கும். அதாவது கார்வஸ் பேரினத்தையும் ஸ்ப்லென்டன்ஸ் சிற்றினத்தையும் குறிக்கும்.

இப்பெயர் சூட்டல்கள் பறவைகளுக்கு அளிக்கப்படும் பெயர்களின் குழப்பத்தைத் தவிர்த்துத் தெளிவைத் தருகின்றன. இருப்பினும், அறிவியல் பெயர்களுக்கு இணையாக ஓர் ஆங்கிலப் பெயரும் அந்தந்த நாடுகளின் மொழிகளில் மற்றொரு பெயரும் பறவைகளுக்குக் கொடுக்கப்படுகின்றன. உலகளவில் கிளிமென்ட் (1991), ஹைவார் முரே (1991), சிஃப்லி மற்றும் மன்ரோ (1990) ஆகியோர் பறவைகளின் வகைப்பாட்டியலைத் தொகுத்துப் பட்டியலிட்டுள்ளனர்.

➤➤➤

6

இறகுகளின் கதை

பரிணாம வளர்ச்சியின் வரலாற்றில் பறவை ஒரு மரபுக்கவிதை எனில் அதன் இறகு புதுக் கவிதை. அவ்வளவு கவித்துவம் கொண்டுள்ளன இறகுகள். பறவையின் உடல் வெப்பநிலையைச் சீராக வைத்துக்கொள்ள உதவுகின்றன. பறப்பதற்கு உதவுகின்றன. இனப்பெருக்கக் காலங்களில் தங்கள் துணையைத் தேர்ந்தெடுப்பதற்கு ஒரு கருவியாகவும், எதிரிகளிடமிருந்து பாதுகாக்கும் ஒரு கேடயமாகவும் இறகுகள் பயன்படுகின்றன.

இறகுகளின் அமைப்பு

பறவைகளின் இறகுகள் கெரட்டின் என்னும் புரத அணியால் ஆனவை. கெரட்டின் நீண்ட நாள் தாங்கும் திறன் கொண்டது. மேலும் புரதத்தைச் செரிக்கும் நொதிகளைக் கொண்ட நுண்ணுயிரிகளின் தாக்குதலுக்கு ஈடுகொடுக்கும் வல்லமையையும் கெரட்டின் பெற்றிருக்கிறது.

பாலூட்டிகளின் நகம், முடி போன்றவற்றில் காணப்படும் கெரட்டின் பறவைகளின் இறகுகளிலும் கால்களிலும், கால்களில் உள்ள செதில்களிலும் காணப்படுகிறது. பறவைகளின் உடல் செயலியலுக்குப் பலவகையிலும் உதவுகின்ற கெரட்டினை அறிவியலாளர்கள் ஓர் அற்புதமாகவே கருதுகின்றனர்.

பறவையின் ஓர் இறகை எடுத்துப் பார்த்தால் நடுவில் ஒரு மைய இழை தெரியும். அதன் இரு பக்கங்களிலும் குறு இழைகள் காணப்படும். மைய இழை ஷாஃப்ட் (shaft) என்றும் அதன்

பறவையின் இறகுகள்

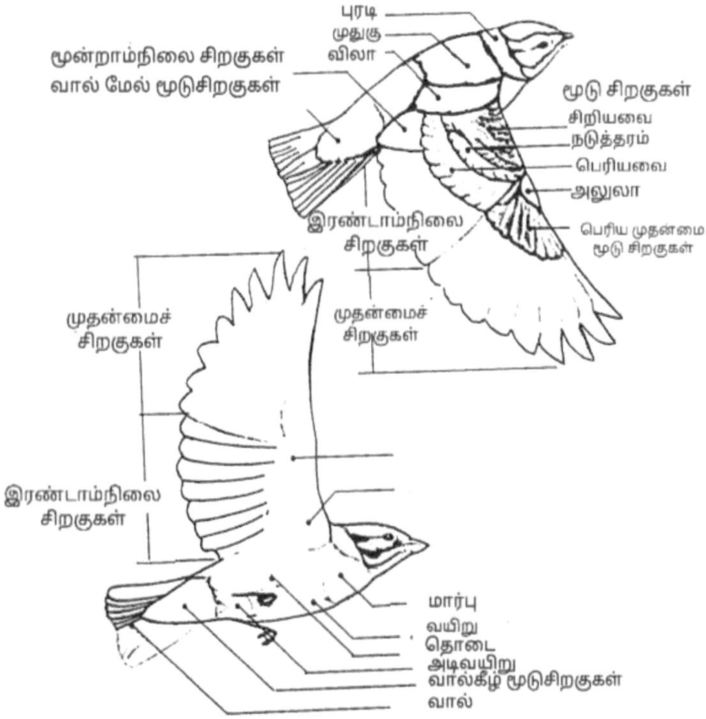

இருபுறமும் உள்ள இழை அடர்ந்த பகுதிகள் வான் (vane) என்றும் அழைக்கப்படுகின்றன. மைய இழையின் கீழ்ப்பகுதி குறு இழைகளின்றி வெற்றிடம் கொண்ட குழாய் போன்று காணப்படும். அதனைக் கலாமஸ் (calamus) என்று அழைப்பர். மைய இழையிலிருந்து பக்கவாட்டில் பிரியும் குற்றிழை பார்ப்ஸ் (barbs) என்று அழைக்கப்படுகிறது. இதன் மேலும் கீழும் நோக்கியவாறு குறுங்குற்றிழைகள் அமைந்துள்ளன. இந்தக் குறுங்குற்றிழைகள் பார்பியூல் (barbule) என அழைக்கப்படுகிறது. இந்த இழைகள் தங்களிடமுள்ள கொக்கி போன்ற அமைப்பால் (barbicel) பின்னிப் பிணைந்து காணப்படும். இப்படி பார்ப்ஸ் மற்றும் பார்பியூல் ஆகியன சேர்ந்து இலகுவான ஒரு வலைப்பின்னல் போன்ற அமைப்பாக இறகுகளில் அமைந்துள்ளன.

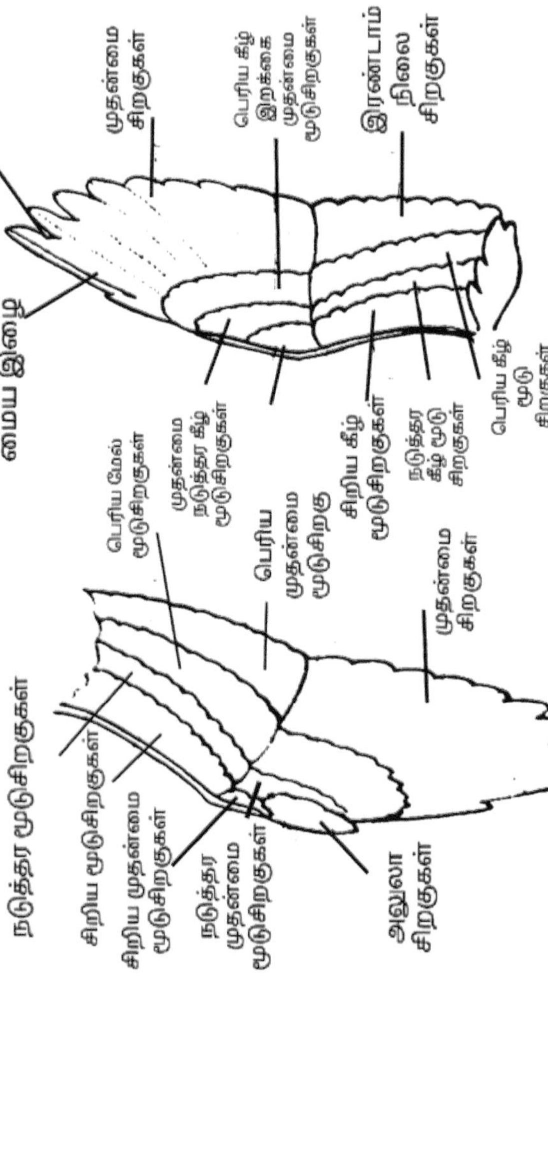

இறக்கையின் மேற்பாகம்

இறக்கையின் அடிப்பாகம்

பறவைக்குப் பறவை இறகுகள் மாறுபடுகின்றன. சில பறவைகளில் இறகுகள் சிறுசிறு அமைப்புகளாக இணைந்து அழகான வேறு சில அமைப்புகளைத் தோற்றுவிக்கின்றன.

பறவைகளின் வெப்பத்தை உடல் இறகுகளே காக்கின்றன. இறகுகளை உடற்சிறகுகள் (contour feathers) என்றும் பறக்க உதவும் சிறகுகள் (flight feathers) என்றும் இரண்டு வகைப்படுத்தலாம்.

பார்வைக்கு எளிதில் தெரிபவை உடற் சிறகுகள்தான். பறவையின் உடல் முழுக்கச் சிறிதாக இவை பரவிக் காணப்படுகின்றன.

பறப்பதற்கு உதவும் இறகுகள், வால் ஆகியன இறக்கைகளில் காணப்படும். பறக்க உதவும் இறகுகள் ஒன்றன் மீது ஒன்றாகப் படர்ந்து காற்றின் அழுத்தம் மற்றும் உராய்வைக் குறைக்க உதவுகின்றன. அதே போன்று நீரினால் ஏற்படும் உராய்வைக் குறைக்கவும் இந்த இறகுகள் உதவுகின்றன.

பறவைகளின் வயது முதிரும்போது இறகுகள் முழுவதுமாகச் சிதைகின்றன. இதனால் இறகுகளின் அமைப்பில் மாற்றம் ஏற்படுகிறது. சிறகுகள் உதிர்வதாலும் வேறு சில காரணங்களாலும் பறவைகளின் பல செயல்பாடுகள் பாதிக்கப்படுகின்றன.

இறக்கைகளில் உள்ள இறகுகள் பெருமளவில் பறவைகள் பறப்பதற்கு உதவும் வகையில் அமைந்துள்ளனவே தவிர அவை பறவைகளின் உடல் வெப்பத்தைப் பெரும்பாலும் காப்பதில்லை.

இறக்கையில் முதல் நிலை இறகுகள், இரண்டாம் நிலை இறகுகள் மற்றும் மூன்றாம் நிலை இறகுகள் என மூன்று வகை இறகுகள் உள்ளன. பொதுவாக இறக்கையில் 10 முதன் நிலை இறகுகள் காணப்படுகின்றன. இருப்பினும் ஒரு சில பறவைகளில் இதன் எண்ணிக்கை மிகுதியாக உள்ளது. இந்த முதன்நிலை இறகுகள் குறைந்தபட்சம் நான்கிலிருந்து அதிகளவாகப் பதினாறு வரை உயர்ந்து காணப்படுகின்றன. எடுத்துக்காட்டுக்கு கிவியிடம் 4, வான்கோழியிடம் 14 முதல் நிலை இறகுகள் காணப்படுகின்றன.

முதல் நிலை இறகுகளில் பெரிய கொக்கிகளைப் (பார்பிசெல்களை) பார்பியூல்கள் கொண்டிருக்கின்றன. இந்தப் பெரிய கொக்கிகள் பறவைகள் பறக்கும்போது அதன் முதல் நிலை இறகுகள் தனித்தனியே பிரிந்து போகாமல் இணைந்திருக்க உதவுகின்றன.

ஆந்தைகளிடம் பார்ப்கள் சற்றுச் சிறப்பாக நீண்டு வளைந்து அமைந்துள்ளதால் அவை சத்தமின்றிப் பறக்கின்றன. முதல் நிலை

இறகுகளின் அமைப்புக்கும் பறக்கும் திறனுக்கும் நேரடியாகத் தொடர்பிருப்பதால் பறவைகளிடையே முதல் நிலை இறகுகளின் அமைப்பில் பெரிய அளவில் வேறுபாடுகள் இருப்பதில்லை.

இருப்பினும் சில பறவைகள் இனக்கவர்ச்சிக்காக முதல் நிலை இறகுகளில் சில மாற்றங்களைக் கொண்டிருப்பதைப் பார்க்கலாம். இந்த மாற்றங்களை உடைய இறகுகள் பருவ காலம் முடிந்தவுடன் பெரும்பாலும் கொட்டிவிடுகின்றன. அல்லது பறவையே அவற்றைக் கொத்தியோ கடித்தோ வெளியேற்றிவிடுகிறது.

இரண்டாம் நிலை இறகுகள், முன்கை எலும்பில் ஒன்றான அல்னா (Ulna) என்பதுடன் இணைந்திருக்கும். சுமாராக ஆறிலிருந்து இவற்றின் எண்ணிக்கை 40 வரை (16 ஹம்பிங் பறவை, 40 ஆல்பட்ராஸ்) இருக்கின்றன. இச்சிறகுகளும் பறவைகளின் பருவகால இனக்கவர்ச்சிக்காகச் சில மாறுதல்களைக் கொண்டுள்ளன. மாண்ட்ரின் எனும் வாத்து வகையில் பெரிய கொடி போன்ற அமைப்பாக இதனைக் காணலாம்.

வால் பகுதியில் காணப்படும் இறகுகளை ரெக்டிரிசஸ் (ரெக்டிரிக்ஸ்-ஒருமை 'Rectrix') என அழைக்கின்றோம். பொதுவாக இவற்றின் எண்ணிக்கை 12 வரை இருப்பினும் ஸ்னைப் போன்ற பறவைகளில் 24ஐ தொடுகிறது. இவை பறவைகள் பறக்கும்போது திசையை மாற்றவும் வேகத்தைக் குறைக்கவும் உதவுகின்றன.

இந்த அமைப்பு சில பறவைகளில் மாறுபட்டுக் காணப்படுவது இனக்கவர்ச்சிக்காகவே ஆகும். சான்றாக, மயிலின் தோகையைக் கூறலாம். இத்தோகை மயிலின் இனக்கவர்ச்சிக்குப் பெரிய அளவில் பயன்பட்டாலும் பறப்பதற்கு அது சுமையாகத்தான் இருக்கிறது.

உடல் இறகுகள் பெரும்பாலும் மைய இழையைக் (Rachis) கொண்டிராமல் மென்மையாகக் காணப்படும். இதில் குற்றிழைகள் மற்றும் குறுங்குற்றிழைகள் மட்டும் மைய இழையிலிருந்தே நேரடியாக வளர்ந்திருக்கும். உடல் இறகுகள் எடையைக் குறைக்கவும் வெப்பத்திலிருந்து பறவைகளைக் காக்கவும் செய்கின்றன.

மேற்சொன்ன வால் இறகுகள் மற்றும் உடல் இறகுகள் ஆகிய வற்றிற்கு இடையில் செமிபுலூம்ஸ் (Semiplumes) எனப்படும் வேறு வகை உடலிறகுகள் காணப்படுகின்றன. இந்தச் செமிபுலூம்ஸ் வெப்பத்திலிருந்து பறவைகளைப் பாதுகாப்பதோடு இனக்கவர்ச்சிக்கும் பயன்படுகிறது.

இறகுகளின் வகைகள்

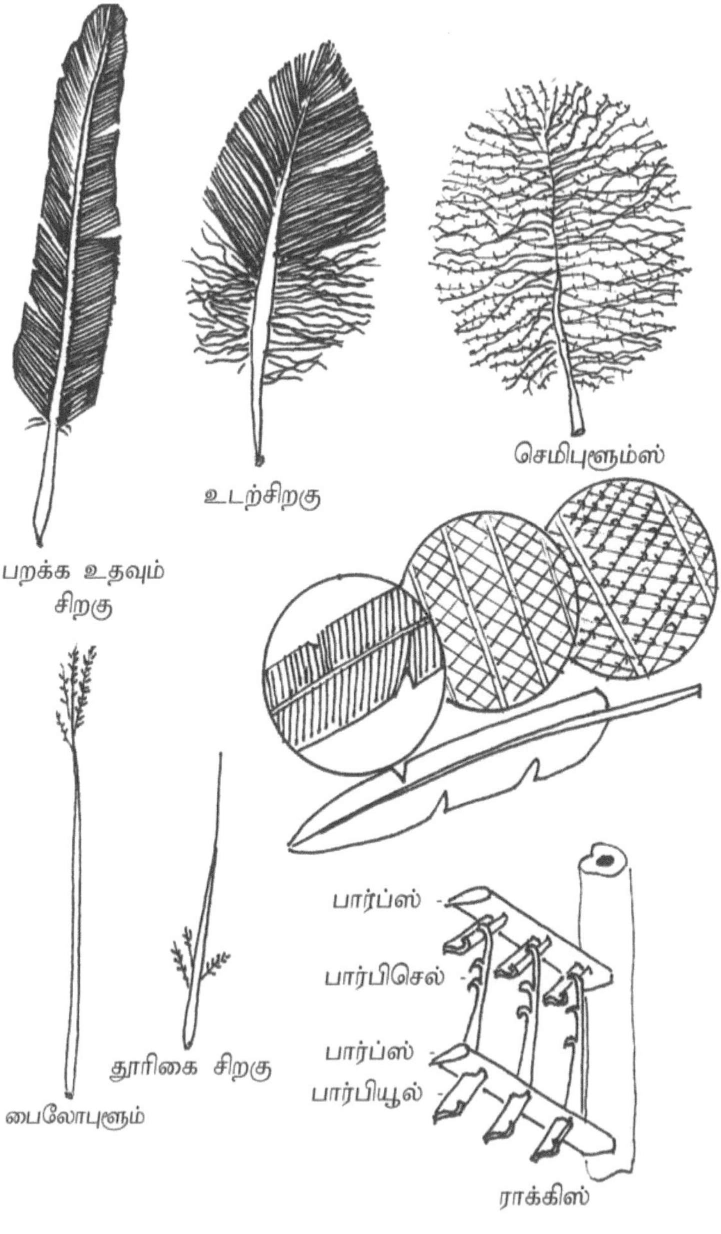
செமிபுளூம்ஸ்
உடற்சிறகு
பறக்க உதவும்
சிறகு
பார்ப்ஸ்
பார்பிசெல்
பார்ப்ஸ்
தூரிகை சிறகு
பார்பியூல்
பைலோபுளூம்
ராக்கிஸ்

நீண்ட, குறுகிய இறக்கைகள் மிக வேகமாய் மிதக்க உதவும். எ.கா. அல்பெட்ராஸ்

குறுகிய, உருண்டை வடிவ இறக்கைகள் திடீரென நிலத்திலிருந்து உயரெழும்ப உதவும்.
எ.கா. கோழியினம்

மெலிதான பிரியா இறக்கைகள் திறந்தவெளியில் எளிதில் பறக்க உதவும்.
எ.கா. ஃபால்கன்

இறக்கைப் பிரிவுகள் உயரெழும்பி மிதக்கும் வகையில் உள்ளது. எ.கா. பூட்டியோஸ்

இறக்கையின் அமைப்பு காற்றில் உயரவும்
இறங்கவும் உதவுகின்ற நிலை

பைலோபுலூம்ஸ் (Filoplumes) எனும் அடுத்த வகை இறகு பறக்க உதவும் இறகுகளின் அசைவுகளையும் அமைப்புகளையும் கண்காணிப்பதற்காக அமைந்துள்ளது. ஒரு நீண்ட மைய இழையாக இருக்கும் இவ்விறகின் நுனியில் மட்டும் ஒன்றிலிருந்து ஆறு வரையிலான குற்றிழைகள் காணப்படும். இதன் நுனியில் ஏற்படும் சிறு மாற்றமும் மைய இழையின் வழியாக அதன் அடியில் உள்ள உணர்செல்லுக்குக் கடத்தப்படுகிறது. அங்கிருந்து இறகுகளின் அமைப்பினை மாற்றும் சமிக்ஞை தசைகளுக்கு அளிக்கப்படுகிறது.

இறுதியாக, தூரிகை போன்று காணப்படும் சில இறகுகள் பாதுகாப்புத் தருவதாகவும் உணர் உறுப்பாகவும் செயல்படுகின்றன. இதன் நுனியில் உள்ள உணர்செல்கள் உணர்வுகளைக் கடத்த உதவுகின்றன.

இறகு உறை

பொதுவாக ஒரு பறவையின் உடலில் பல ஆயிரக்கணக்கில் இறகுகள் காணப்படும். அந்த இறகுத் தொகுப்பையே இறகு உறை என்கிறோம். உதாரணமாகத் துருவப் பகுதியில் ஒரு வாத்துக்கு 25,000 இறகுகள் உள்ளன. இவற்றில் 20,000 இறகுகள் தலை மற்றும் கழுத்துப்பகுதியில் மட்டுமே காணப்படுகின்றன.

இறகுகளின் மென்மையை ஒரு பறவையின் மொத்த எடையுடன் ஒப்பிடும் போதுதான் நன்றாக அறியமுடிகிறது. சான்றாக 4 கிலோ எடையுள்ள வழுக்கைத்தலை கழுகு (Bald Eagle) இனத்தின் எடையில் 700 கிராம் அதன் இறகுகளின் எடையாக உள்ளது.

அதாவது அதன் மொத்த எடையில் இறகுகளின் எடை 17 விழுக்காடு (4082 கிராம்) ஆகும். ஆனால் அதன் எலும்பின் எடை 272 கிராம்தான் இருக்கிறது. ஆக இறகுகளின் எடை எலும்பின் எடையை விட 2 அல்லது 3 மடங்கு அதிகமாக உள்ளது.

எனவே பறவைகள் எளிதாகப் பறப்பதற்கு இந்த எடை குறைந்த இறகுகளும் எலும்புகளும் தகவமைப்புக் கூறுகளாக உள்ளன என்று உறுதியாகக் கூறலாம். பொதுவாகப் பறவைகளின் உடல் முழுவதும் இறகுகளால் போர்த்தப்பட்டது போன்ற தோற்றம் தருவதைப் பார்க்கிறோம். ஆனால் அது உண்மையில்லை. பறவைகளின் உடல் முழுவதும் இறகுகளால் சூழப்பட்டிருப்பதில்லை. உடலில் இறகுகள் உள்ள பாதை, இறகுகள் அற்ற பாதை என்று இரு பகுதிகள் உள்ளன.

இறகுகள் ஒன்றன் மீது ஒன்றாக அடுக்கியது போல் காணப்படுதலால் இந்த இரு பகுதிகளையும் எளிதில் இனம் பிரித்துக் காண இயலாது. இறகு பாதை என்பது முக்கியமாக 8 வகைகளாகப் பிரிக்கப் பட்டுள்ளது. இந்த எட்டுப் பாதைகளும் மேலும் சிறு சிறு உட்பிரிவுப் பாதைகளாகப் பிரிக்கப்பட்டு நூறு பிரிவுகள் வரை இருப்பது அறியப்பட்டுள்ளது.

இந்தப் பாதைகளே சிற்றினங்களை இனங்காண வகைப்பாட்டியலில் உதவுகிறது. இருப்பினும் பறவைகளின் இவ்வேறுபாட்டிற்கான காரணம் இன்னமும் தெளிவாக அறியப்படவில்லை. பறவைகளில் உள்ள அனைத்து இறகுகளும் மிக அழகான நுண்ணிய தசை நார்களினால் வலைப்பின்னலைப் போன்று இணைக்கப் பட்டிருக்கும்.

இதன்மூலம் பறவைகளால் தேவைப்படும்போது குறிப்பிட்ட இறகுகளை மேலுயர்த்திக் காட்டவும் மறைக்கவும் முடிகிறது. இப்படி இல்லாது போனால் இறகுகளை இயக்கும் தசைகளின் பணி கடினமானதாகிவிடும். இறகற்ற பாதை பறவைகளின் கால் மற்றும் இறகுகளின் அசைவை மேம்படுத்தும் உறுப்புகளை மடக்கி வைக்கும் இடமாக இருக்கிறது. சில பறவைகளில் இந்த இறகற்ற பாதைகள் எனும் பகுதியே காணப்படுவதில்லை.

➤➤➤

7

வண்ண வண்ணச் சிறகுகள்

ஒரு பறவை தன் மென்மையான இறகுகளை வாழ்நாள் முழுவதும் பாதுகாப்பது இன்றியமையாதது. தற்காப்புக்கான ஆற்றலோ அமைப்போ இறகுகளுக்கு இல்லை. ஆனால் தன் இறகுகளைப் பாதுகாக்கும் தகவமைப்பு நுட்பம் பறவைகளிடம் இருக்கிறது.

பறவைகள் தங்கள் வால் பகுதியில் யூரோபைஜியல் சுரப்பியைக் (Uropygial gland) கொண்டுள்ளது. பறவையின் வால் பகுதிக்குப் பின்னால் அமைந்துள்ளது. இது வெளிப்படுத்தும் மெழுகு (பசை, திரவம்) போன்ற ஒன்றைப் பறவைகள் தங்கள் அலகினால் எடுத்து இறகுகளை அடிக்கடி கோதிக்கொள்கின்றன. இப்படிச் செய்வதன்மூலம் அந்த இறகுகள் நீண்டகாலம் காக்கப்படுகின்றன.

நீர்ப்பறவைகளிடம் பிரின் (Preen) என்ற சுரப்பி அமைந்திருக்கும். இதிலிருந்து வெளிப்படும் மெழுகு போன்ற திரவம் பறவைகளின் இறகுகளைச் சிதைக்கும் பூஞ்சையிடமிருந்தும் பாக்டீரியாக்களிடம் இருந்தும் பாதுகாக்கிறது. சில பறவைகள் இந்தச் சுரப்பியிலிருந்து மிக மோசமான வாசனையை வெளியேற்றி, தங்களை எதிரி களிடம் இருந்து பாதுகாத்துக்கொள்கின்றன. இதனால் ஒரு பறவை அடிக்கடி இந்த மெழுகு கொண்டு தன் இறகுகளைத் துடைத்துக் கொண்டிருப்பது அவசியமாகிறது. மேலும் காற்றாலும் மழையாலும் இறகுகள் பாதிக்கப்படாமல் இருக்க இம்மெழுகு போன்ற திரவம் உதவுகிறது.

இவ்வாறு பறவைகளால் தங்களின் இறகுகளைப் பாதுகாக்கவும் ஒழுங்குபடுத்தவும் அழகுபடுத்தவும் முடிகின்றது. இதற்காக ஒரு சில

பறவைகளின் கால்களில் நுண்ணிய சீப்பு போன்ற அமைப்பும் காணப்படுகிறது.

ஒரு பறவை எவ்வாறு தன் தலையைத் தன் கால்களைக் கொண்டு சொறிந்துகொள்கிறது என்பதைப் பார்க்கலாம். இந்தப் பண்பு வகைப்பாட்டியல் படிப்பில் ஒரு முக்கியமான கூறாக விளங்குகிறது. சில பறவைகள் நேரடியாகக் காலை தூக்கி (இறகுக்குக் கீழ்) தலையைச் சொறிந்துகொள்கின்றன. சில பறவைகள் அதற்கு எதிர்மாறாகக் காலை இறகுகளுக்கு மேலே தூக்கிச் சொறிந்து கொள்ளும் பழக்கம் கொண்டவை. வேறுபட்ட முறையில் சொறிவதன் மூலம் ஒரு பறவை பெறும் நன்மை என்னவென்பது இன்றளவும் அறிவியலாளர்களுக்குப் புலப்படவில்லை.

பொதுவாகத் தீங்கு விளைவிக்கும் நச்சுப்பொருள் எதுவும் பறவைகளின் இறகில் இல்லை. இருப்பினும் நியூ கினி நாட்டில் உள்ள ஒரு பறவையின் (Shrike thrush) இறகில் நஞ்சு இருப்பது கண்டறியப்பட்டுள்ளது. இந்த நஞ்சானது முன்பு கூறிய பிரின் சுரப்பிமூலம் இறகை அடைகிறது. இதைப் பற்றி தெளிவாக நாம் அறியமுடியாவிட்டாலும் நியூ கினி பழங்குடியினருக்கு இப்பறவையின் இறகுகள் நச்சுத்தன்மை வாய்ந்தவை என்பது தெரியும். எனவே இப்பறவையைச் சமைப்பதற்கென்று சில சிறப்பு முறைகளை இவர்கள் கையாளுகின்றனர். இந்த நஞ்சு அலகுமூலம் இடம்பெயரும்போது பறவையை எவ்வாறு பாதிக்காமல் இருக்கிறது என்பது வியப்புக்குரியது.

இறகுகளின் வளர்ச்சி

இறகு என்பது ஓர் உயிரற்ற அமைப்பு. இது முழுமையாக வளர்ந்தவுடன் அதன் நிறத்தையோ அமைப்பையோ மாற்ற இயலாது. ஆனால் காலப்போக்கில் இறகுகள் தேய்ந்து போதலும் ஒழுங்கற்றுப் போதலும் உண்டு. இப்படி ஏற்படுகின்ற சிதைவுகளைச் சரிசெய்ய பறவைகள் புதிதாக இறகுகளை உருவாக்குவது ஒன்றுதான் வழி. இதைத்தான் 'சிறகுதிர்தல் நிகழ்வு' என அழைக்கின்றோம். பறவைகளின் வயது மற்றும் பருவகாலங்களுக்கு ஏற்ப இச்செய்கை நடைபெறுகின்றது.

புதிய இறகுகள் எபிடெர்மல் செல்கள் மற்றும் டெர்மல் செல்கள் அடங்கிய பை போன்ற ஓர் அமைப்பிலிருந்து உருவாகின்றன. இந்தப் பையில் மொட்டு போன்ற ஒரு பகுதி தோன்ற ஆரம்பிக்கின்றது. அந்த மொட்டானது டெர்மல் செல்களின் விரைவான வளர்ச்சியால்

இறகாக வளர்ச்சி பெறுகிறது. இந்த மொட்டுக்கு மேல் வளர்ந்த பகுதி இறகாக இருக்க, அம்மொட்டுப் பகுதி இறகின் வளர்ச்சிக்குத் தேவையான உணவூட்டம் அளிக்கும் இடமாக மாறுகிறது. அந்த எபிடெர்மல் செல்கள் முதலில் ஒரு குழல் போன்று உருவாகி பின்னர் பார்ப்ஸ் மற்றும் பார்பியூல் ஆக வளர்கிறது.

இறகு இருக்கும் அடிப்பகுதியில் மீண்டும் புதிய மொட்டு தோன்றுகிறது. அவ்வாறு புதிய மொட்டு தோன்றும் இடத்தில் ஏற்கெனவே இருக்கும் இறகு தனது உறுதியைப் படிப்படியாக இழந்து ஒரு கட்டத்தில் உதிர்ந்துவிடுகிறது. அப்படி உதிர்ந்த இடத்தில் மொட்டுக்களின் வளர்ச்சியால் புதிய இறகு தோன்ற ஆரம்பிக்கும்.

இந்த நிகழ்வின்போது மென்மையாக இருக்கும் எபிடெர்மல் திசு நீண்டகாலம் தாக்குப்பிடிக்கும் வகையில் கடினமான அமைப்பாக மாறுகிறது. இந்நிகழ்வில் கெரட்டின் எனும் புரதம் இறகு முழுவதும் நிரம்புகிறது. இறகின் பார்ப்கள் விரியத் தொடங்குகின்றன. இப்படி இறகு விரிந்தவுடன் இந்நிகழ்விற்குக் காரணமான உயிர் கொடுத்த ‘பல்ப்’ எனும் பகுதி பைக்குள்ளே இழுக்கப்படுகிறது. இதனால் இறகு தோன்றிய ஒரு நிகழ்வே நடக்காதது போல் இருக்கிறது.

ஆனால் அடியில் இறகில் காணப்படும் சிறு துவாரமே இந்த மொத்த நிகழ்வு நடந்ததற்கு அடையாளமாக நிற்கிறது. இந்தப் பை இறகின் கலாமஸ் பகுதியை இறுக்கிப் பிடித்திருப்பதால் இறகு பிடிமானத்தோடு நிற்கிறது. இறகு பிடிமானத்தோடு நிற்பதற்கு இறுக்கத்தால் ஏற்படுகிற தசையின் உராய்வு விசையும் காரணமாகின்றது. சில நேரங்களில் அதீத பயம் காரணமாகத் தசையின் இறுக்கமும் தசையின் உராய்வு விசையும் தளர்ச்சி அடைகின்றன. அதனால் இறகுகள் உதிர்வதும் உண்டு. இதைத்தான் ‘பய உதிர்வு’ என அழைக்கிறார்கள்.

இறகுகளின் வண்ணங்கள்

இறகுகளின் வண்ணங்களுக்கு அளவில்லை. பெயரிட முடியாத வகையில்கூட வண்ணங்கள் மிகுந்து காணப்படுகின்றன. இது பறவைகளில் காணப்படும் ஒரு சிறப்பான அம்சமாகும். இறகுகளின் வண்ணங்களுக்குக் காரணமாக மெலனின், கரோடினாய்டு மற்றும் பர்பைரின் ஆகிய மூன்று நிறமிகளைக் கூறலாம். இவற்றில் கரோடினாய்டு என்னும் நிறமி மஞ்சள், ஆரஞ்சு, சிவப்பு, நீலம் மற்றும் பச்சை ஆகிய நிறங்கள் தோன்றக் காரணமாக அமைகின்றது. பர்பைரின் என்னும் நிறமி தேர்ந்த வண்ணங்களான மண்ணிறம்

மற்றும் உயர் ரக பச்சை நிறம் தோன்றவும் காரணமாக இருக்கிறது. மெலெனின் எனும் நிறமி கருமை சார்ந்த நிறங்களுக்குக் காரணமாக உள்ளது.

அல்பினோ பறவைகளைத் தவிர அனைத்துப் பறவைகளும் மெலெனின் நிறமிகளை இறகுகளில் கொண்டுள்ளன. இந்த மெலெனினைத் தைரோசின் (Tyrosine) எனும் அமினோ அமிலத்தில் உள்ள மெலெனோ பிளாஸ்ட் செல்கள் உருவாக்கி. பார்ப் மற்றும் பார்பியூல் செல்களுக்கு அனுப்பி வைக்கிறது. மெலெனின், யூமெலெனின் (Eumelanin), பாமெலனின் (Phamelanin) என இரு வகைப்படும்.

அல்பினோ பறவைகள்

யூமெலெனின் பெரிதாகவும் மண் நிறம், கருமை, இளங்கருமை ஆகிய வண்ணங்களை உருவாக்குவதாகவும் இருக்கும். பாமெலெனின் சிறிதாக, ஒழுங்கற்றதாக, சிவப்பாக அமைந்து. இளம் சிவப்பு கலந்த மண்ணிறம், மஞ்சள் ஆகிய வண்ணங்களை உருவாக்குகிறது. காலவோட்டத்தினால் இறகில் ஏற்படும் சிதைவையும் இவை தடுக்கின்றன.

வேகமாகவும் அதிக நேரமும் பறக்கக்கூடிய கடற்காகம் (Sea Gull) போன்ற பறவையின் இறகு நுனியில் அதிக அளவில் இருக்கும் மெலெனின் அவ்விறகுகளை வேகம் மற்றும் நேரத்தினால் ஏற்படும் பாதிப்பிலிருந்து பாதுகாக்கிறது. இதைப் போன்று பாலைவனப் பகுதிகளில் வாழும் பறவைகளின் இறகுகளில் உள்ள மெலெனின் அவ்விறகுகளை வெயிலின் தாக்கத்திலிருந்து சிதையாமல் பாதுகாக்கிறது.

கரோடினாய்டு என்னும் நிறமி மெலனினுக்கு அடுத்ததாக அதிக அளவில் காணப்படும். பெரும்பாலும் இவை பறவைகள் உண்ணும் உணவுகளிலிருந்தே பெறப்படுகின்றன. கரோடினாய்டு எளிதில் கொழுப்பில் கரையும் தன்மையைக் கொண்டிருப்பதால் பறவையின் முட்டையிலும் அதன் உடல் கொழுப்பிலும் சேமித்து வைக்கப் படுகிறது. இப்பண்பே கரோட்டினாய்டை எளிதில் ஆராய்வதற்கு இடமளிக்கிறது.

மூன்றாவது நிறமியான பார்பைரினின் வேதியியல் பண்புகள் ஹிமோகுளோபினுடனும் பைல் நிறமிகளுடனும் ஒத்துப் போகின்றன. இந்தப் பார்பைரின் பெரும்பாலும் சிவப்பு மற்றும் மரவண்ணம் கொண்ட 13 வரிசையாகச் சேர்ந்து பறவை இனங்களின் இறகுகளில் காணப்படுகிறது. இவை அமைப்பு நிறங்கள் ஆகும். கிளியின் பச்சை, நீலப்பறவையின் நீலம், தேன் சிட்டின் ஒளிவிடும் வண்ணக் கலவை ஆகியன இறகுகளில் படும் ஒளியினால் ஏற்படும் இயற்பியல் மாறுபாட்டின் விளைவால் இந்த அமைப்பு நிறங்கள் தோன்றுகின்றன. குறைந்த அலை நீளமுடைய துகள்களிடமிருந்து இது உருவாகிறது. மீதமுள்ள அலைநீளத்தில் வேறுபட்ட நிறமிகள் பறவைகளில் வெவ்வேறு அடுக்குகளில் அமைந்திருக்க அவற்றில் சூரிய ஒளி படும்போது இயற்பியல் மாற்றம் ஏற்பட்டு அங்கு ஒரு பெரிய வண்ணத்தொகுதி உருவாகிறது. இந்த வண்ணத் தொகுதி ஒளிபடும் திசையைப் பொறுத்தும் அதன் வண்ண நிலை மாறும்.

இந்த நிறங்களின் ஒளிர்வு பறவைகளின் இனக்கவர்ச்சியில் பெரும்பங்கு வகிக்கிறது. மிகுதியாக ஒளிரும் வண்ண இறகுகள் கொண்ட ஓர் ஆண் பறவை ஒரு பெண் பறவையை இணை சேர்வதற்காக எளிதில் கவர முடியும். பறவைகளின் இறகுகளில் வெளி ஒட்டுண்ணிகளாக சில பூச்சி இனங்கள் இருக்கின்றன. இவை இறகுகளை உண்ணும் பழக்கம் உடையதாகவோ ரத்தம் அல்லது திசுக்களை உண்ணும் பழக்கம் கொண்டதாகவோ இருக்கின்றன. பெரும்பாலான ஒட்டுண்ணி இனங்கள் குறிப்பிட்ட இனப் பறவைகளுடனேயே ஒத்து வாழ்கின்றன.

இவ்வளவு முக்கியத்துவம் வாய்ந்த இறகுகளே அழிந்துபோன மற்றும் அழிந்துவரும் பறவை இனங்களின் பாதிப்பிற்கு உரிய காரணமாகவும் விளங்குவது கவனிக்கவேண்டிய உண்மை. பறவைகளின் அழிவிற்குக் காரணமாக இருக்கின்ற அதே எழில் நிறைந்த இறகுகள்தான் கற்காலம் தொட்டு மனிதனின் கண்களுக்குக் காட்சி விருந்தாக விளங்குகின்றன என்பது உண்மையாகும்.

➤➤➤

8

பறவைகள் எவ்வாறு பறக்கின்றன?

பறவைகளுக்கு அமைந்துள்ள எலும்புக்கூடு அவை பறப்பதற்கென்றே மிக நேர்த்தியாகப் பரிணமித்துள்ளது. இந்த எலும்புக்கூடு மிகவும் எடை குறைந்த சிறு சிறு எலும்புகளின் இணைப்பாக உள்ளது. பறவைகளில் காணப்படும் வழக்கத்திற்கு மாறான எலும்பு இணைவுகள், பறத்தலை எளிதாக்குகின்றன. பறப்பதால் உண்டாகும் இன்னல்களையும் தாங்குகின்றன.

இந்த எலும்புகளுடன் இணைந்த உறுதிமிக்க தசைகள் பறப்பதற்குரிய வலிமையைத் தருகின்றன. நீண்ட உட்கூடு கொண்ட இறக்கைகளில் காணப்படும் எலும்புகள் மிகவும் வலிமை மிக்கதாக இருக்கின்றன.

அதே போல் தாடையும் அடர்த்தியான பற்களும் இல்லாமல் அமைந்திருக்கும் பற்களற்ற எளிய எடையுடன் கூடிய அலகுகள்கூட, பறப்பதற்கு ஏதுவாக உள்ளன.

சில பறவைகளின் அலகுகள் பார்ப்பதற்கு மிகப் பெரியவையாக இருந்தாலும் உண்மையில் அவை பறப்பதற்குச் சுமையாக இருப்பதில்லை. மேலும் பறவையின் மார்பெலும்பும் பறப்பதற்கு மிக இலகுவாக உள்ளது.

மார்பெலும்பின் அளவு, பறக்கும் ஆற்றலோடு நேரடியாகத் தொடர்பு கொண்டுள்ளது. பெரிய மார்பெலும்பானது பறவைக்குப் பறக்கும் திறனை அதிகம் அளிக்கிறது. பறக்க முடியாத பறவைகளுக்கு இந்த மார்பெலும்பு இருப்பதில்லை.

பறக்க உதவும் தசைகள்

பறவைகள் பறப்பதற்கு இரண்டு தசைகள் (Pectorolis, Supracoracoideus) முக்கியம். பெக்டோராலிஸ் தசை பறவையின் மொத்த எடையில் *15%* வரை இருக்கும். இதை வைத்தே அந்தத் தசை எவ்வளவு இன்றியமையாதது என்பதை உணரலாம். இத்தசையின் இயக்கத்தால் இறக்கைகள் கீழ் நோக்கி இழுக்கப்படுகின்றன. இத்தசை, பர்குலா எலும்புடனும் கோரக்காய்டுக்கு இடையே உள்ள தசையுடனும் இணைந்துள்ளது.

பறவைகளின் மார்பெலும்பின் இருபுறத்திலும் உள்ள சுப்ராகோரகாய்டு தசைகள் இறக்கைகளை மேலே உயர்த்தப் பயன்படுகின்றன. இவ்விரு தசைகளின் ஊடாகப் புறப்படும் டெண்டன் எனும் தசை மேற்புறமாய் உள்ள கோரகாய்டு, ஸ்கேபுலா மற்றும் பர்குலா ஆகிய மூன்றும் இணையும் இடத்தில் உள்ள குழாய் போன்ற பகுதியின் மூலமாக இறக்கையை ஹியூமரஸ் எலும்புடன் தொடர்புபடுத்துகிறது.

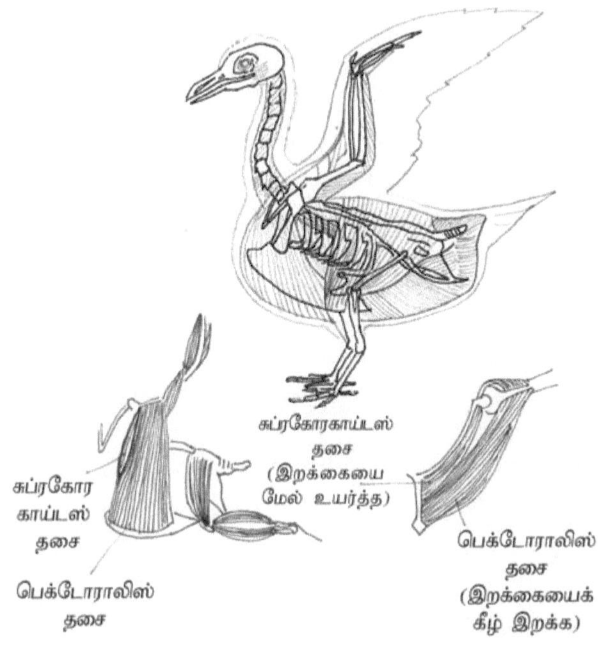

எலும்புச்சட்டகமும் தசைகளும்

டெண்டன் இயங்கும்போது இறக்கை மேல் நோக்கி அசைகிறது. மேலும் இத்தசைகள் ஒரு பறவைப் பறத்தலின் தொடக்கத்திற்குத் (நிலத்திலிருந்து மேலெழும்ப) தேவையாகிறது.

டெண்டானை நீக்கினால் பறவை நிலத்திலிருந்து மேலெழும்ப முடிவதில்லை. ஆனால் பறவை மேலெழும்பிவிட்டால் டென்டான் இல்லாமலேயே பறக்க முடியும். சில முதுகுப்புறத் தசைகள் இயங்குவதே அதற்குக் காரணமாகும். இத்தசை பெக்டோராலிஸைவிடச் சிறிதாக இருக்கிறது. பொதுவாகத் தேன்சிட்டில் இத்தசை சற்று மிகுந்து காணப்படும். இதனால் தேன்சிட்டு தன் முன்னோக்கிய பறத்தலை ஹெலிகாப்டர் போன்று எளிதாய் மேற்கொள்ள முடியும். இதே தசை பென்குயின் பறவைக்கும் அதிகம் இருப்பதால் அவை எளிதாக நீந்துகின்றன.

பறப்பதற்குத் தேவையான சக்தி, பறக்க உதவும் தசைகளில் உள்ள தசைநார்களில் நடைபெறும் வளர்சிதை மாற்றங்களால் கிடைக்கிறது. சில தசைநார்கள் குறிப்பாகச் சிகப்பு மற்றும் வெள்ளை தசைநார்கள் பறத்தலுக்கென்றே உள்ளன. சிகப்பு நார்கள் சர்க்கரை மற்றும் கொழுப்பை ஆக்ஸிகரணம் செய்வதன் மூலம் ஆற்றலைப் பெறுகின்றன. இச்சிகப்பு நார்கள் மையோகுளோபின், மைட்டோ காண்டிரியா, கொழுப்பு போன்றவற்றை அதிகம் கொண்டுள்ளன. இதனால் பறக்க உதவும் தசைகளில் மிகுதியான சிகப்பு நார்கள் காணப்படுகின்றன.

சில பறவைகள் வியக்கத்தக்க வகையில் இச்சிகப்பு நார்களை மட்டுமே தங்களின் பறக்க உதவும் தசைகளில் கொண்டுள்ளன. வெள்ளை தசைநார்கள் ஆக்ஸிஜனற்ற வளர்சிதை மாற்றம் மூலம் ஆற்றலைப் பெறுகின்றன. இந்நார்களில் மைட்டோகாண்டிரியா, நொதி, மையோகுளோபின் ஆகியவற்றின் அளவு குறைவாகக் காணப்படுகிறது. வெள்ளை நார்களால் பெறப்பட்ட ஆற்றல் மிகக் குறைந்த காலத்திற்கே இருக்கிறது. இவ்வாற்றல் பறவை பறக்கும்போது திடீரெனத் திசையை மாற்றவோ அல்லது அதிரடி நிகழ்விற்கோ தேவைப்படுகிறது. ஆனால் இந்தத் திறனால் பறவைகளால் அதிக தூரம் பறக்க முடியாது.

பறக்கும் நிகழ்வு

ஒரு பறவை காற்றில் பறக்கவும் மிதக்கவும் முதலில் அது புவியீர்ப்பு விசைக்கு எதிராகவோ அல்லது அவ்விசையைச் சமன் செய்யும் விதமாகவோ இயங்கவேண்டும். இதில் எடை, உயருதல், இழுத்தல்,

முன்தள்ளல் ஆகிய நான்கு காரணிகளிடையே ஒரு சமநிலையை ஏற்படுத்துதல் மூலம் ஒரு பறவை ஒரு குறிப்பிட்ட வேகத்தில் பறக்கும் தன்மையை அடைகிறது. உதாரணமாக, மேலுயரும் தன்மையைப் பறவையின் எடை தடுக்கும்; முன்தள்ளலை இழுவைத் தடுக்கும்.

ஓர் இறகின் அமைப்பினைக் குறுக்குவெட்டுத் தோற்றத்தில் நோக்கினால் மொத்தமான ஒரு முனையையும், பின் அது அடுத்தமுனை நோக்கி மெலிதாகக் குறைந்து செல்லுதலையும் காணலாம். இதனை வானூர்தியின் இறக்கைகளோடு ஒப்பிடலாம். இவ்வமைப்பைக் காற்றின் ஒரு குறிப்பிட்ட திசையில் அமைக்கும் போது அது மேலுயரும் விசையைப் பெற்றுப் பறவையைக் காற்றில் நிலை நிறுத்துகிறது. இறக்கையின் மேற்புறத்திலும் கீழ்ப்புறத்திலும் வீசும் காற்றில் உள்ள வேக மாற்றமே இதற்குக் காரணமாகும்.

பறவைகள் மேலே எழும் விதங்கள்

குவிந்த மேற்புறத்தில் வீசும் வேகமான காற்றின் அழுத்தம் மேற்புறத்தில் குறைய, அதற்கு மாறாகக் கீழ்ப்புறத்தில் அதிக அழுத்தம் உருவாகி மேலுயரும் உந்து விசையைப் பறவைகளுக்குக் கொடுக்கிறது. இந்த அழுத்த மாற்றத்தில் உருவாகும் விசை டேனியல் பெர்நோலியின் (Daniel Bernoulli) தத்துவத்தில் உள்ள காற்றழுத்தத்திற்கும் காற்றின் வேகத்திற்கும் உள்ள தொடர்பு மூலம் விளக்கப்படுகிறது.

வளிமண்டலத்தில் உள்ள வாயுமூலக்கூறுகளின் இயக்கம் திசைச் சார்புடையதாயும், வேகம் அதிகரிக்க அதிகரிக்க அழுத்தத்தைக் கொடுப்பவையாகவும் இருக்கிறது. இதனை இயங்கும் அழுத்தம் என்கிறோம். இவ்வழுத்தத்தின் சக்தி அதிகரிக்கும்போது நிலையான அழுத்தம் குறைகிறது. இந்த நிலையான மற்றும் இயங்கும் அழுத்தங்களின் கூட்டானது ஒரு மாறிலியாய் இருக்கிறது. இதனால் வேகமாய் நகரும் காற்று அதன் அருகில் உள்ள தளத்தில் குறைவான அழுத்தத்தை அளிக்கிறது. ஆனால் அதற்கு மாறாகக் குறைவாய் நகரும் காற்று அருகிலுள்ள தளத்தை மேலுயர்த்த உதவும் விசையை உருவாக்குகிறது. ஒரு சிறு காகிதத்துண்டை வாயருகில் ஒரு முனையைப் பற்றி ஊதும் போது அதன் மறு முனை உயருவதை இதற்கு உதாரணமாகக் கூறலாம்.

மேலும் இறக்கையின் அமைப்பு காற்றினைக் கீழ்நோக்கித் தள்ளும் அமைப்புடன் இருப்பதால் நியூட்டனின் மூன்றாம் விதிப்படி அதற்கு எதிரான மேலுயர்த்தும் விசையை உருவாக்கும் என்றுகூடச் சொல்லலாம். மேலுயரத் தேவையான திறன் அதிகரிக்க கீழ்த்தள்ளப்படும் காற்றின் அளவும் அதிகரிக்கிறது. ஆக இதில் காற்றின் வேகமானது, கீழ்த்தள்ளப்படும் காற்றின் அளவு மற்றும் இறக்கைகளின் பரப்பு இவற்றைப் பொறுத்து உள்ளது.

உதாரணமாகப் பெரிய பறவைகள் மலையின் உச்சியில் காற்றடிக்கும் திசை நோக்கி இருக்கும்போது அதனுடைய விரிந்த இறக்கைகள் காற்றின் வேகத்திற்கேற்ப எளிதில் உயரும். ஆனால் அசைவற்ற காற்றில் அப்பறவை மலையுச்சியில் இருந்து கீழே குதிப்பதால் அதன் உடலருகே காற்றின் வேகத்தை உயர்த்துவதன் மூலம் மேலுயர முடிகிறது.

ஆனால் பறவைகள் மலை முகட்டில் இல்லாமல் தரைமட்டத்தில் உள்ளபோது முன்னோக்கிய விசையை உருவாக்கச் சிறிது தூரம் ஓட வேண்டியிருக்கிறது. வாத்துகள் நீரில் சிறிது தூரம் ஓடி பின் மேலெழும்புவதனை இதற்கு உதாரணமாகக் கூறலாம்.

காற்று தாக்கும் கோணம் பறத்தலில் முக்கியப் பங்கு வகிக்கிறது. ஒரு பறவை இறக்கைகளின் பின் பகுதிகளை ஒரு குறிப்பிட்ட கோணத்தில் அமைக்கும்போது மேலுயரும் விசையைப் பெறுகிறது. அதே பறவை அக்கோணத்தை மாற்றி, பின் பகுதியை அழுத்துவதன் மூலம் பறக்கும் வேகத்தைக் குறைக்க முடிகிறது. கோண அளவு அதிகம் உயரும்போது காற்றானது இரு அடுக்குகளாய்ப் பிரிய அடுக்குகளின் ஊடே இழுவிசை உருவாகி பறத்தல் வேகம் குறைக்கப்படுகிறது. மேலே உயர்வதற்கும் பறக்கும் வேகத்தைக் குறைப்பதற்கும் ஏதுவாகப் பறவைகளின் இறக்கை அமைப்புகளில் பல வசதிகள் உள்ளன. முதல் நிலை இறகுகளில் காணப்படும் இடைவெளி, அலுலா எனும் சிறப்புச் சிறகுகள் போன்றவை இவ்வசதிகளை உருவாக்குகின்றன.

இறக்கைகளின் அளவு மற்றும் அமைப்பு

பறக்கும் வேகம், திறன், சக்தி, சேமித்தல் ஆகியன இறக்கைகளின் அளவு மற்றும் அமைப்பைப் பொறுத்து உள்ளன. பறவைகளில் இறக்கைகளின் அமைப்பும் அளவும் ஒன்று போல் இருப்பதில்லை. உதாரணமாக கடல் பறவைகளின் இறக்கைகள் நீண்டும் கூர்மையாகவும் இருக்க, காடுகளில் காணப்படும் பறவைகளின் இறக்கைகள் குட்டையாகவும் வட்டமுனையுடன் இருப்பதை நோக்க வேண்டும்.

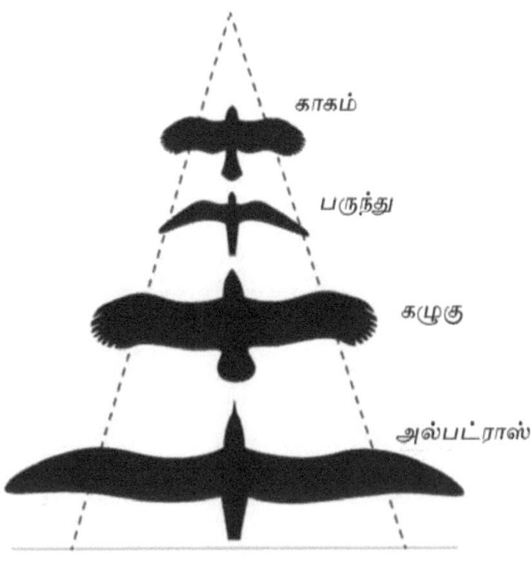

இதே போல புலம் பெயரும் பறவைகளின் இறக்கைகள் புலம் பெயரும் பழக்கமற்ற பறவைகளின் இறக்கைகளைவிட நீண்டும் கூராக முடியும் வகையிலும் உள்ளன. சிறிய பறவைகளின் இறக்கைகள் குட்டையாகவும் வட்டவடிவிலும் உள்ளன. இவை சிறு இடைவெளிகளில்கூட எளிதாகவும் வேகமாகவும் மோதாமல் பறக்கும் வகையிலும் உள்ளன.

பறப்பதற்காகச் செலவழிக்கப்படும் சக்தி பறவையின் உடல் எடைக்கும் இறக்கைகளின் பரப்பளவிற்கும் இடையே உள்ள தொடர்பு சார்ந்ததாய் இருக்கிறது. இத்தொடர்பு என்பது ஒரு குறிப்பிட்ட பரப்பு கொண்ட இறக்கை எவ்வளவு எடையைச் சுமக்க முடியும் என்பதைச் சொல்வதே ஆகும். இந்தத் தொடர்பு இறக்கைச் சுமை (Wingload) என அழைக்கப்படுகிறது. பறவைகள் அவற்றின் எடைக்கு ஏற்றார் போல் சிறிய பறவைகள் சிறிய இறகுகளையும் பெரிய பறவைகள் பெரிய இறக்கைகளையும் கொண்டிருக்கின்றன. இதற்கு மாறான தொடர்பை வேறு காரணங்களுக்காகப் பெற்ற பறவைகளும் உண்டு. ஆங்கில எழுத்து 'V' வடிவில் பறக்கும் பறவைகளை இதற்குச் சான்றாகக் கூறலாம்.

பறக்கும் வகைகள்

பறக்கும் திறன் பறவைகளிடையே வேறுபட்டுக் காணப்படுவதைப் போல பறக்கும் வகைகளும் வேறுபடுகின்றன. அவற்றில் மிதத்தல், இறக்கையை அசைத்துப் பறத்தல் ஆகிய இரண்டும் குறிப்பிடத்தக்க வகைகளாகும்.

மிதத்தல் (Gliding)

வல்லூறுகள், கழுகுகள் ஆகியன வானில் வட்டமடிக்கும் முறையைக் கவனித்தால் அவை இறக்கைகளை மேலும் கீழும் இயக்காமல் மிதப்பது போல் பறப்பதைக் காணலாம். இம்முறை மேலுயரும் விசையை மட்டுமே அதிகம் நம்பி புவியீர்ப்பு விசையைச் சமன் செய்வதால் வெப்பமடைந்த காற்று லேசாகி மேலெழும்புகிறது. அக்காற்றுடன் கழுகு தன்னை இணைத்துக்கொண்டு தன் சக்தியைச் செலவழிக்காமல் மேலெழும்புகிறது.

இந்நிகழ்வில் ஒரு வினாடிக்கு 4 மீட்டர் வரை காற்று உயரும். இதைப் போன்று தூண்களாக வெப்பக்காற்று மேலெழும்புவது தரையின் மேற்பரப்பில் நிகழ்கிறது. ஆய்வொன்றில் கழுகு இனப்பறவை ஒன்று வெறும் ஆறு வெப்பத் தூண்களை மட்டுமே பயன்படுத்தி 75

கி.மீ தூரப் பயணத்தை நிலத்திலிருந்து சுமார் 1500 மீட்டர் உயரத்தில் நிகழ்த்தியது கண்டறியப்பட்டது. ஒரு வெப்பத் தூணில் இருந்து மற்றொரு வெப்பக்காற்றுத் தூணிற்குமான இடைவெளியைப் பறவைகள் சிறு தாவல்கள் மூலம் அடைகின்றன.

வானில் வட்டமடிக்கும் கழுகு

காற்று திசைமாறும் இடங்களில் மற்றொரு வகை மிதத்தல் நிகழ்கிறது. இந்நிகழ்வு கடலருகிலுள்ள மலைப்பாதைகள் வேகமாகச் செல்லும் படகுகளின் பின்புறம், கடற்கரையின் மேல் புறம் ஆகிய இடங்களில் நடக்கும். இம்மாதிரியான மிதத்தல் நீண்ட குறுகிய அமைப்புடைய இறக்கைகளைக் கொண்ட பறவைகளில் காணப்படுகிறது.

இறக்கைகளை அசைத்துப்பறத்தல் (Flapping)

இறக்கைகளைத் தகுந்த கோணத்தில் வைத்து மேலும் கீழும் அசைக்கும் போது மேலெழும்பும் விசையையோ அல்லது முன்னோக்கிச் செலுத்தும் விசையையோ ஒரு பறவை உருவாக்கிக் கொள்கிறது.

இதனை ஒரு ஹெலிகாப்டரின் இறக்கைகளின் இயக்கத்திற்கு ஒப்பிடலாம். இந்த இயக்கமும் கோணமும் பறவை முன்னோக்கிச் செல்வதற்கும் பின்னோக்கிச் செல்வதற்கும், (தேன்சிட்டு பறவையினத்தில்) ஒரே இடத்தில் நிலை கொள்வதற்கும் (மீன்கொத்தி பறவையினத்தில்) காரணங்களாய் அமைகின்றன.

இந்த இறக்கைகள் இயங்கும்போது 50க்கும் மேற்பட்ட தசைகள் செயல்படுகின்றன. இறக்கைகளை விரிக்க, மூட, மேலுயர்த்த, கீழ்த்தள்ள, திசைத்திருப்ப இத்தசைகள் செய்கின்றன.

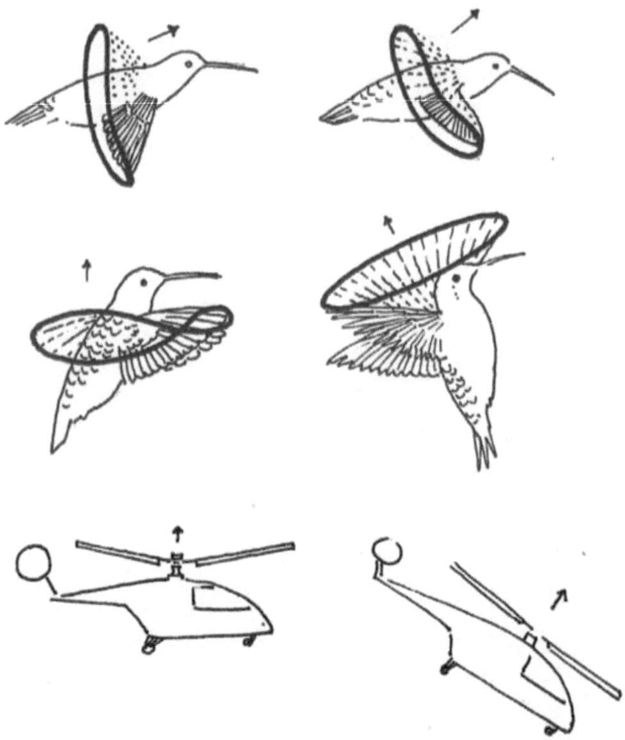

தேன்சிட்டு பறவையின் பறத்தல் நிகழ்வும்
ஹெலிகாப்டர் இறக்கைகளின் இயக்கமும்

அனைத்துப் பறவைகளும் இன்று பறப்பதில்லை. பறக்கும் தன்மை இழந்த நெருப்புக்கோழி மற்றும் கேசுவரிஸ் போன்ற பறவை இனங்களுடன் பறக்கும் தன்மை தவிர்த்த சில புறா மற்றும் கிளியினங்களும் பென்குயினும் உள்ளன. இவை பறப்பதில்லை.

பறக்கத் தேவையான உறுப்புகளின் வளர்ச்சிக்கும் அவற்றின் பாதுகாப்பிற்கும் அதிக சக்தி தேவைப்படுகிறது. பறவைகள் பறக்கத் தேவையில்லாதபோது பறப்பதற்கான சக்தியைச் செலவு செய்ய பரிணாமத்தில் இடம் இல்லை. ஆக கொஞ்சம் கொஞ்சமாக அச்செலவைத் தவிர்க்க இப்பறக்கும் தன்மை தவிர்க்கப்பட்ட கூறாகப் பரிணமித்துள்ளது. தேவைக்கு மீறிய உணவு, எதிரிகள் இல்லாமை, பறக்க தேவையின்மை ஆகிய மூன்றையும் பறத்தலைத் தவிர்த்தலுக்கான காரணங்களாகப் பரிணாமத்தில் விளக்கலாம்.

இந்தப் பறத்தல் நிகழ்வில் ஒரு வியப்பான உண்மையையும் நாம் அறிந்துகொள்வது அவசியமாகிறது. வாத்து போன்ற பறவைகள் வானில் 'V' வடிவில் பறப்பதைக் காணலாம். அதற்கு அறிவியல் பூர்வமான ஒரு காரணமும் இருக்கிறது. இது போன்ற பறக்கும் பறவைகளின் இறக்கைகள் பொதுவாகச் சிறிதாகவும் எடைக்கேற்பவும் அமையாமல் இருக்கும். எனவே சக்தியைச் சேமிப்பதற்காக இவ்வாறு பறக்கின்றன.

'V' வடிவில் பறக்கும் வாத்து போன்ற பறவைகள்

முன்னால் செல்லும் பறவையின் இறக்கையின் நுனிக்குப் பின்னால் பறப்பதன் மூலம் பின்னால் பறக்கும் பறவை காற்றில் உருவாகும் இழுவிசையைக் குறைத்துத் தன் சக்தி செலவாவதைக் குறைத்துக் கொள்கிறது. முன்னால் செல்லும் பறவையின் இறக்கை இயக்கத்தில் உருவாகும் காற்றுச் சுழற்சியைப் பின்னால் வரும் பறவை தான் பறக்கச் சாதகமாய் முன்பறவையின் இறக்கையின் நுனிக்கு நேர் பின்னால் தன் இறக்கையின் நுனியை வைத்துக் கொண்டு குறைந்த சக்தியில் பறக்கிறது.

➤➤➤

9

பறவையின் உடற் செயலியல்

பறவைகள் தம் உடல் வெப்ப நிலையை 40 டிகிரி செண்டிகிரேட்டில் வைத்துக்கொள்வதால் அவற்றால் வேகமான இயக்கத்தினையும் சுறுசுறுப்பையும் பெறமுடிகிறது. இருந்தாலும் இந்த வெப்ப நிலையைச் சீராக வைத்துக்கொள்வது என்பது உடற்செயலியலைப் பொறுத்தமட்டில் செலவுமிக்கதாகக் கருதப்படுகிறது.

இந்த நிலை சில நேரங்களில் ஆபத்தினையும் கொடுக்கக்கூடியது. ஏனெனில் 46 டிகரிக்கும் மேல் வெப்பம் அதிகரிக்கும் நிலையில் உடலில் பல புரதங்கள் மாற்றியமைக்கப்படுவதை விட அழிவது அதிகமாக இருக்கும். இந்த வெப்பநிலை பறவைகளுக்கு வேகம் மற்றும் திறனைவிட அதிக அளவில் தாங்கும் சக்தியைக் கொடுப்பது சிறப்பம்சமாகும்.

உதாரணமாக, மிக வேகமாக இயங்கும் உயிரினங்கள் எளிதில் சோர்வடைந்துவிடும். ஆனால் பறவைகள் சோர்வடைவதில்லை. இது பறவைகளிடம் காணப்படும் வெப்பநிலையின் சிறப்பம்ச மாகும். பல மணி நேரம் விடாது பறக்க இதுவே காரணம்.

இது போன்ற மிக அதிக செயல்பாடுகள் இந்தத் தாங்கும் திறனுடன் இணைந்து பறவைகளுக்குப் புதிய சூழல் வாய்ப்புகளை உருவாக்கு கின்றன. இருந்தாலும் மிகுதியான இச்செயல்களுக்கு அதிக அளவில் ஆக்ஸிஜன் கொடுக்க வேண்டியுள்ளது. மேலும் உடனடியான வளர்சிதை மாற்றத்தில் உருவாகும் நச்சுக் கழிவுகளை நீக்க வேண்டியதும் அவசியமாகும். இச்செயல்பாடுகளுக்குரிய ஆற்றலைப் பறவைகள் தாம் பெற்றுள்ள உறுதிவாய்ந்த சுவாச

மண்டலத்தில் இருந்தும், ரத்தவோட்ட மண்டலத்திலிருந்தும் பெறுகின்றன.

சுவாச மண்டலம்

பறவைகளின் சுவாச மண்டலமும் அதன் அமைப்பும் செயல்களும் பாலூட்டிகளைவிட முற்றிலும் மாறுபட்டவை. இதிலுள்ள நாசித்துளை, சுவாசக்குழல், நுரையீரல், காற்றுப்பைகள் ஆகியன காற்றின் வளிமண்டலத்திற்கும் ரத்த ஓட்ட மண்டலத்திற்கும் இடையே காற்றைப் பரிமாற்றம் செய்யும் கருவிகளாக இருக்கின்றன. ஒவ்வொரு சுவாசத்திலும் நுரையீரலில் இருந்து காற்று முழுவதுமாய் இடம் பெயர்கிறது. இது பாலூட்டிகளில் இல்லாத ஒரு நிகழ்வாகும்.

உதரவிதானம் எனும் பகுதியானது பாலூட்டிகளில் மார்புக்கூட்டை விரித்துச் சுருக்கி நுரையீரலை விரிந்து சுருங்க வைக்கின்றது. ஆனால் பறவைகள் ஸ்டர்னம் எனும் பகுதியைக் கீழ் அழுத்துவதன் மூலம் மார்புக்கூட்டையும் காற்றுப்பைகளையும் விரித்து காற்றினை உள்ளிழுக்கின்றன. இதே ஸ்டெர்னத்தைச் சுருக்குவதன் மூலம் மார்புக்கூடு சுருங்கி அதன் விளைவால் காற்றுப்பைகள் அழுத்தப்பட நுரையீரல் வழியே காற்று வெளிப்படுகிறது.

பன்னெடுங்காலமாய் இறக்கைகளின் அசைவும் சுவாசமும் ஒன்றாய் நிகழ்வதாய்க் கருதப்பட்டு வந்த ஒரு கருத்து தற்போது மறுக்கப்பட்டுள்ளது. இறக்கைகளின் அசைவு நேரிடையாய்ச் சுவாசத்தினை நடத்துவதில்லை என்பது தற்போது உறுதி செய்யப்பட்டிருக்கிறது. ஏனெனில் சுவாசமும் இறக்கை அசைவும் மத்திய நரம்புமண்டலத்திற்குக் கட்டுப்பட்டவை.

ஒரு பறவையின் எடையும் அளவும் கூடக் கூட அதன் சுவாச எண்ணிக்கை குறைகிறது. உதாரணமாக, பறக்காமல் இருக்கும்போது இரண்டு கிராம் எடையுடைய தேன்சிட்டு ஒரு நிமிடத்திற்கு 143 முறை சுவாசிக்கிறது. பத்து கிலோ எடையுள்ள ஒரு வான்கோழி ஒரு நிமிடத்திற்கு ஏழு முறை மட்டுமே சுவாசிக்கிறது. ஓய்வில் இருக்கும் பறவை மேற்கொள்ளும் சுவாசத்தைவிட 12இல் இருந்து 20 மடங்கு அதிகமாய் அது பறக்கும் போது சுவாசிக்கிறது. நமக்குள்ள நாசித்துவாரம் போன்ற துவாரத்தைப் பொதுவாகப் பறவைகளின் அலகுகள் ஆரம்பிக்கின்ற இடத்தில் காணலாம். இந்த நாசி துவாரத்தைச் சில பறவைகளில் ஓவர்குலம் எனும் மூடி போன்ற அமைப்பு பாதுகாக்கிறது. இந்த அமைப்பு, குறிப்பாக நீர்ப் பறவைகளில் நீர் புகாமல் இருக்கவும், தேன்சிட்டு போன்ற பறவைகளில் மகரந்தத்தூள் நுழையாமல் இருக்கவும் செயல்

படுகிறது. நாசித் துவாரத்தில் இருந்து நாசியறைக்குள் காற்று நுழைகிறது. இந்த நாசியறைகள் இரு அறைகளாகப் பிரிக்கப் பட்டிருக்கும். ஒவ்வோர் அறையிலும் நிறைய ரத்தக் குழாய்களும் நரம்புகளும் உள்ளன.

மனிதன் உள்பட பல பாலூட்டிகளின் நுரையீரல் பெரியதாகவும், விரியக் கூடியதாகவும், மார்புக் குழியில் பை போன்று தொங்குவனவாவும் இருக்க, பறவைகளுக்கு இந்த நுரையீரல் சிறியதாகவும், அடக்கமாயும், நுரை போன்றும் காணப்படுகிறது. பறவையின் காற்றுப்பைகள் (air sac) பறவையின் சுவாச மண்டலத்தின் ஓர் இன்றியமையாத அங்கமாக விளங்குகிறது.

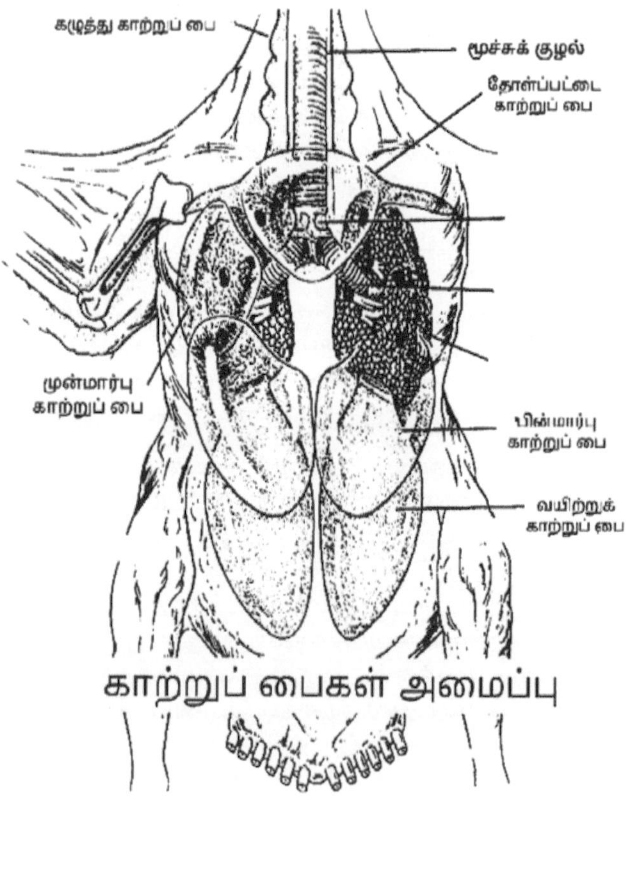

காற்றுப் பைகள் அமைப்பு

இக்காற்றுப்பை அதிகபட்சம் இரண்டு செல் அடுக்கு கொண்ட ஒரு சுவரால் ஆனது. இது உடற்குழியிலும், இறக்கைகளிலும், கால் எலும்புகளிலும் பரந்து காணப்படுகிறது. இக்காற்றுப்பை நுரையீரலின் முதல் நிலை, இரண்டாம் நிலை, மூன்றாம் நிலை குழாய்களுடன் தொடர்பு கொண்டுள்ளது. இது பறவைக்குத் தேவையான, அதிக அளவு ஆக்ஸிஜனைப் பெறுவதற்கும், பறக்கும் போது உருவாகும் அபாயகரமான உடல் வெப்பத்தைத் தணிக்கவும் உதவுகிறது. இதற்கு மேல் அமைந்துள்ள விரிந்த காற்றுப்பைகள், பறவைகள் பறக்கும் போது, அவற்றின் மென்மையான உடல் உறுப்புகளைப் பாதுகாக்கும் கருவிகளாகவும் பயன்படுகின்றன. இந்தக் காற்றுப்பைகளின் எண்ணிக்கை பறவைகளுக்குப் பறவை மாறுபடுகிறது.

உதாரணமாகத் தையற்குருவியில் ஆறு பைகளும் கடற்சார் பறவைகளில் பன்னிரண்டாகவும் காணப்படுகிறது. சராசரியாக ஒன்பது காற்றுப்பைகளைப் பறவைகள் கொண்டிருக்கின்றன. மேல் கழுத்து மற்றும் மார்பினூடாக இருஜோடி பைகளும், கீழ் மார்பினூடாக ஒரு ஜோடி பைகளும், பெரிய வயிற்றுப்புறத்தில் ஒரு ஜோடி பைகளும், இறக்கைகள் இணையும் இடத்தில் ஒரு பையும் காணப்படுகின்றன.

உள்ளிழுக்கப்படும் முதல் காற்றானது கடைசி காற்றுப்பை வரை அனுப்பப்படுகிறது. அதே போல் முதல் முறை வெளிவிடப்படும் காற்று கடைசி காற்றுப்பையிலிருந்து வெளியேறி நுரையீரலுக்கு அனுப்பப்பட்டு அங்கு காற்றுப் பரிமாற்றத்திற்கு உள்ளாகிறது. பின் இரண்டாம்முறை உள்ளிழுக்கும் போது ஆக்ஸிஜன் இழந்த காற்று நுரையீரலில் இருந்து முன்புறம் உள்ள பைகளுக்குத் தள்ளப்படுகிறது. இரண்டாம் முறை வெளிவிடப்படும் நிகழ்வின் போது முன்புறப் பையிலிருந்து கார்பன் டை ஆக்சைடு நிரம்பிய காற்று வெளிப்புறத்திற்கு அனுப்பப்படுகிறது. இதையே ‘இரு சுவாச நிகழ்வு’ என அழைக்கிறோம்.

ரத்த ஓட்ட மண்டலம்

ரத்த ஓட்ட மண்டலம் பறவையின் வளர்சிதை மாற்றத்திற்கு ஏற்றாற்போல் அமைந்துள்ளது. ஒரு பறவைக்கு அதிக அளவு வளர்சிதை மாற்றம் நடைபெற வளர்சிதை மாற்றம் நிகழும் இடத்திற்கும் அது நடைபெறுவதற்குத் தேவையான பொருட்களைச் சேகரிக்கும் இடத்திற்கும் இடையே ரத்த ஓட்டம் தொடர்ந்து நடைபெற வேண்டும்.

பாலூட்டிகளைப் போல் பறவைகளும் இரண்டு ரத்த ஓட்ட நிகழ்வைக் கொண்டுள்ளன. இது மட்டுமின்றி நான்கு அறைகள் கொண்ட இதயமும் உள்ளன. உண்மையில் பறவையின் இதயம் பெரிய உறுப்பாகக் காணப்படுகிறது. அதன் மொத்த உடல் எடையில் நான்கு விழுக்காடு எடை கொண்டதாக இதயம் இருக்கிறது. உடல் எடை, இதய எடை விகிதத்தைப் பொறுத்தவரையில், பறவைகளின் இதயம் பாலூட்டிகளைவிட 50 முதல் 100 விழுக்காடு பெரியதாகவும் மிகுந்த திறனையும் கொண்டுள்ளது.

திசுக்களிலிருந்து நுரையீரலுக்கு வலது வெண்டிரிக்கள் மூலம் காற்று நேரடியாக அனுப்பப்படுகிறது. அதுபோலவே ஆக்ஸிஜன் கொண்ட ரத்தம், நுரையீரலில் இருந்து இடது வெண்டிரிக்களை அடைந்து அங்கிருந்து உடலின் வேறு இடங்களுக்கு அனுப்பப்படுகிறது. பறவையின் இதயத்துடிப்பு ஒரு நிமிடத்துக்கு அது ஓய்வாக இருக்கும்போது 150 முதல் 350 என்ற முறையிலும் சராசரியாக 220 துடிப்புகள் உடையதாகவும் இருக்கிறது. இது இடைப்பட்ட அளவு கொண்ட பறவைகளுக்கும் பொருந்தும்.

சிறிய பறவைகளுக்கு ஒரு நிமிடத்துக்கு 1200 துடிப்புகள். ரத்த அழுத்த அளவு அதிகபட்சமாக சில பறவையினங்களில் 300 முதல் 400 பாதரச மி.மீ உள்ளது. இதனால் மாரடைப்பு என்பது பறவைகளில்கூடக் காணப்படுகிறது. வார்பலர் எனும் ஓர் இனப்பறவை தன் இணையுடன் கூடும்போது மாரடைப்பால் இறந்ததாக அதனை ஆய்வு செய்த ஆய்வாளர்கள் கூறியுள்ளனர். சில பறவைகள் இரைதேட நீரினுள் நீந்தும்போது அதற்குத் தேவைப்படும் ஆக்ஸிஜனை அதற்கென்று உள்ள சில திசுக்களில் இருந்தும் நாளமில்லாச் சுரப்பிகளில் இருந்தும் பெற்றுக் கொள்கின்றன.

குளிர் உளைச்சல் (Cold stress)

குளிரால் பாதிக்கப்படும் பறவை முதலில் செய்யும் செயல் நடுங்குதல். அந்நடுக்கத்தின் மூலம் ஆக்ஸிஜனின் தேவையை அதிகரித்து, உடலைச் சிறிது வெப்பப்படுத்திக் கொள்ளும். எவ்வளவு குறைந்த வெப்பநிலையில் முதல் நடுக்கத்தைப் பறவை ஏற்படுத்திக் கொள்கிறதோ அதையே கீழ்மட்ட வெப்பநிலை என்கிறோம். இந்த நடுக்கத்தை இறக்கைத் தசைகள் மூலம் செய்து வெப்பமேற்றுதலை பறவைகள் மேற்கொள்கின்றன.

சில பறவை இனங்களில் இறக்கைத் தசைகளுடன் கால் தசைகளும் இந்நிகழ்வில் இணைந்துகொள்கின்றன. பாலூட்டிகள் இது

போன்ற குளிர் காலங்களில் நடுக்கத்தை மேற்கொள்ளாமலேயே 'பழுப்புநிற அடிபோஸ் திசுக்களின்' மூலமாக வெப்பத்தைப் பெறுகின்றன. அவ்வகை திசுக்கள் பறவைகளிடம் கிடையாது.

மேற்கூறிய முக்கியமான கீழ்மட்ட வெப்பநிலை பெரிய பறவைகளிடம் மிகக் குறைவாகவும் சிறிய பறவைகளிடம் (பாலூட்டிகளில் காணப்படுவது போல்) சற்று உயர்வாகவும் இருக்கின்றன. இதனால் சிறிய பறவைகள் குளிருணர்வு மிக்கனவாக இருக்கின்றன. பறவைகளின் இந்தத் திறன் அவை இருக்கும் இடத்தைப் பொறுத்து மாறுபடுகிறது.

குறிப்பாக, குளிர்ப் பிரதேசங்களில் வாழும் பறவைகள் 9 டிகிரி வெப்பம் குறையும் பொழுதுதான் நடுக்கத்தை உணர்கின்றன. ஆனால் அதே அளவுள்ள பறவைகள் வெப்பப் பிரதேசங்களில் 18 டிகிரி வெப்ப நிலையிலேயே நடுங்குகின்றன.

குளிர்காலத்தில் ஏற்படும் வெப்ப இழப்பைப் பறவைகள் தங்களைச் சுற்றி அருகிலேயே அமைந்திருக்கும் குறுவாழிடம் மூலம் ஈடுசெய்துகொள்கின்றன. வெப்பம் அதிகமுள்ள பொந்துகள், அடர்த்தி நிறைந்த மரங்கள் போன்றவற்றில் இரவில் தங்குவதன் மூலம் பறவைகள் தம் உடலுக்குப் போதுமான வெப்பநிலையைத் தக்கவைத்துக் கொள்கின்றன.

பறவைகள் பனிக்கட்டிகளுக்கிடையே பொந்தினை ஏற்படுத்திக் கொண்டு குளிரிலிருந்து தங்களைக் காத்துக்கொள்கின்றன. இதன் உச்சகட்டமாக 'நத்தாட்ச்' எனும் பறவை இனம் நூற்றுக்கணக்கில் ஒரு குளிர்கால இரவில் மூச்சு முட்டுமளவு ஒரு பைன் மரத்தில் தங்கிய உண்மை நிகழ்வும் உண்டு. புறாக்கள் இது போன்ற குளிர் நாட்களில் ஒன்றின் மீது ஒன்று, இரண்டு அல்லது மூன்று அடுக்குக் கொண்ட பிரமிட் வகை அமைப்பில் அமர்ந்து குளிரைத் தவிர்த்துக் கொள்கின்றன.

பறவைகளின் உடல் வெப்பம் பகலில் சற்று உயர்வடைந்தும் இரவில் சற்றுக் குறைவாகவும் இருப்பதால் (ஏறக்குறைய 2 முதல் 3 டிகிரி) அவற்றின் சக்தி சேமிக்கப்படுகிறது. உடல் வெப்பம் சாதாரண நிலையைவிட கீழிறங்கினால் அதை இறங்கு வெப்பநிலை என்கிறோம். சில நேரங்களில் பறவைகள் இந்த இறங்கு வெப்ப நிலைக்கும் கீழே தன் வெப்பநிலையை வைத்துக்கொள்கின்றன. இதனை Torpor என்கிறோம். இந்நிலையில் பறவைகள் எந்த ஒரு தூண்டலுக்கும் எதிர்வினை செய்ய முடியாது. ஏனென்றால் இது ஒரு மயக்கநிலை அல்லது தூக்கநிலையாகும்.

இம்மயக்க நிலையிலிருந்து விடுபட பறவைகளுக்கு ஒரு மணியிலிருந்து 12 மணிநேரம்கூட ஆகிவிடும். தேன்சிட்டு ஒரு மணி நேரத்திற்குப் பிறகும்; கெஸ்ட்ரல் எனும் கழுகினம் 12 மணி நேரத்திற்குப் பிறகும் விழிக்கின்றன.

அமெரிக்காவிலும் மெக்சிகோவிலும் உள்ள சில பறவைகள் (Poorwill எனும் 'நைட்ஜார்' வகை பறவைகள்) மூன்று மாதம்வரை உறக்க நிலைக்குத் தங்களை உட்படுத்திக் கொள்கின்றன.

வெப்ப உளைச்சல் (Heat stress)

மிகுதியான வெப்பத் தாக்குதல்களிலிருந்து தப்பித்துக்கொள்ள பறவைகள் சில வழிமுறைகளை மேற்கொள்கின்றன.

அதிக வெப்பநிலைச் செயல்களை நிறுத்துவது, நிழல்களில் தஞ்சமடைவது, நீரில் நனைத்துக்கொள்வது அல்லது குளிர்க் காற்றுச் சூழலில் இருப்பது ஆகியவற்றின்மூலம் பறவைகள் வெப்பத்தைத் தவிர்த்துக் கொள்கின்றன.

மேலும் அலகுகளைத் திறந்து வைப்பதன் மூலமாகவும் தொண்டைப் பகுதியில் காணப்படும் ஹையாய்டு தசைகள் அது சார்ந்த எலும்புகள் ஆகியவற்றைத் தொடர்ச்சியாக அசையச் செய்வதன் மூலமாகவும் (வாயின் உட்புறம் உள்ள நீரை ஆவியாக்குதல்) பறவைகள் வெப்பத்தைக் குறைத்துக் கொள்கின்றன.

இத்திறன் கடற்பறவைகளிலும் காணப்படுகிறது. பறவைகளுக்கு வியர்வைச் சுரப்பிகள் இல்லாத காரணத்தால் அவை தமது தோலின் மூலம் நேரடியாக வெப்பத்தை ஆவியாக்குகின்றன.

நீண்ட கால்களுடைய பறவைகள் தங்கள் பாதங்களின் வழியே வெப்பத்தை வெளியேற்றும் திறனைக் கொண்டுள்ளன. இதற்கென சிறப்பு ரத்தக் குழாய்களைப் பாதங்களில் பெற்றிருப்பதால் இவை வெப்பத்தைத் தக்கவைத்துக் கொள்ளவோ வெளியேற்றவோ முடியும்.

நீர்த் தேவை

பறவைகளுக்கு நீர்ச்சத்து இன்றியமையாதது. இயங்குதலினால் இழக்கும் நீரை உடனடியாக அவை மீண்டும் பெறவேண்டி உள்ளது. பறவைகள் நீர்ச்சத்தைத் தான் உண்ணும் உணவு மூலமாகவோ நீரை அருந்துவதன் மூலமாகவோ அல்லது வளர்ச் சிதை மாற்றத்தில் உருவாகும் நீர் மூலமாகவோ பெறுகின்றன.

கழிவு நீக்கம்

பறவைகளின் உடல்களிலிருந்து தேவையற்ற நீர் மற்றும் நைட்ரஜன் கழிவுகள் குடல், சிறுநீரகம் ஆகியவற்றின் மூலம் வெளியேற்றப் படுகின்றன. அது மட்டுமல்லாது சில பறவைகளிடம் உள்ள சுரப்பிகளும் கழிவுகளை வெளியேற்றுகின்றன.

பறவைகளின் சிறுநீரகம் ஒரு தட்டையான அமைப்புடையதாக வயிற்றுக் குழியில் காணப்படுகிறது. இது ஊர்வன மற்றும் பாலூட்டிகளின் சிறுநீர் அமைப்பு மற்றும் செயல்பாட்டில் இருந்து வேறுபடுகிறது.

பறவைகளின் சிறுநீரகத்தில் உருவாக்கப்படும் சிறுநீர், குடல் பகுதியில் உள்ள மலத்துடன் சேர்ந்து அங்குள்ள மிச்ச நீரையும் உறிஞ்சிக்கொண்டு வெளியே வருகிறது. பறவைகளின் கழிவுகள் யூரிக் அமிலமாய் வெள்ளையாய், கடினமானதாய் வெளியேற்றப் படுவது அவை நீரைச் சேமித்து வைக்கும் திறனாலேயே சாத்தியமாகிறது.

கழிவுகளில் 75 முதல் 90% வரை நீராக இருந்தாலும் சில பறவைகளின் கழிவுகளில் உள்ள நீர் 55% இருக்கும். பறவைகள் தங்களின் கழிவை வெளியேற்றும் முன் தங்களின் ரத்தத்தில் இருக்கும் யூரிக் அமிலத்தைவிட 3000 மடங்குக்கும் அதிகமான யூரிக் அமிலத்தை கிளயோகா பகுதியில் சேமித்து வைக்கின்றன.

பாலூட்டிகளில் நீர் சேமிப்பில் முதன்மையான இடத்தைப் பெறும் கங்காரு எலியின் ரத்தத்திலுள்ள நீரைவிட 20 முதல் 30 மடங்கு நீரை அதிகம் சேமிக்கும் திறன் கொண்டதாகப் பறவைகள் விளங்குகின்றன. இது பறவைகளுக்கே உரிய சிறப்பம்சமாகும்.

உப்புச் சுரப்பிகள்

உப்புச் சுரப்பிகள் கண்களுக்கு மேலுள்ள மண்டையோட்டின் குழி போன்ற ஓர் அமைப்பில் உள்ளன. கடற்பறவைகள் கடல் நீரை அருந்தியபின் நீரில் கரைந்துள்ள உப்பினை இந்தச் சுரப்பிகள் மூலம் வெளியேற்றுகின்றன. இச்சுரப்பிகள் உப்பினை உற்பத்தி செய்யவும் உப்பினை வெளியேற்றவும் செய்கின்றன.

இச்சுரப்பிகள் கடற்சார் பறவைகளிடையே நன்கு பரிணமித்துள்ளது. இருப்பினும் பாடும் பறவை இனங்களில் இந்த உப்புச் சுரப்பிகள் காணப்படுவதில்லை.

கால நிர்ணயம்

பறவைகள் தங்களின் செயல்பாடுகளை நீர்த்தேவை, வெப்பத்தேவை, வளர்சிதை மாற்ற அளவுகள் ஆகியவற்றுக்குத் தகுந்தவாறு வைத்துக்கொள்கின்றன. இதற்கு ஏற்ப தன் ஒரு நாள் செயல்பாடுகளைப் பங்கிட்டுக்கொள்கின்றன. குறிப்பாக இன்றைய பொழுதில் எவ்வளவு நேரத்தை எதற்காக நாம் செலவழிக்க வேண்டும் என்ற கால மேலாண்மை அறிவை அவை பெற்றிருக்கின்றன. ஒரு பறவை நடப்பது, பறப்பது, உணவு தேடுவது போன்ற வேலைகளால் இழக்கும் சக்தியை மீண்டும் உணவு மூலம் பெறுகிறது.

➤➤➤

10

பறவையின் உணவூட்டம்

ஒரு பறவையின் அலகு உணவூட்டத்துக்கு ஏற்ற வகையில் பரிணமித்திருக்கிறது. அந்த வகையில் ஓர் அலகின் அளவு, அமைப்பு மற்றும் சக்தி ஆகியவற்றைக் கொண்டு அந்த அலகைக் கொண்டிருக்கும் பறவையின் உணவுப் பழக்கத்தைச் சொல்லி விடமுடியும்.

கழுகுகள், வல்லூறுகள் மற்றும் ஆந்தைகளின் அலகுகள் இறைச்சியைத் தின்பதற்காகக் கூர்மையாக அமைந்துள்ளன. கிழிப்பதற்கும் கொத்தி எடுப்பதற்கும் விதைகளை உடைப்பதற்கும் துளைகளை ஆராய்வதற்கும் வெவ்வேறு வகையான அலகுகளைப் பறவைகள் பெற்றுள்ளன.

பெரும்பாலான பறவைகள் பல்வேறு உணவு வகைகளை உண்ணும் பழக்கத்தைக் கொண்டிருக்கின்றன. பருவ காலத்தில் தங்கள் உணவு வழக்கத்தை மாற்றிக் கொள்ளும் குணமும் அதற்கு இருக்கின்றன. அலகானது மேல் மண்டையோட்டு எலும்புடன் தொடர்புகொண்டு கீழ்த்தாடை மற்றும் மேல்தாடையுடன் அசைந்து செயல்படும் வகையில் அமைந்துள்ளது. பார்க்க மிகத் தடிமனாக இருந்தாலும் அலகின் முன்பாகத்தைச் சிறிது வளைக்கவோ விரிக்கவோ முடியும்.

பிளமிங்கோ அலகுதான் பறவைகளின் அலகுகளிலேயே உணவு உண்ணும் முறையில் சிறப்புத்தன்மை பெற்றதாக விளங்குகிறது. பிளமிங்கோ அலகு ஒரு பெரிய தொட்டி போன்ற அமைப்பையும் உறிஞ்சுவதற்கு ஏற்ற நாக்கையும் கொண்டுள்ளது. நாக்கில் இருக்கும் சிறுசிறு உறிஞ்சிகள், அமைப்பில் மாறுபாட்டைக் கொண்டுள்ளன.

அலகுகள் மற்றும் கால்களின் வெவ்வேறு அமைப்புகள்

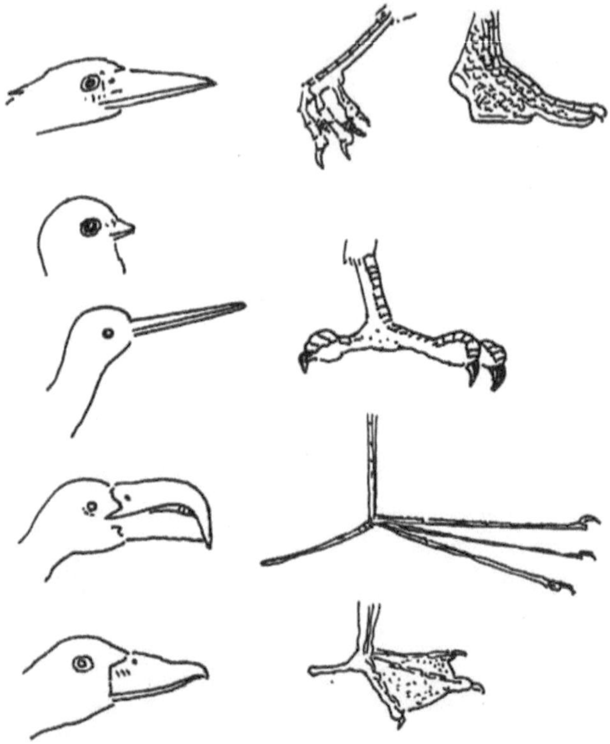

குறிப்பாகச் சில இடங்களில் தடித்துக் கொக்கி போன்றும் சில இடங்களில் வெல்வெட் விரிப்பு போன்று மென்மையாகவும் அமைந்துள்ளன. நீர் கழிவுகளிலிருந்து தேவையான உணவுப் பொருளை மட்டும் பிரித்துச் சாப்பிடும் தன்மையையும் கொண்டிருக்கிறது. இத்தகைய வடிகட்டும் அமைப்பு பிளமிங்கோவின் உணவைத் தீர்மானிக்கும் தன்மையைக் கொண்டிருக்கிறது. அளவில் சிறியதாகவும் பெரியதாகவும் இருக்கின்ற இரு வகையான பிளமிங்கோக்களும் தங்களின் வடிகட்டும் திறமையில் வேறுபட்டிருப்பதால் எளிதில் தங்களுக்கு இடையிலான போட்டியைத் தவிர்த்துவிடுகின்றன.

சில பறவைகள் விதைகளை (கொட்டைகளை) முழுவதுமாக விழுங்கி கிஸார்டுகளால் அரைக்கும் தன்மையைக் கொண்டுள்ளன. சில பறவைகள் விதைகளை உடைத்து அதில் உள்ள பருப்பை

உண்கின்றன. உடைத்துத் தின்னும் பறவைகளின் அலகுகள் பாக்கு உடைக்கும் கருவியைப் போல் அழகாக இருக்கின்றன.

பூவிலுள்ள தேனை உறிஞ்சும் பாடும்பறவை மற்றும் தேன்சிட்டு போன்றவற்றின் அலகுகள் குழல் போன்று அமைந்து தேனை உறிஞ்சும் வகையில் உள்ளன. பூக்களின் அமைப்பிற்கேற்ப இப்பறவைகளின் நாக்கும் வடிவமைக்கப்பட்டு இருக்கிறது.

செரிமான மண்டலம்

பறவைகளுக்குப் பற்கள் இல்லாததால் அவற்றின் செரிமான மண்டலம் மிகச் சிறப்பாக அமைந்துள்ளது. பற்களின் வேலையான அரைத்தலை ஈடுகட்டும் வகையில் செரிமான மண்டலம் அமைந்துள்ளது. அதன் முக்கியப் பகுதிகள் வாய்க்குழி, உணவை அரைக்க உதவும் கிராப் எனும் பகுதி, ஈரறை வயிறு, ஈரல், குடல் மற்றும் மலவாய்.

பல் இல்லாத காரணத்தால் உணவை முழுவதுமாகப் பறவைகள் விழுங்கிவிடுகின்றன. பல்லில்லாத் தன்மையானது ஓர் எடைக் குறைப்புக்கு உண்டான அமைப்பாக உள்ளது. ஏனெனில் பல்லைத் தாங்குவதற்குப் பலம் வாய்ந்த பெரிய தாடை எலும்பு தேவை. அது எடையை அதிகரிக்கும் தன்மை உடையது.

வாய்ப்பகுதியானது சுவை உணரும் பகுதிகள், உமிழ்நீர்ச் சுரப்பிகள், நாக்குப் போன்றவற்றை உள்ளடக்கியுள்ளது. சுவை உணர்விகள் மேலண்ணத்தில் காணப்படுகின்றன. இந்தச் சுவை உணர்வி உணவைத் தேர்ந்தெடுக்க உதவுகிறது. மேலும் இப்பகுதியில் மூன்றுவிதமான பெரிய உமிழ்நீர் சுரப்பிகளும் சில சிறிய உமிழ்நீர் சுரப்பிகளும் காணப்படுகின்றன. இவை உணவை எளிதாக உணவுக் குழலுக்குச் செலுத்தும் ஓர் உராய்வு நீக்கியாகப் பயன்படுகின்றன.

சில பறவைகளில் இந்த உமிழ்நீர், பூச்சிகளைப் பிடிக்கும் வகையில் பசை போன்றும் (மரங்கொத்திகளில்), உணவைக் கூழாக்கவும் கூடுகட்டுவதற்கும் உதவுகிறது. சில பறவைகள் உமிழ்நீரை மண்ணுடன் கலந்து கூடு கட்டுகின்றன.

பறவைகளின் நாக்கு முழுவதுமாகச் சதைகளால் ஆக்கப்பட்டதாக இல்லாமல் எலும்புகளில் இருந்து நீள்வதுபோல் அமைந்துள்ளது. இதனை ஹையாய்டு நீட்சி என அழைக்கிறார்கள். தேன்சிட்டு மற்றும் மரங்கொத்திகளுக்கு நாக்கு வித்தியாசமாக நீண்டு வளைந்து மண்டையின் மேல் பகுதியில் உள்ளது.

பறவையின் செரிமான மண்டலம்

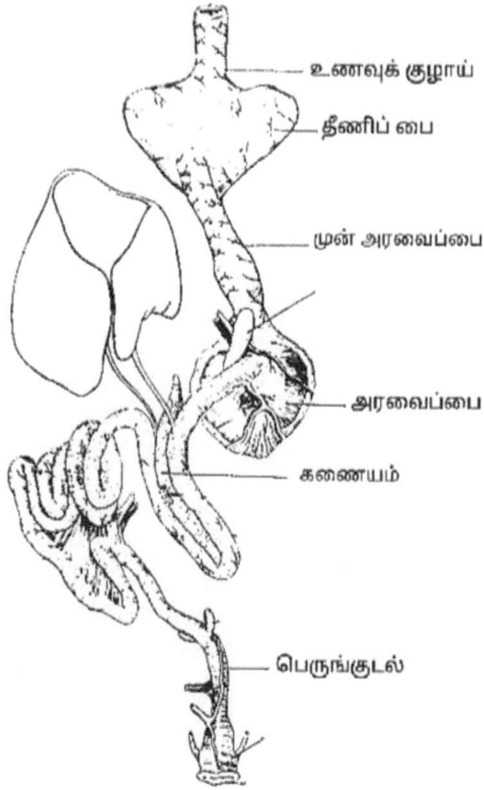

வாய்க்குழலை அடுத்துள்ள உணவுக் குழலானது விழுங்கப்படும் உணவைத் தடையின்றி கீழ்ச் செலுத்தும் வகையில் விரியும் தன்மையுடன் உள்ளது. புறாக்களில் பால் உருவாகும் இடமாகவும் இது உள்ளது. இந்த உணவுக்குழல் உப்பி, இனக்கவர்ச்சிக்கு உதவும் உறுப்பாகவும் மாறுகிறது. கிராப் எனும் உறுப்பில் உணவுகளைச் சேர்த்துவைக்கவும், உணவு தடையின்றி கீழே செல்லுமாறு ஒழுங்குபடுத்தவும் உணவுக்குழல் உதவுகிறது. இவ்வுறுப்பு, பறவைகளுக்கிடையே வேறுபட்ட அமைப்பில் காணப்படுகிறது.

பறவைகள் ஈரறைகள் கொண்ட வயிற்றைக் கொண்டுள்ளன. மேல்புற வயிறு சுரப்பிகள் நிரம்பியதாகவும், அடிப்புற வயிறு தசைகளால் ஆனதாகவும் உள்ளன. இந்த மேற்புற வயிற்றுக்குழல் மீன்களை உணவாய் உண்ணும் பறவைகளிடத்தில் நன்கு வளர்ந்து காணப்படுகிறது. இதில் சுரக்கும் அமிலங்கள் உணவைச்

செரிக்கவைக்க உதவுகின்றன. பெப்டிக் நொதி, எலும்புகளை இரண்டு நாட்களில் செரிக்கக்கூடியதாக மாற்றிவிடுகின்றது.

சில பறவை இனத்தில் உள்ள நொதி ஒரு முழு எலியையும் மூன்று மணி நேரத்தில் செரிக்கச் செய்துவிடும். சில பறவைகள் செரித்தலின் போது உருவாகும் சில எண்ணெய்ப் பொருட்களைச் சேமித்து வைத்துப் பிறகு அதனையே தன் குஞ்சுகளுக்கு உமிழ்ந்து உணவாகக் கொடுக்கும்.

அடுத்துள்ள கிஸார்டு எனும் அமைப்பு பாலூட்டிகளிடத்தில் உள்ள கடைவாய்ப் பற்கள் செய்யும் வேலையைச் செய்கின்றது. இதிலுள்ள வலிமை மிக்க வரித்தசைகள் அரைக்கவும் உதவுகின்றன. கிரீப் எனும் பறவை தன்னுடைய இறக்கையை உண்ணும் பழக்கத்தைக் கொண்டுள்ளது. இறக்கை குடற்பகுதியில் சேமிக்கப்பட்டு உணவில் முள் போன்ற பொருட்கள் வருவதைத் தடுக்கிறது.

கிஸார்டில் கற்களும் சேமித்து வைக்கப்படுகின்றன. சில பறவைகளிடம் 2.3 கிலோ கிராம்வரைகூடக் கற்கள் இருப்பது கண்டறியப்பட்டுள்ளது. மென்மையான உணவுகளை உட்கொள்ளும் பழக்கமுடைய பறவைகளில் கிஸார்டு அவ்வளவு தசைப்பிடிப்பாய் இருப்பதில்லை. சில பறவைகளில் இந்தக் கிஸார்டு அமைப்பானது பருவகாலத்திற்கு ஏற்ப மாறும்.

பறவைகளின் குடல், அவற்றின் உடல் நீளத்தைவிட 8.6 மடங்கு நீளமுடையது. இருப்பினும் இது பறவைகளிடையே 3 மடங்கில் இருந்து (ஸ்விட்) 20 மடங்கு வரை (நெருப்புக்கோழி) வேறுபாட்டோடு காணப்படுகிறது. சாப்பிட்ட உணவு பழமாயிருக்கும் பட்சத்தில் அது அரைமணிக்குள்ளாகவே அனைத்து மாற்றத்திற்கும் உட்பட்டு வாய்க்குழியிலிருந்து மலவாய்க்குத் தள்ளப்படுகிறது. கடின உணவாக இருப்பின் இந்தச் செயல்முறை நடக்க அரை நாளுக்கு மேல் ஆகும். பறவைகள் தேன் போன்ற உணவை உட்கொள்ளும்போது அவற்றிலிருந்து 97 முதல் 99 சதவீதத்தைச் சக்தியாக எடுத்துக் கொள்கின்றன. இதே போன்று தாவர உணவை உண்ணும் பறவைகள் 60 முதல் 70 சதவிகித சக்தியை இளம் தளிர்களிடம் இருந்து பெறுகின்றன.

மெழுகு எளிதில் செரிமானமாகாத ஒரு பொருளாகும். ஆனால் பெரிய பறவைகள் மெழுகை வளர்ச்சிதை மாற்றத்திற்குரிய ஒரு பொருளாகப் பயன்படுத்துகின்றன. ஆனால் மெழுகு எவ்வாறு செரிக்கப்படுகிறது என்பது இன்னும் புதிராகவே இருக்கின்றது. சில தேன்சிட்டுகள் மெழுகினை மட்டுமே தின்கின்றன.

பாலூட்டிகளிடத்தில் கருவிகளைப் பயன்படுத்தும் பழக்கத்தைப் பார்க்கலாம். இப்பழக்கம் பறவைகளில்கூட காணப்படுகிறது. மரங்கொத்திப் பறவைகள் துவாரங்களில் இருக்கும் புழுக்களைச் சிறு குச்சிகளின் உதவிகொண்டு வெளியில் எடுத்து உண்ணும் பழக்கத்தைக் கொண்டுள்ளன.

பிணம் தின்னும் கழுகுகள் சிறு பாறைத்துண்டுகளைக் கொண்டு நெருப்புக்கோழியின் முட்டையை உடைக்கின்றன. சில நாரைகள் உணவுப் பொருட்களை நீரில் போட்டு அதைத் தின்னவரும் மீன்களைப் பிடிக்கும். மீண்டும் அந்த உணவுப்பொருளை எடுத்துக்கொண்டு வேறு இடத்தில் அதைப் போட்டு மீனுக்காகக் காத்திருக்கும்.

அனைத்துத் திறன்களையும் தாய்ப்பறவை தன் குஞ்சுகளுக்கு வெவ்வேறு வகைகளில் கற்றுக் கொடுக்கிறது. ஒவ்வோர் இளம் பறவையும் பெற்றோரிடமிருந்த இரை தேடுவதற்குக் கற்றுக் கொள்கிறது. தன் இரை எது என்பதையும் எதை உண்ணக்கூடாது என்பதையும்கூட அவ்வாறே கற்றுக்கொள்கிறது. இளம் பறவைக்கு வயது ஏற, ஏற கற்றுக்கொள்ளும் திறன் அதிகரிக்கும். சில திறன்கள் அதன் மரபுக்கூறுகளிலேயே (ஜீன்ஸ்) இருப்பதால் கற்கும் போது அத்திறன்களை மெருகேற்றிக் கொள்கின்றது. உணவுத் தேடலோ, உணவு உண்ணும் பழக்கமோ அப்பறவையின் உணவுத் தேவையைச் சார்ந்ததாகும்.

ஒவ்வொரு பறவையும் தன்னிடம் அதிக அளவு சக்தியைக் கொழுப்பாகச் சேமித்து வைக்க முடியாது. அவ்வாறு செய்தால் அது எடையை அதிகரித்துவிடும். பறப்பதற்குத் தடையாகிவிடும். ஆகவே ஒரு குறிப்பிட்ட அளவு மட்டுமே கொழுப்பைச் சேமித்து வைத்துக் கொள்கிறது. இருப்பினும் பல பறவைகள் தாங்கள் புலம் பெயர் வதற்கும் உணவு கிடைக்காத காலத்தைக் கடக்கவும் சக்தியைச் சேமித்து வைக்கும் பழக்கத்தைக் கொண்டிருப்பதை மறுக்க முடியாது. பறவைகள் உணவைச் சக்தியாகத் தங்கள் உடலில் சேமிப்பது ஒருபுறம் இருக்க, உணவை வெளியில் சேமித்து வைக்கும் பழக்கமும் இருக்கிறது. மரங்கொத்தி பறவை எதிர்காலத்திற்காக உணவைச் சேமிக்கும் பழக்கத்தைக் கொண்டிருக்கிறது. ஸ்ரைக் வகை இனப் பறவைகள் உணவை முட்களில் கழுவேற்றி, தேவைப் படும்போது உட்கொள்ளும் பழக்கத்தைக் கொண்டுள்ளன.

➤➤➤

11

மூளையும் உணர்வுகளும்

மனிதர்கள் உலகத்தைப் பார்ப்பது போலத்தான் பறவைகளும் உலகத்தைப் பார்த்து உணரமுடியும் என்ற கருத்து இன்று மாறிவிட்டது. ஏனென்றால் இவ்வுலகத்தைப் பறவைகள் நம்மிலும் வேறுவிதமாகப் பார்க்க வாய்ப்புண்டு என்பதற்குச் சான்றுகள் இருப்பதாக ஆய்வாளர்கள் கருதுகின்றனர். அதற்குப் பறவைகளின் நிறம் அறியும் திறன், புற ஊதாக் கதிர் வரை நெருங்கும் பார்வைத்திறன், மனிதர்களைவிட நுட்பமான ஒலியைக் கேட்கும் திறன் ஆகியவற்றைக் காரணம் காட்டுகின்றனர்.

பறவைகள், தமது மூளையின் உள்ளே வரும் சமிக்ஞைகளைத் தங்களின் பழைய அனுபவங்களுடன் ஒருங்கிணைத்து, அவற்றை வழிப்படுத்தி கட்டளைகளை உடலெங்கும் அனுப்புகின்றன. பறவையின் மூளை மூன்று பகுதிகளைக் கொண்டது. முன் மூளை மிக நுண்ணியதாகவும் கடினமானதாகவும் உள்ளது. இது பாரம்பரியப் பழக்கங்கள், கட்டளைகள், உணர்வு ஒருங்கிணைப்பு, கற்ற அறிவு ஆகியவற்றிற்குப் பொறுப்பாக உள்ளது.

நடு மூளையானது பார்வை, தசை ஒருங்கிணைப்பு மற்றும் நிலைநிறுத்தம், உடற்செயலியல் முறைப்படுத்தல், நரம்பு சம்பந்தப்பட்ட ஹார்மோன் சுரப்பு, காலம்சார் இனப்பெருக்க முறைப்பாடு ஆகிய பணிகளுக்குப் பொறுப்பாக இருக்கிறது. பின் மூளையானது தண்டுவடம் மற்றும் வெளி நரம்பு மண்டலத்தை மூளையின் முக்கியக் கட்டுப்பாட்டுக் களத்துடன் இணைக்கும் இடமாக உள்ளது.

பார்வை மற்றும் நுகர்வுக்கான நரம்புகளைத் தவிர மற்ற நரம்புகள் அனைத்தும் இந்த நடு மூளை வழியாக மூளையை அடைகின்றன. இதில் உள்ள முன் மூளை, நடு மூளை இரண்டும் ஊர்வனவற்றில் இருப்பதைவிடப் பறவைகளிடத்தில் நன்கு வளர்ச்சி அடைந்து காணப்படுகின்றன. இருப்பினும் பறவையின் மூளையும் பாலூட்டியின் மூளையும் வேறுபட்டு இருப்பதைச்சுட்ட வேண்டும்.

பறவை மூளையின் குறுக்குவெட்டுத் தோற்றத்தில் மூன்று அடுக்குகள் சற்றுத் தெளிவாகத் தெரியும். அவ்வடுக்குகளில் அவை 'செரிபிரல் கார்டெக்ஸ்' எனவும் அதன்கீழே உள்ள பகுதி ஹைப்பர்ஸரையேட்டம் என்றும் அடியில் உள்ள பகுதி நியோஸ்ட்ரையேட்டம் என்றும் அழைக்கப்படுகின்றன. இந்தக் கடைசி இரு அடுக்குகளையும் சேர்த்து கார்பஸ் ஸ்ட்ரையேட்டம் என்று அழைக்கிறோம்.

இந்தக் கார்பஸ் ஸ்ட்ரையேட்டமே முன் மூளையின் பெரும்பகுதியாய் இருக்கிறது. மிக நுண்ணியதாகப் பிரித்து எடுத்தால் மேலும் இரண்டு அடுக்குகளான ஆர்க்ஸ்ரையேட்டம் மற்றும் பாலியோஸரையேட்டம் அதில் இருப்பது தெரியும்; கார்பஸ் ஸ்ட்ரையேட்டத்தின் பகுதிகள்தான் உண்பது, கண் அசைவு, இனப்பெருக்கத்திற்கு தேவையான சில சிக்கலான உள்ளுணர்வுப் பழக்கங்களாக உள்ள கூடுகட்டுதல், இனக்கூடல், அடைகாத்தல், குஞ்சுகளைப் பேணுதல் போன்ற பணிகளைக் கட்டுப் படுத்துகின்றது.

பொதுவாக, இடது மூளை உடலின் சிக்கலான ஒருங்கிணைப்பைக் கற்றறியும் முறையைக் கட்டுப்படுத்துவதாகவும், தாக்கும் பழக்கம் மற்றும் இனப்பெருக்க பழக்கத்தைக் கட்டுப்படுத்துகின்ற சக்தியைக் கொண்டும் இருக்கிறது. வலது மூளை சுற்றுப்புறத்தைக் கண்காணித்து அதற்கேற்ப மேற்கொள்ள வேண்டிய செயல் பாட்டிற்கான தூண்டலை இடது மூளையின் உதவியுடன் செய்கிறது.

பறவைகளின் அறிவு, பாலூட்டிகளிலிருந்து வேறுபட்டுப் பரிணமித்துள்ளது. இவ்வேறுபாடுகளில் ஒன்றாக முன் மூளையில் இருக்கும் செரிபரல் கார்டெக்ஸைக் கூறலாம். செரிபரல் கார்டெக்ஸ் என்பது கார்பஸ் ஸ்ரையேட்டத்தின் மேல்புறத்தில் பெரிதாக வளர்ந்து நன்கு ஆழமான வெடிப்புகளுடன் மனிதனிடத்திலும் குரங்கினத்திலும் காணப்படுகிறது. செரிபரல் கார்டெக்ஸ் பறவைகளின் அறிவுக்கான ஒரு காரணியாக இருப்பதில்லை.

ஏனெனில் செரிபரல் கார்டெக்ஸ் நீக்கப்பட்ட ஒரு பறவை ஆராய்ச்சியில் அப்பறவையின் அறிவுசார் செயல்களில் எந்த மாற்றமும் காணப்படவில்லை. இப்பகுதி இல்லாமலேயே அப்பறவை இனவிருத்தி செய்து இளம் உயிரியைப் பேணி காக்கவும் செய்தது. ஆனால் அதில் உள்ள ஹைபர்ஸ்ரையேட்டம் மிக முக்கியமானது. அதுவே பறவைகளுக்கு அறிவுசார் செயல்களில் திறன் அளிப்பதாக இருக்கிறது.

இரு கண்சார் குமிழ்கள் (Optic Lobes) பறவையின் நடு மூளையில் சற்றுப் பெரிய அளவில் அமைந்துள்ளன. பெரிய கண்களும் இந்தக் குமிழ்களும் மூளையின் பிற பகுதிகளை மண்டை ஓட்டின் வாய்ப்புறத்திலிருந்தும் பக்கவாட்டிலிருந்தும் இடம்மாற்றி அமைத்துள்ளன.

பறவைகளுக்கே உரித்தான குரல்வளம் அதன் தொண்டைக் குழலில் காணப்படும் சிரிங்ஸ் (Syrinx) எனும் உறுப்புக்கும் மூளைக்கும் இடையே ஏற்படும் ஓர் ஒருங்கிணைப்புச் செயல்மூலம் அமைகிறது. முன் மூளையில் இருந்து புறப்படும் நரம்புத் துடிப்புகள் ஸ்ரிங்சைச் சார்ந்த தசைகளைச் சென்றடைகின்றன. அதன்மூலம் பல்வேறு விதமான குரல் ஒலிகளைப் பறவைகள் எழுப்புகின்றன. இக்குரல் ஒலிகள் அனைத்தும் நடு மூளையின் தூண்டலால் வெளிப்படுகிறது.

பொதுவாக இடது மூளையானது பறவையின் குரலைக் கட்டுப் படுத்துகிறது. இம்மூளை செயல்படாதபோது வலது மூளை அச்செயலை ஏற்றுக்கொள்கிறது. இக்குரல் வளத்தில் ஹார்மோன்களின் பங்கும் இன்றியமையாதது. பறவைகளிடம் காணப்படும் ஒரு சிறப்பம்சம் என்னவெனில் பழைய நியூரான் களுக்குப் பதிலாகப் புதிய நியூரான்களை உருவாக்கும் திறனைக் கூறலாம். இதனை ஆராய்ந்தால் நோய்களால் சிதைக்கப்படும் நியூரான்களைப் புதுப்பிக்க மனித மருத்துவத்தில் வழி கிடைக்கும். இந்தப் புதுப்பித்தலுக்குத் தேவையான புரதம் நியூரோலுகின் (Neuroleukin) ஆகும்.

மற்றொரு சிறப்பம்சம் ஹிப்போகாம்பல் காம்ப்ளக்ஸ் (Hippocampal Complex) ஆகும். இது முன் மூளையின் நடுப்பகுதிக்கு அருகில் உள்ளது. இது பறவைகளிலும் பாலூட்டிகளிலும் ஒரே மாதிரியான வேலையைத்தான் செய்கிறது. இடங்களைப் பற்றிய நினைவுகளை நினைவில் நிறுத்தப் பறவைகளுக்கு உதவுகிறது. பறவைகள் போன்று இடம்பெயரும் உயிரினங்களுக்கு மீண்டும் தங்கள்

உணவுதேடும் இடங்களையோ கூடுகட்டும் இடங்களையோ கண்டறிய இது உதவுகிறது.

பாதிக்கப்பட்ட பறவைகள் தங்கள் வழியைக் கண்டறிவதில் சிரமம் அடைவதை ஆய்வில் கண்டுபிடித்துள்ளனர். இடங்களைப் பற்றிய நினைவு சில பறவைகளிடம் வியப்பூட்டுவதாக இருக்கிறது. சில பறவைகள் எதிர்காலத் தேவைக்காக உணவுகளை வெவ்வேறு இடங்களில் சேமித்து (மறைத்து) வைக்கும் பழக்கத்தைக் கொண்டுள்ளன. அது போன்று எட்டு மாதம் கழித்து உணவு சேமித்துவைக்கப்பட்ட (மறைத்து வைக்கப்பட்ட) சுமார் 200க்கும் மேற்பட்ட இடங்களைச் சரியாக அடையாளம் காணும் பறவைகளும் உண்டு. இதற்காகப் பறவைகள் அவ்விடங்களைப் பற்றிய சிறு குறிப்புகளை வைத்துக் கொள்கின்றன என்று ஆய்வாளர்கள் கருதுகின்றனர்.

•

பறவையின் மற்றொரு உணர்சக்தியாகப் பார்வை விளங்குகிறது. தேடவும், கண்டறியவும், எதிரிகளிடமிருந்து காத்துக் கொள்ளவும், இனத்தை அடையாளம் காணவும் எனப் பல்வேறு செயல்களுக்குப் பார்வைத்திறன் இன்றியமையாததாக உள்ளது. புறாக்கள், கழுகு இனங்கள் ஆகியன மனிதனின் பார்வைத்திறனை விட 2.5 அல்லது 3 மடங்கு மிகுதியான பார்வைச் சக்தியைக் கொண்டுள்ளன.

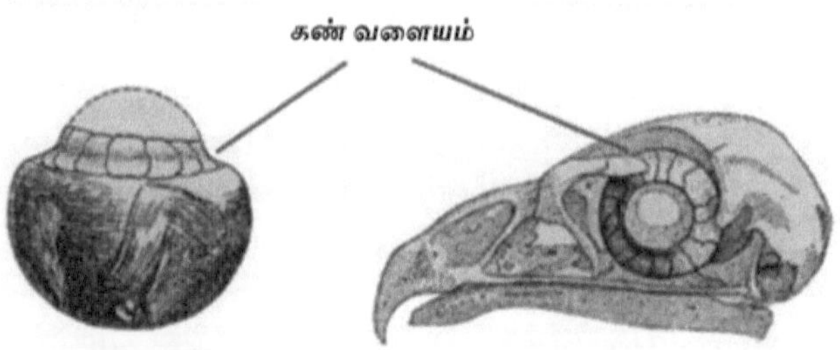

கண்விழி
(அல்பட்ட்ராஸ்)

மண்டை ஓடு
(பருந்து)

பறவையின் கண்கள் சற்று பெரிதாகவே இருக்கின்றன. ஐரோப்பிய ஸ்டார்லிங் பறவையின் கண் அதன் தலையில் 15 சதவிகித பரப்பை ஆக்கிரமித்துள்ளது. பாலூட்டிகளில் காணப்படும் வட்ட வடிவக் கண்கள் போலன்றி பறவைகளின் கண்கள் பல வடிவங்களில் காணப்படுகின்றன. வட்டவடிவிலும், தட்டையாகவும் மற்றும் குழல் போன்றும் பறவையின் கண்கள் அமைந்துள்ளன.

பறவைகளுக்கு இயற்கையாகப் பக்கவாட்டில் கண்கள் உள்ளதால் அவற்றால் முன்புறமாகப் பார்ப்பதைவிட பக்கவாட்டில்தான் நன்றாகப் பார்க்கமுடியும்.

கண்ணின் குறுக்குவெட்டுத் தோற்றத்தின் முற்பகுதி சிறிய கார்னியா மற்றும் லென்ஸ் அடங்கியதாகவும், பெரியதாக உள்ள பிற்பகுதி கண்ணின் உடலாகவும் உள்ளது. இந்த இரு பகுதிகளும் 'ஸ்கிளிரல்' எனும் வளையத்தால் பிரிக்கப்படுகிறது. இவ்வளையம் 12இல் இருந்து 15 வரை சிறிய எலும்புகளால் (ஆசிக்ள்ஸ்) ஆனது. இரு கிராம்ப்டன்ஸ் மற்றும் புருக்கிஸ் வரித்தசைகள் இவ்வெலும்புகளுடன் இணைக்கப்பட்டுப் பொருட்களைத் தெளிவாக்கிப் பார்க்க (ஃபோகஸ்) உதவுகின்றன. என்ன பயன்பாட்டிற்காக உள்ளது என்று அறியப்படாத பெக்டன் எனும் தெளிவாகக் காணக்கூடிய ஓர் உறுப்பும் கண் நரம்பிற்கு அருகில் உள்ளது.

ஒரு பொருளைப் பறவைகள் தெளிவாகப் பார்க்கும்போது கார்னியாவும் லென்சும் தங்களின் அமைப்பை மாற்றிக் கொள்கின்றன. ஆனால் பாலூட்டிகளில் லென்சு மட்டுமே தன் அமைப்பை மாற்றிக்கொள்ளும். கிராம்டன் தசை சுருங்கி கார்னியாவின் வளைவைப் பெரிதாக்க உதவுகிறது. அதனால் கார்னியாவின் ஒளிப்பாதை வளைவு (Reflection Index) அதிகரிக்கும். கார்னியாவின் அமைப்பு மாறும் போது நீரில் பெரிய விளைவு எதுவும் ஏற்படுவதில்லை. ஏனெனில் நீரில் ஒளிப்பாதை வளைவும் கார்னியா ஒளிப்பாதையும் ஒன்றாகிவிடுகிறது. இதனால் நீரில் மூழ்கி இரைதேடும் பறவைகளில் கிராம்டன் தசைகள் வலிமைகுன்றி காணப்படுகிறது. இதனைச் சமன்செய்வதற்குப் புருக்கி (Brucke's Muscle) தசைகள் நல்ல வலிமையுடன் லென்சின் வடிவத்தைக் கட்டுப்படுத்துகிறது. இதனால் பறவைகள் நீரில் மூழ்கும் முன்பே தங்களின் உணவை நன்றாகப் பார்வையில் தெளிவாக்கிக்கொள்ள முடிகிறது.

பறவைகளின் லென்சு வடிவம் வெவ்வேறு அமைப்பில் காணப் படுகிறது. கொண்டைலாத்தி போன்றவற்றில் லென்சு முன்புறம் தட்டையாயும் பின்புறம் நன்கு குவிந்தும் காணப்படும். வாத்து, ஆந்தை போன்றவற்றில் இருபுறமும் குவிந்த லென்சும், கழுகு இனங்களில் முன்புறத்தைவிட பின்புறம் நன்கு குவிந்த லென்சும் இருக்கும். இந்த வேறுபாட்டினால் உண்டாகும் பயன் பற்றி முழுமையாக இன்றுவரை அறியப்படவில்லை. விழியின் நடுவில் காணப்படும் பியூப்பிள் பொதுவாக வட்டவடிவில் இருக்கிறது.

ஆனால் இது ஸ்கிம்மர் எனும் பறவையில் வெளிச்சத்தில் பூனையின் கண்ணில் காணப்படுவது போன்று ஒரு கோடு போலவும் வெளிச்சம் குறைய அது வட்ட வடிவமாயும் தோன்றுகிறது.

பறவைகளில் உள்ள ஐரிஸ் என்பது பழுப்பு நிறத்தில் இருந்து சிகப்பு, மஞ்சள், பச்சை எனப் பல நிறங்களில் காணப்படுகின்றது. இதுவே பறவைகளை அடையாளம் காண உதவுகிறது. இரவில் சில பறவைகளின் கண்கள் சிகப்பு வண்ணத்தில் ஒளிரும் தன்மையைக் கொண்டுள்ளன. இது ஐரிசின் நிறத்தால் வருவதல்ல. அது டேப்டம் (Tapetum) எனும் ஒரு சவ்வினால் ரெட்டினாவின் மேற்புறத்தில் உள்ள நிறமிகள் மூலம் தோன்றுகிறது. இது கிவி, சில வகைநாரைகள், நைட்ஜார், ஆந்தை மற்றும் பல இரவுசார் பறவைகளிலும் காணப்படுகிறது.

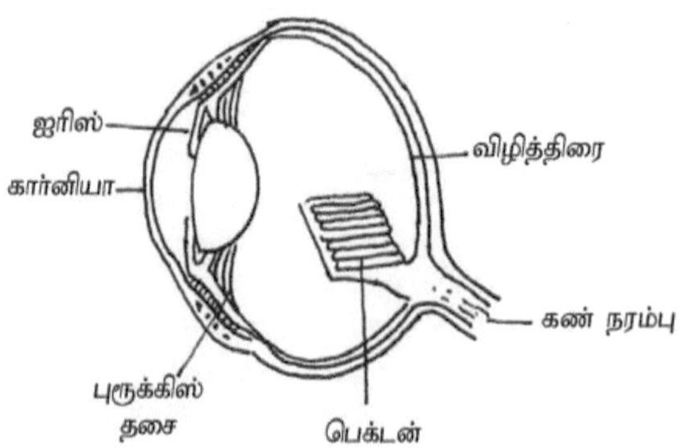

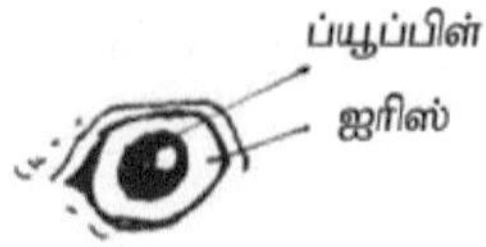

ரெட்டினாவும் அதன் ஒளிசார் உணர்விகளும் பறவைகளுக்கு நன்கு பார்க்கும் திறனைக் கொடுத்துள்ளன. ரெட்டினாவில் அதிக அளவில் காணப்படும் கூம்புசெல்கள் (Cone cells) ஒரு தெளிவான படத்தைப் பறவைகளுக்கு அளிக்கின்றன. இந்தக் கூம்புகளின் எண்ணிக்கை ஒரு மி.மீ-க்கு 4 லட்சத்தில் இருந்து ஒரு மில்லியன் வரை உள்ளது. அந்தக் கூம்புகள் மனிதனிடத்தில் வெறும் இரண்டு லட்சம் மட்டுமே உள்ளன. போவியா (Fovea) எனும் ஒரு பகுதி பறவைகளிடத்தில் விழிக்கொன்றாகக் காணப்பட்டாலும் அது கூர்மையான பார்வைக்கு உதவுமா என்பது தெளிவாய் அறியப்படவில்லை.

இது சிறிய அசைவுகளையும் நுணுக்கமாய்க் கண்டறிய உதவும் என்பது மட்டும் அறியப்பட்டுள்ளது. வேகமாகப் பறக்கும் பறவைகள் தங்களுக்கான இரைகள் இருக்கும் தூரத்தைக் கணித்து அதற்குத் தக்கது போல் வேகத்தை அதிகரிக்கவும் போவியா உதவுகிறது.

முன்பே கூறப்பட்ட பெக்டன் என்பது பறவைகளிடத்தில் காணப்படும் மற்றொரு சிறப்பான உறுப்பாகும். இவ்வுறுப்பில் 20 வரையிலான துடுப்புகள் போன்ற மடிப்புகள் காணப்படுகின்றன. இம்மடிப்புகள் இரவுசார் பறவைகளில் குறைவாய் உள்ளன. இது பலமுறை ஆய்விற்கு உட்படுத்தப்பட்ட ஓர் உறுப்பாகும்.

இதுவரை 30க்கும் மேற்பட்ட ஆய்வு முடிவுகள் பெக்டன் இருப்பதற்கான காரணத்தைக் கூறியுள்ளன. ஆனால் இது பற்றி இன்னும் முழுமையான முடிவுகள் கூறப்படவில்லை. சிலர் இது கண்ணின் உட்புற வெப்பநிலையை முறைப்படுத்தும் என்றும், சிலர் ஒளியை மட்டுப்படுத்துகிறது என்றும் கூறுகின்றனர். ஆனால் பெரும்பாலானோர் பெக்டன் என்பது ரெட்டினாவிற்குச் சக்தியையும் ஆக்ஸிஜனையும் அளிப்பதாகக் கூறுகிறார்கள்.

பறவையின் நிறமறியும் திறன் மனிதனைவிடக் கூடுதலானதாகும். முதல் நிலை பாலூட்டிகள் இரவுசார் விலங்குகளாய் இருந்ததால் நிறத்தை அறிவதற்குத் தேவையான ரெட்டினல் எண்ணெய்த் திசுக்களை இழந்திருக்கின்றன. இதனால் ஒரு பொருளைப் பறவைகள் தெளிவாகப் பார்க்கும்போது கார்னியாவும் லென்சும் தங்களின் அமைப்பை மாற்றிக் கொள்கின்றன. ஆனால் பாலூட்டிகளில் லென்சு மட்டுமே தன் அமைப்பை மாற்றிக் கொள்ளும்.

கிராம்டன் தசை சுருங்கி கார்னியாவின் வளைவைப் பெரிதாக்க உதவுகிறது. அதனால் கார்னியாவின் ஒளிப்பாதை வளைவு (Reflection index) அதிகரிக்கும். கார்னியாவின் அமைப்பு மாறும் போது நீரில் பெரிய விளைவு எதுவும் ஏற்படுவதில்லை. ஏனெனில் நீரில் ஒளிப்பாதை வளைவும் கார்னியா ஒளிப்பாதையும் ஒன்றாகி விடுகிறது. இதனால் நீரில் மூழ்கி இரைதேடும் பறவைகளில் கிராம்டன் தசைகள் வலிமைகுன்றி காணப்படுகிறது. இதனைச் சமன்செய்வதற்குப் புருக்கி தசைகள் (Brucke's muscle) நல்ல வலிமையுடன் லென்சின் வடிவத்தைக் கட்டுப்படுத்துகிறது. இதனால் பறவைகள் நீரில் மூழ்கும் முன்பே தங்களின் உணவை நன்றாகப் பார்வையில் தெளிவாக்கிக்கொள்ள முடிகிறது.

பறவைகளின் லென்சு வடிவம் வெவ்வேறு அமைப்பில் காணப்படுகிறது. கொண்டைலாத்தி போன்றவற்றில் லென்சு முன்புறம் தட்டையாகவும் பின்புறம் நன்கு குவிந்தும் காணப்படும். வாத்து, ஆந்தை போன்றவற்றில் இருபுறமும் குவிந்த லென்சும், கழுகு இனங்களில் முன்புறத்தைவிட பின்புறம் நன்கு குவிந்த லென்சும் இருக்கும்.

இந்த வேறுபாட்டினால் உண்டாகும் பயன்பற்றி முழுமையாக இன்றுவரை அறியப்படவில்லை. விழியின் நடுவில் காணப்படும் பியூப்பிள் பொதுவாக வட்டவடிவில் இருக்கிறது. ஆனால் இது ஸ்கிம்மர் எனும் பறவையில், வெளிச்சத்தில் பூனையின் கண்ணில் காணப்படுவது போன்று ஒரு கோடு போலவும், வெளிச்சம் குறைய அது வட்ட வடிவமாயும் தோன்றுகிறது.

பறவைகளில் உள்ள ஐரிஸ் என்பது பழுப்பு நிறத்தில் இருந்து சிகப்பு, மஞ்சள், பச்சை எனப் பல நிறங்களில் காணப்படுகின்றது. இதுவே பறவைகளை அடையாளம் காண உதவுகிறது. இரவில் சில பறவைகளின் கண்கள் சிகப்பு வண்ணத்தில் ஒளிரும் தன்மையைக் கொண்டுள்ளன. இது ஐரிசின் நிறத்தால் ரெட்டினல் எண்ணெய்த் திசுக்கள் மீண்டும் பாலூட்டிகளில் பரிணமிக்கவில்லை.

அதற்குப் பதிலாக மனிதனும் குரங்கினமும் நிறம் அறிவதற்கான இந்த ரெட்டினல் எண்ணெய்த் திசுக்கள் இல்லாமலேயே வேறொரு வகையில் நிறம் அறிவதற்கான திறனைப் பெற்றுள்ளனர். இன்று பறவைகளிடம் இருக்கும் கோன்களின் எண்ணிக்கையின் அடர்த்தி, ஆழமான ஃபோவியா, புற ஊதாக் கதிருக்கு அருகில்வரை அறியும் உணர்விகள், நிற எண்ணெய்த் திவளைகள் ஆகிய அனைத்தும் சேர்ந்து எல்லா உயிரினத்தின் பார்வைத் திறனைவிடப் பறவைகளின் பார்வைத் திறனை உயர்த்திக் காட்டுகின்றன.

பார்வை நிறமிகளை அதிகம் கொண்ட கூம்பு உணர்விகள் இருப்பதால் பகலில் தேர்ந்த பார்வைத் திறனுடன் பறவைகள் இருக்கின்றன. அதற்கு நேர்மாறாக இரவுசார் பறவைகளில் ஒன்றான ஆந்தைக்கு அதிக அளவு தடிசெல்களே (Rod cells) நிரம்பியுள்ளன. தடிசெல்கள் அதிக அளவு நிழல் வெளிச்சத் தோற்றத்திற்கு முக்கியமானதாய் இருக்கின்றன.

நிறம் அறியும் பார்வைத்திறன் என்பது பார்வை நிறமிகளால் கொடுக்கப்படுவது ஆகும். இப்பார்வை நிறமிகள் ஒளியின் மின்காந்த சக்தியை நரம்புசார் சக்தியாக மாற்றுவதால் ஏற்படுகின்றன.

கரோடினாய்டு நிறமிகள் சிகப்பு நிறத்தைக் கொடுத்தாலும் வடிகட்டிகளாய் எண்ணெய்த் திவளையில் செயல்பட்டாலும் நிற உருவாக்கத்தில் அதற்குள்ள பங்கைத் தெளிவாக அறியமுடிய வில்லை.

மஞ்சள் எண்ணெய்த் திவளைகள் நீலநிறப் பின்புலத்தில் தோன்றும் தோற்றங்களின் வெளிச்சத்தைக் கூடுதலாக்கி நீலநிறத்தைக் குறைத்துத் தோற்றத்தைத் தெளிவாக்கிப் பார்க்க உதவுகிறது. இதைப்போல் சிகப்பு எண்ணெய்த் திவளைகள் பச்சைப் பின்புலம் கொண்ட தோற்றத்தில் பச்சை நிறத்தை மங்கலாக்கி தோற்றத்தின் வெளிச்சத்தைக் கூடுதலாக்கி தோற்றத்தைத் தெளிவாகப் பார்க்க உதவுகிறது. மஞ்சள் நிற எண்ணெய்த் திவளை ரெட்டினாவின் கீழ் மையத்திலும் சிகப்பு நிற எண்ணெய்த்திவளை ரெட்டினாவின் மேல் பகுதியிலும் காணப்படுகின்றன.

➤➤➤

12

ஒலி, சுவை, வண்ணம், பண்பு

ஒலிகள் பறவைகளுக்குத் தேவையான செய்திகளைத் தருகின்றன. தங்கள் இருப்பிடங்களைப் பாதுகாக்க, துணையைத் தேடி அறிந்துகொள்ள, இரையைக் கண்டறிய, எதிரிகளிடமிருந்து பாதுகாத்துக்கொள்ள, பயணவழியைத் தேட என்று அனைத்துக்கும் பறவைகளுக்குக் கேட்கும் திறன் இன்றியமையாததாக இருக்கிறது. பறவைகளின் ஒலி அறிவியல் பற்றிய படிப்பு, சற்றுப் பின்தங்கியே உள்ளது.

பறவைகளின் காதை வெளிக்காது, நடுக்காது, உட்காது என மூன்று பிரிவுகளாக நம்முடைய வசதிக்காகப் பிரித்துக் கொள்ளலாம். இவற்றில் முதல் இரண்டு காதுகளும் ஒலி அலைகளைத் திரவம் நிரம்பிய சுருண்டு அமைந்த 'காக்ளியா' எனும் உட்காது பகுதிக்குச் செலுத்தக்கூடிய புனல்களாக உள்ளன.

ரோமச்செல்கள் இந்தக் காக்ளியாவின் திரவத்தில் ஏற்படும் ஒலி அலைகளின் அதிர்வுகளை அறிந்து அவற்றைச் சமிக்ஞைகளாய் நரம்புகளின் வழியாக மூளையின் உணர்வுப் பகுதியில் பதிவு செய்கின்றன. உண்மையில் பறவையின் காது அமைப்பு பாலூட்டிகளைவிட எளிதானதாக அமைந்துள்ளது. ஆனால் அதன் வேலை மற்றும் திறனில் பாலூட்டிகளின் காதுகளுக்கு இணையானது.

பறவையின் காது

வெளிப்புறக் காது எனக் கூறினாலும் இதனைத் தெளிவாகக் காண முடியாத வகையில் கண்ணிற்கு நேர் பின்னே கீழே அமைந்துள்ளது. பாலூட்டிகளைப் போல காதுமடல் என்ற அமைப்புப் பறவைகளுக்கு இல்லை. பாலூட்டிகளில் உள்ள மூன்று எலும்புகளால் ஆன நடுக்காது போல் அல்லாமல் பறவைகளிடம் 'காலுமெலா' (அ) ஸ்டேப்ஸ் எனும் ஓர் எலும்பைக் கொண்ட நடுக் காது உள்ளது.

இந்த எலும்பே காதுப் பறையையும் அழுத்தம் தரும் மென்மையான உட்காதின் திரவ அமைப்பையும் இணைக்கிறது. காக்ளியாவுடன் இணைந்துள்ள காலுமெலா (Columella) அதன் அருகில் உள்ள வட்டவடிவ ஜன்னல் போன்ற அமைப்பு ஏற்படுத்தும் அழுத்தத்தினால் ஏற்படும் பாதிப்புகளில் இருந்து காதுகளைப் பாதுகாக்கிறது. காலுமெலா, பறவை இனங்களிடையே அமைப்பில் சிறிது வேறுபட்டுக் காணப்பட்டாலும் இது ஊர்வனவற்றில் இருப்பது போல சாதாரணமாய் இருக்கிறது.

சில சிறப்பு இறகுகள் வெளிப்புறக் காதுக்கருகில் இருந்து கொண்டு பறவைகள் பறக்கும்போது காற்றினால் உருவாகும் பாதிப்புகளைத் தடுத்து ஒலி அலைகளைக் காதிற்கு உள்ளே அனுப்புகின்றன. இதே போன்று நீரினுள் செல்லும்போது நீரின் அழுத்தப் பாதிப்புகளைத் தடுக்கவும் இச்சிறப்பு இறகுகள் பயன்படுகின்றன. இச்சிறகுகள் வட்ட வடிவில் வெளிக்காதைச் சுற்றி அமைந்துள்ள தசைகளில் பொருந்தி இருக்கின்றன.

பறவைகளிடம் இந்த அமைப்பு முழுவதும் ஒரு புனல் போன்று இருக்கிறது. ஆனால் இந்த அமைப்பு சில பறவைகளில் குறிப்பாகக் கழுகு இனங்களில் முற்றிலும் இல்லை.

ஆந்தைகளில் இவ்வமைப்பு மிகச்சிறப்பாய் அமைந்துள்ளது. இவ்வமைப்பு ஆந்தையிடத்தில் மற்ற பறவைகளைவிட ஐந்து

மடங்கு தெளிவான ஒலியை உணரும் வகையில் அமைந்துள்ளது. அதற்குக் காரணம் ஆந்தைக்குக் காதுகளும் மண்டையோடும் இருபக்க சமச்சீரில் இருப்பதே ஆகும்.

ஒலிச் செய்திகள் அனைத்தும் பின் மூளையில் ஆய்வு செய்யப் படுகின்றன. பெரும்பாலும் ஊர்வனவற்றில் இந்த அமைப்பின் செயல்பாடு எப்படி இருக்கிறதோ அது போலவே பறவை களிடத்திலும் உள்ளது. இருப்பினும் சில சிறப்பு அம்சங்களும் பறவைகளிடம் காணப்படுகின்றன. இரவில் இரைதேடும் ஆந்தைகளுக்கு மெடுல்லா பகுதியில் உள்ள செல்கள் இன்றியமையாத ஒலிகளைத் துல்லியமாய் உணரும் வகையிலும் ஆராயும் வகையிலும் அமைந்துள்ளன.

குறிப்பாகப் பொந்து ஆந்தைகளில் மட்டும் ஒலியை உணரும் 47600 கேங்கலியானிக் (Ganglionic) செல்கள் உள்ளன. பறவையின் கேட்கும் திறன் குறித்து முழுமையாக அறியப்படாவிடினும் அதைப்பற்றிய சில ஆய்வு முடிவுகள் வியப்பளிக்கக்கூடிய வகையில் உள்ளன.

மனிதர்களைவிட, பறவைகள் குறைவான அலைவரிசை கொண்ட ஒலிகளையும் சில அதிக அலைவரிசை கொண்ட ஒலிகளையும் கேட்கும் திறனைக் கொண்டுள்ளன. சில பாலூட்டிகளைப் போல அல்டராசோனிக் சத்தத்தைப் பறவைகளால் கேட்கமுடியாது. ஆனால் 20 ஹெர்ட்ஸ்களுக்குக் குறைவான குறைந்த அலைவரிசை ஒலிகளைக் கேட்கும் திறனுடைய பறவைகளும் இருக்கின்றன. மிகக் குறைவான அதாவது (50 டெசிபல்) 1 முதல் 10 ஹெர்ட்ஸ் ஒலிகளைப் பறவைகளால் கேட்க இயலும்.

சில பறவைகள் ஒலிகளை எழுப்பி அவ்வொலிகள் எதிர்ப்படும் பொருட்களில் பட்டுத் தெரிப்பதைக் கேட்டு தன் வழியை முறைப்படுத்தும் பழக்கத்தைக் கொண்டுள்ளன. குகைகளில் வாழும் சில சுவிஃப்ட்லெட் (Swiftlet) பறவைகள் வௌவால்கள் போல் அல்ட்ரா சோனிக் சப்தத்தை எழுப்பாமல் சில குறைவான சப்தங்களை எழுப்பி வழிகளைக் கண்டறிகின்றன.

ஆந்தைகள், அடர்ந்த இருளில் எலியின் நகர்வால் உண்டாகும் மிக நுண்ணிய ஒலிகளை மிகத் துல்லியமாய்க் கேட்டு எலியின் இருப்பிடத்தை மிகத் துல்லியமாகக் கணக்கிடுகின்றன. தூரம் மட்டுமல்ல எலி நகர்வின் வேகமும் திசையும்கூட இதில் ஆராயப்பட்டு கணக்கிடப்படுகின்றன.

ஆந்தைகளும் மனிதனும் ஒலி எழுப்பும் காரணிகளை, ஒலியானது இருகாதுகளை வந்தடையும் நேரத்தைக் கொண்டும், அவ்வொலியின்

வீரியத்தைக் கொண்டும் அறிகின்றனர். ஒலி வரும் திசையை நோக்குவதன் மூலமும் இத்தூண்டல்கள் சமன் செய்யப்படுகின்றன. சில ஆந்தைகளிடம் சமச்சீரற்ற முறையில் காதுகள் அமைந்துள்ளதாலும் அவை வெவ்வேறு நேரத்தில் ஒலி அலையை உணர்வதாலும் அவற்றால் மிக வேகமாகவும் துல்லியமாகவும் தன் இரையைக் கண்டறிய முடியும்.

சுவை மற்றும் நுகர்வுணர்ச்சி

பறவைக்கு நுகரவும் சுவையை உணரவும் கூடிய திறன் இருக்கிறது. ஆனால் அத்திறன் எவ்வளவு சிறப்பானது என்பது இன்னும் அறியப்படவில்லை. சில பொருட்களின் கலவையை மனிதனுக்குச் சமமாகவோ அல்லது அதற்குச் சற்றுக் குறைவாகவோ உணரும் சக்தியைப் பறவைகள் பெற்றுள்ளன.

பறவைகளிடம் உணர்விகள் நாக்கிற்குக் கீழேயும் சில தொண்டைக்குழல் தரையிலும் உள்ளன. இவை பாலூட்டிகளுக்கு இருப்பது போல இருந்தாலும் எண்ணிக்கையில் மிகக் குறைவாக உள்ளன. 10,000க்கு மேற்பட்ட எண்ணிக்கையில் மனிதனிடம் உள்ள இச்சுவையுணர்விகள் பறவைகளிடத்தில் 100க்கும் கீழ்தான் உள்ளன.

நுகரும் உணர்ச்சிக்குத் தேவையான அல்பாக்ட்ரி குமிழ்கள் மிகச் சிறியனவாய் இருப்பதால் மிகக் குறைவான நுகரும் உணர்ச்சிகளைத்தான் பறவைகள் பெற்றிருக்கின்றன என்ற முடிவிற்கு நம்மை வரச் செய்கிறது. பிணம் தின்னும் கழுகுகள், கிவி மற்றும் பெட்ரல்ஸ் பறவைகள் ஆகியவற்றில் நுகருணர்வு சற்று அதிகம் இருப்பதால் வாசனையைக் கொண்டு தங்களின் அன்றாட வாழ்க்கையில் தம் இரைகளைத் தேடிக்கொள்கின்றன.

கிவி பறவை

பறவைகள் தங்களின் ஆண் பெண் உடலில் தோன்றும் பருவகால வாசனையை நுகர்ந்து இனவிருத்திக்கு ஆயத்தமாவதும் தற்போது அறியப்பட்டுள்ளது. அழுகிய பிணங்களில் இருந்து வெளிப்படும் ஈதைல் மெர்கேப்டன் (Ethyl Mercaptan) எனும் வேதியியல் பொருளின் வாசனை டர்கி கழுகுகளை அழுகிய பிணங்களை நோக்கி வந்தடையச் செய்வதை ஒரு காரணியாக அறிவியலாளர்கள் கண்டறிந்தனர். அவ்வேதியியல் பொருளை 42 மைல் நீளமுடைய குழாய்களினூடே செலுத்தி அக்குழாய்களில் ஏதேனும் கசிவு ஏற்படுத்தும் துளைகள் உள்ளனவா என்பதனை அறிய அக்கசிவை நுகர்ந்து அவ்விடத்திற்கு மேல் பறக்கும் டர்கி கழுகுகளை வைத்துக் கண்டறியும் முறையை மேற்கொண்டு வருகிறார்கள். மனிதனால் நுகரமுடியாத கார்பாக்ஸிலிக் அமிலத்தை நுகரும் தன்மை கொண்ட கடற்பறவைகளும் உண்டு.

காட்சித் தொடர்பு

பறவைகள் ஒன்றுக்கொன்று தங்களின் செய்கைகள் மூலம் ஏற்படுத்திக்கொள்கின்ற தகவல் தொடர்பு பரிமாற்றங்கள், செய்திகளை அனுப்புபவர் பெறுபவர் என்ற வகையில் அமைந்துள்ளன.

இச்செய்திகள் பார்வைகள் மற்றும் ஒலிகளால் உணரப்படுகின்றன. இடத்தைப் பாதுகாக்க, துணையை அறிய, இணையை நெருங்க, இணையுடன் கூட என இவைபோன்ற பரிமாற்றங்கள் பறவைகளுக்குத் தேவையாகின்றன. இந்தச் செய்கையும், வெளிப்பாடும், செய்திப் பரிமாற்றமும் பரம்பரைப் பரம்பரையாய்க் கடத்தப்பட்டு வருவதாகவும் உயிரில் பதிந்த உணர்வாகவும் இருக்கின்றன.

வண்ணப் பரிமாற்றம்

நிறங்கள் பறவைகளின் ஓர் அழகு அம்சமாகும். பறவைகளிடத்தில் அடர்ந்த நிறம் முதல் மங்கலான நிறம்வரை உள்ளன. பல பறவைகள் சுற்றுப்புற நிறத்துடன் ஒத்துப்போகும் நிறங்களில் உள்ளன. இது எதிரிகளிடம் இருந்து தம்மைப் பாதுகாத்துக்கொள்ளும் கவசமாகப் பறவைகளுக்கு இருக்கின்றது.

மேலும் பருவகாலங்களில் தங்களிடம் புதிய நிற இறகுகளைத் தோற்றுவித்துத் தங்களின் இணையைக் கவர்கின்றன. இந்நிறங்கள், பறவை ஆய்வாளர்களுக்கு எளிதில் பறவைகளை இனங்காணப் பயன்படுகின்றன. முழுமையான கருநிறம்கொண்ட பறவைகளை

ஓர் இனத்தைச் சார்ந்த பறவை
பருவகாலத்தில் புதிய நிற இறகுகளைத் தோற்றுவித்துத்
தங்களின் இணையைக் கவர்கின்றன.

இனப்பெருக்கக் காலங்களில் ஆண் பெண் பறவைகள்
ஒன்றையொன்று கவர வெவ்வேறு விதமான
செய்கைகளைச் செய்கின்றன.

இனமறியவும் இது பயன்படுகிறது. எப்படியென்றால் முழுமையான கருநிறம்கொண்ட பறவைகள் தங்களின் அலகுகளிலோ அல்லது விழிகளிலோ, கால்களிலோ வேறு நிறம் கொண்டிருப்பதால் அவற்றை வேறுபடுத்தி எளிதில் இனங்காண முடிகிறது.

ஓர் இனத்தைச் சார்ந்த பறவைகள் தங்களிடையே வேறுபாட்டைக் காண்பிக்க சப்தம், நடத்தை மற்றும் அளவுகளில் மாறியிருப்பது மட்டுமின்றி இறகுகளின் அமைப்பிலும் வேறுபாட்டைக் காண்பிக்கின்றன. சில பறவைகளின் அலகில் காணப்படும் நிறப்புள்ளிகளின் எண்ணிக்கை மற்றும் அளவில் காணப்படும் வேறுபாட்டை இதற்கு உதாரணமாகக் கூறலாம்.

இனப்பெருக்கக் காலங்களில் ஆண் பெண் பறவைகள் ஒன்றையொன்று கவர வெவ்வேறு விதமான செய்கைகளைச் செய்கின்றன. இது ஒரு விதமான செய்திப் பரிமாற்றமாகும். இதன் மூலம் தங்களின் வீரியத்தை ஒன்றுக்கொன்று தெரியப்படுத்திக் கொள்கின்றன. இச்செய்கைகள் பரம்பரை பரம்பரையாய்க் கடத்தப்பட்டுவரும் பண்புகளால் நிகழ்கின்றன. சில சூழ்நிலைக்கு ஏற்ப செய்கைகளை உருமாற்றிக் கொள்வதும் உண்டு. பல புத்தகங்களில் விவரிக்கப்படும் அளவிற்குப் பறவைகளின் செய்கைகளும் அவற்றிற்கான காரணங்களும் மிகுந்து கிடக்கின்றன.

தொல்பழக்கம்

பறவைகளிடத்தில் சமிக்ஞை அல்லாத இயக்கத்தில் இருந்து பரிணமித்த சமிக்ஞைகளையும் வெளிப்பாட்டுச் செயல்களையும் உள்ளடக்கிய ஒரு செயல்பாட்டையே தொல்பழக்கம் (Ritualized Behaviour)என்கிறோம். உதாரணமாக, வெப்ப இழப்பைத் தவிர்ப்பதற்காகப் பறவைகளிடத்தில் உருவான இறக்கைகளை விரிக்கும் நிகழ்வானது, பிறகு இனத்தைக் கவரும் வகையில் பரிணமித்ததைச் சொல்லலாம் (மயில் தோகை விரித்து ஆடுதல்).

பெரும்பாலான பறவைகள் இன்று இனக்கவர்ச்சிக்காக அவை செய்கின்ற செயல்பாடுகள் ஒரு காலத்தில் இடப்பெயர்ச்சிக்காக அப்பறவைகள் செய்த செயல்களில் இருந்து பரிணமித்தவையாகும்.

போட்டிப் பண்பு

உணவு, இருப்பிடம், இணையைத் தேர்ந்தெடுப்பதில் இரு போட்டியாளர்களிடையே நடக்கும் போட்டி, வெவ்வேறு விதமான முறையில் நடக்கும் தாக்குதல், பயமுறுத்துதல், தப்பித்தல்

ஆகியனவற்றின் ஒட்டுமொத்தச் செயல்பாட்டைப் போட்டிப் பண்பு (Agnostic Behaviour) நடத்தை என்கிறோம்.

போட்டிச்சண்டையில் ஈடுபடும் பறவைகள் பொதுவாகத் தங்களைக் காயப்படுத்திக் கொள்ளாமலிருக்க பெரும்பாலும் நேரிடைச் சண்டையைத் தவிர்த்து ஒன்றை மற்றொன்று பயமுறுத்தும் செயல்களையே அதிகம் செய்கின்றன. இதற்குத் தங்களின் அலகுகளையும் இறகுகளையும் பெரும்பாலும் பயன் படுத்துகின்றன. தோற்கக்கூடிய ஒரு பறவை பெரும்பாலும் தன் தலையை எதிராளிக்கு எதிர்புறம் திருப்பிக்கொண்டு சிறிது தூரம் விலகி நிற்கும்.

ஓசையின் மூலம் தொடர்பு கொள்ளுதல்

பறவைகள் தங்களின் வாழ்நாள் முழுவதும் வெவ்வேறு விதத்தில் குரல்களை எழுப்புகின்றன. இந்த ஓசைகள் சிறிய 'கிளிக்' ஓசையில் இருந்து அழகான சுவரங்களுக்கு இணையான ஓசைகள் எழுப்பப்படுவது வரை உள்ளன.

இந்த ஓசைகளில் சில பாடல்கள் என்றும் சில அழைப்புகள் என்றும் அழைக்கப்படுகின்றன. பாடல் என்பது சற்றே நீண்ட ஏற்ற இறக்கங்களைக் கொண்ட ஓசையாய் இருக்கிறது. அழைப்பு என்பது சிறிய கால அளவு கொண்டதாகவும், மிக எளிமையானதாகவும் இரண்டு பாலினமும் எழுப்பப்படுவதாகவும் உள்ளது. மேலும் அழைப்பு ஓசையானது இடையூறை வெளிப்படுத்தவும், மிரட்டலைக் குறிக்கவும், உணவுக்காகவும், கூட்டத்திற்காகவும் எழுப்பக்கூடியதாக இருக்கிறது.

➤➤➤

13

இடப்பெயர்ச்சி எனும் அதிசயம்

பறவைகள் ஓர் இடத்தில் இருப்பதும் திடீரென அவ்விடத்தைவிட்டு மறைவதுமான செயல்பாடுகள் ஆரம்பகால ஆராய்ச்சியாளர்களைக் குழப்பத்தில் ஆழ்த்தின. அவர்களால் அதைப் பற்றி ஒரு தெளிவான முடிவுக்கு வர முடியவில்லை. ஆனால் இரண்டாயிரம் ஆண்டுகளுக்கு முன்பே அரிஸ்டாட்டில், கொக்குகள் பருவகாலத்தில் ஓரிடம் விட்டு வேறோர் இடம் தேடுகிறது என்பதை அறிந்திருந்தார். கி.பி.1600வரை பறவைகள் இடப்பெயர்வு பற்றிய அறிவு பெரிய அளவில் இல்லையென்றே கூறலாம்.

இன்று சுமார் ஐந்து மில்லியன் பறவைகள் (சுமார் 187 சிற்றினங்களைச் சார்ந்தவை) ஐரோப்பா மற்றும் ஆசியாவில் இருந்து ஆப்ரிக்காவிற்குப் புலம் பெயர்கின்றன என்று அறியப்பட்டுள்ளது. இன்று மெக்சிகோவின் வீராகுருஸில் இருந்து 2.5 மில்லியன் கழுகுகள் இடம் பெயரும் நிகழ்வைக் காணலாம்.

புலம் பெயர்தல் (Migration) மூலம் ஒரு பறவை தனக்குச் சாதகமான இடத்தில் வருடம் முழுக்க இருக்கத் தெரிந்துகொள்கிறது. அதற்காக ஒரு பறவை அதிக அளவு சக்தியைச் சேமித்து அதைப் புலம்பெயர்தலின் போது செலவிடுகிறது.

புலம்பெயரும் வழிகள் பறவைகளிடையே மாறுபடுகின்றன. இம்மாறுபாடுகள் அப்பறவையின் வரலாறு, அது தூரம் கடக்கும் திறம், நிலப்பரப்புத் தடைகள், கோடை மற்றும் குளிர்கால இடங்கள் போன்றவற்றைப் பொறுத்து அமைகின்றன.

புலம் பெயர்தல்

இன்று நூற்றுக்கும் மேற்பட்ட பறவைகளின் புலம் பெயரும் தன்மை பற்றி நன்கு அறியப்பட்டுள்ளது. பொதுவாக வட அமெரிக்காவில் உள்ள பறவைகள் வலது மற்றும் இடது திசைகளில் புலம்பெயர்கின்றன. பழங்காலத்தில், உலகில் கிழக்கு மேற்காகவும் பறவைகளின் இடப்பெயர்வு நடைபெற்றிருக்கிறது. தென்பகுதியின் கடைசியில் இருந்து வடபகுதியின் கடைசிக்குச் செல்லும் இடப்பெயர்வு என்பது பெரும்பாலும் இல்லை என்றே கூறவேண்டும்.

உண்மையில் இந்தப் புலப்பெயர்வு என்பது எதற்காக? இந்தக் கேள்விக்கு முழுமையான விடை இன்னும் கிடைக்கவில்லை என்றுதான் சொல்ல வேண்டும். ஏனெனில் சாதகமான சூழ்நிலை களைத் தேடிப் பறவைகள் செல்கின்றன என்பது ஒரு பொதுவான விடையாகத்தான் இருக்கிறது. இது ஒரு முழுமையான விடையல்ல.

சான்றாகச் சில பறவைகளின் இடப்பெயர்வுக்கான காரணமாக இவ்விடையைக் கூறமுடியவில்லை. ஒரே இனத்துப் பறவைகளில் சில புலம்பெயர்ந்தும், சில பறவைகள் புலம் பெயராமலும் வாழ்வைக் கழிக்கின்றன. அதே போல் சில பறவைகள் சிறிய தூரத்திலேயே இந்நிகழ்வை நிகழ்த்த, அதே இனத்தைச் சேர்ந்த சில பறவைகள் அதிக தூரம் புலம் பெயர்கின்றன. ஏன் இப்படி நிகழ்கின்றன? என்று வினா எழுப்பினால் இதற்குரிய காரணங்களை அறிய முடியவில்லை.

அதிக தூரத்திலுள்ள சாதகமான சூழல் மிகக்குறைந்த தூரத்திலும் உள்ளது. அப்படி இருக்கும்போது நீண்ட தூரம் செல்ல காரணம் யாது? இந்நிலையில் மற்றொரு நிகழ்வை நாம் அறிந்துகொள்ள

வேண்டும். புலம் பெயர்தல் அல்லாத வேறு ஓர் இடப் பெயர்ச்சியையும் சில பறவைகள் மேற்கொள்கின்றன. அது எதிர்பாராத, காலம் சாராத, வாய்ப்புகளைத் தேடிச் சில பறவைகள் மேற்கொள்வது.

இப்பறவைகள் எந்தவித முன்னேற்பாட்டையும் செய்துகொள்வ தில்லை. உணவு எங்கெல்லாம் கிடைக்கின்றதோ அங்கெல்லாம் தங்கி தன் வாழ்நாளைக் கழிக்கும் வழக்கத்தைக் கொண்டிருக் கின்றன. இந்த இடப்பெயர்வு சிறு தொலைவு முதல் பெருந் தொலைவுவரை நடக்கிறது.

சிறிய தொலைவு என்பது மலையின் மேற்பகுதியிலிருந்து அடிவாரத்திற்கு வருவதாகும். நீண்ட தொலைவு என்பது 12,000 கிலோமீட்டர்வரை நீள்கிறது. ஆர்க்டிக் ஆலா என்னும் பறவை வடக்கு அட்லாண்டிக் மற்றும் ஆர்க்டிக் கடல் பிரதேசங்களில் இருந்து அண்டார்டிக் பகுதிக்கு இடம் பெயர்வதை இதற்குச் சான்றாகக் கூறலாம்.

ஏன் பறவைகள் புலம் பெயர்கின்றன?

புலம் பெயர்தலின்போது ஒரு பறவை அடைகின்ற சிரமங்கள் அதற்கு இணையான பயன்களைத் தரும்போதுதான் இந்தப் புலம்பெயர்தல் என்ற பரிணாமத்தின் கூறு சிறப்பானதாக அமையும்.

ஒரு நீண்ட பயணத்தில் ஒரு பறவை அதிக சக்தியைச் செலவழிக்க வேண்டும். போகும் வழியில் புதிய சூழலைச் சந்திக்க வேண்டும். புதிய எதிரிகள், சோர்வு எனப் பல்வேறு இன்னல்களையும் எதிர்கொள்ள வேண்டும். பெரும்பாலான புலப்பெயர்வு நிகழ்வுகளில் 20 விழுக்காட்டுக்கும் மேலான பறவைகள் இச்சிரமங்களுக்குப் பலியாவது தவிர்க்க முடியாததாகிறது.

வட அமெரிக்காவில் இருந்து இடம் பெயரும் 100 மில்லியன் நீர்ப் பறவைகளில் 40 மில்லியன் பறவைகள் மட்டுமே திரும்பி வருகின்றன. இந்நிகழ்வில் கடல், பாலைவனம் என வேறுபட்ட இடங்களைக் கடந்து செல்லும் போது அவ்விடங்களுக்கு உரித்தான இயற்கைச் சீற்றங்களான சூறாவளி, புயல், மணற்புயல் போன்ற ஆபத்துகளுக்கு உள்ளாவதோடு தங்களின் பகல்சார் எதிரிகளான கழுகு போன்ற பறவைகளுக்கும் இப்பறவைகள் இரையாகின்றன.

பறவைகளுக்கு புலம் பெயருதலினால் கிடைக்கும் பயன்தான் என்ன என்ற கேட்டால் அது ஒரு சிற்றினம் அல்லது ஒரு குழுவைப்

பொறுத்து அமைகிறது என்பதே விடை. ஓர் இனம் சார்ந்த குழுமம் புலம்பெயர்தல் தன்மையைப் பெறவோ இழக்கவோ நேர்வதற்கும் வாய்ப்புண்டு. ஆக இப்பழக்கம் புதிய சூழலுக்கு ஏற்ப உருவாகிறது.

பறவைகளின் புலம்பெயர்தல் என்ற பரிணாமம் மூன்று படிநிலைகளைக் கொண்டுள்ளது. முதலில் சிறிய அளவில் இடம்பெயரும் பறவையாய் இருப்பது ஆகும். ஒரே இடத்தில் நிலையாய் வாழ்ந்த ஒரு பறவை இனத்தை 'மழையின்மை', 'பஞ்சம்' போன்ற நிகழ்வுகள் முதற்கட்டமாக இவ்விடப்பெயர்ச்சிக்குத் தள்ளும்.

இந்த நிகழ்வு, தொடரத் தொடர புலம் பெயரா மற்றும் புலம் பெயரும் பறவைகள் என இரு பிரிவுகள் அவ்வினத்தில் தோன்றிவிடும். நீண்ட காலவோட்டத்திற்குப் பிறகு புலம் பெயராத பறவைகள் அவ்வினத்திலிருந்து முற்றிலும் வெளியேற்றப்பட்ட பறவைகளாய் ஆகிவிடும்.

மேற்கூறிய இயற்கை மாற்றத்தின் நீண்ட தொடர் நிகழ்வின் காரணமாகப் புலம்பெயராப் பழக்கம்கொண்ட பறவைகள் அவை இருக்கும் இடத்திலிருந்து புலம்பெயரும் பறவைகளால் வெளியேற்றப்படும் நிகழ்வில் சிறிது தூர இடப்பெயர்ச்சியை ஆரம்பிக்கும். இது இரண்டாவது படிநிலையாகும். பறவைகள் பிறகு தங்களின் தூரத்தைத் தேவைக்கேற்ப அதிகரித்துக் கொள்கின்றன. இது மூன்றாவது நிலையாகும்.

நீண்ட தூர இடப்பெயர்ச்சிக்குத் தேவையான அனைத்துத் திறன்களையும், தாங்கும் சக்தியையும் பறவைகள் பெற்றிருக் கின்றன. உதாரணமாக, ஆர்க்டிக் டெர்ன் பறவைகள் வருடத்திற்கு 25,000 கிலோ மீட்டர் அளவில் ஒரு நீண்டதூரப் பயணத்தை மேற்கொள்கின்றன.

ஆர்க்டிக் டெர்ன்

இப்பயணம் கடற்பகுதிக்கு மேலாகவும் நிலப்பரப்பிற்கு மேலாகவும் நிகழ்கிறது. குறிப்பிட்ட இடத்தை அடைய, சில நேரங்களில் ஆபத்திற்கு உட்பட்ட பாதைகளையோ அல்லது ஆபத்து இல்லாத நீண்ட சுற்றுப்பாதைகளையோ பறவைகள் தேர்ந்தெடுக்கின்றன. பறவைகள், ஆபத்தைத் தவிர்க்கத் தேர்ந்தெடுக்கும் பாதைகூட ஆபத்தற்ற பாதை என்று சொல்ல முடியாது.

பறவைகள் இடப்பெயர்ச்சிக்காகத் தங்களின் உடலில் கொழுப்பைச் சேமித்துக் கொள்கின்றன. அக்கொழுப்பு பறவைகளுக்குச் சக்தியையும் நீரையும் கொடுக்கும் தன்மை கொண்டது. இச்சக்திகள் கொழுப்பாய் அடிப்போஸ் திசுக்களாகத் தோலுக்கடியில் உள்ள தசைகளில் சேமித்து வைக்கப்படுகிறது. மனிதனின் இதயம் போன்று இல்லாமல், பறவைகளின் இதயம் இடப்பெயர்ச்சியின் போதுகூட கொழுப்பைச் சேமித்து வைப்பதில்லை. மற்றபடி உள்ளுறுப்புகளில் சிறிதளவு சக்தி இடப்பெயர்ச்சிக்காகச் சேமித்து வைக்கப்படுகிறது.

அடிப்போஸ் திசு, கொழுப்பைச் சாதாரணமாக வைத்திருக்காமல் லிபிடு உருவாக்கத்திற்குத் தேவையான இயக்கம் உடையதாய் வைத்திருக்கிறது. லிப்பேஸ் நொதியானது கொழுப்பைச் சிதைத்துக் கொழுப்பு அமிலமாகவும் கிளிசராலாகவும் மாற்றி, தேவைப்படும் இடத்திற்கு அவற்றை அனுப்புகிறது.

இந்த அமிலங்கள் ரத்தம் மூலமாய் மைட்டோகாண்டிரியாவிற்கு (தசைகளில் உள்ளவை) அனுப்பப்பட்டு அங்கு ஆக்ஸிகரணம் செய்யப்படுகிறது. மைட்டோகாண்ட்ரியாவில் கொழுப்பு அமிலங்கள் இரு கார்பன் துண்டுகளாக்கப்பட்டுப் பின் கிரப் சுழற்சியில் ஆக்ஸிகரிக்கப்பட்டு, அடினோசின் ட்ரைபாஸ்பேட் மூலக்கூறாய் மாறி, தசை நார்களுக்குத் தேவையான சக்தியை அளிக்கின்றன. தசைகளில் உள்ள லிப்பேசின் செயல் பறவையின் இடப்பெயர்ச்சிக்கு ஏற்ப வேகமாகச் செயல்படுகிறது.

இடப்பெயர்ச்சிக்குத் தயாராகும் நிலையில் கொழுப்பைச் சேமித்துத் தங்களின் எடையைப் பறவைகள் அதிகரித்துக் கொள்கின்றன. இந்நிலையில் சில பறவைகள் தங்களின் உடல் எடையைவிட இருமடங்கு எடையைப் பெறுகின்றன. இந்தச் சேமிக்கப்பட்ட கொழுப்பு அதன் தேவைக்குத் தக்கவாறு உதவுகிறது.

மிகக் குறைவான தூரம் இடம் பெயரும் பறவைகளுக்குக் குறைவான சக்தியே தேவைப்படுவதாலும், சக்தியை இடையில் பெறும் வழி இருப்பதாலும், மிகக் குறைவான அளவில் கொழுப்பைச் சேமித்துக்

கொள்கின்றன. அதுவே நீண்ட தூரப் பயணத்தின்போது சக்தியைச் சேமிக்க சில நாட்களை ஒதுக்கிக்கொள்கின்றன.

இது போன்று மூன்று அல்லது நான்கு இடங்களில் தங்களின் சக்தியை மீண்டும் மீண்டும் சேமித்து வைத்துக்கொள்கின்றன. 30,000கி.மீ. அளவு தூரம் செல்வதையே இங்கு நீண்ட தூரப் பயணம் என்று குறிப்பிடப்படுகிறது. குறிப்பிட்ட இடத்திற்கு இடம்பெயர நினைக்கும் பறவைகள் அவ்விடத்தில் தங்களுடைய இரையின், உணவின் அளவு அதிகமாய் இருக்கும் காலத்திற்கு ஏற்ப தங்களின் பயணத்தைத் தீர்மானிக்கின்றன.

ஆக இடம்பெயரும் ஒரு பறவை, தான் இருக்கும் இடத்தைப்பற்றிய அறிவு மட்டுமல்லாது தான் இடம்பெயரும் இடங்களைப் பற்றிய அறிவையும் கொண்டுள்ளது என்பது இங்குக் குறிப்பிடத்தக்கதாகும்.

இடப்பெயர்ச்சிக்காக எவ்வளவு தூரம் ஒரு பறவை நிற்காமல் பறக்கும்? அப்பறவையால் சேமிக்கப்பட்ட சக்தியின் கடைசித்துளி இருக்கும்வரை பறக்கும் என்பதே அதற்கான விடையாகும். ஆனால் சில பறவைகள் சக்தி தீர்ந்து போவதற்கு முன்பே ஓரிடத்தில் இறங்கி சக்தியைச் சேமிக்கத் தொடங்கிவிடுகின்றன.

இதில் ஒரு சிறப்பு அம்சம் யாதெனில் பல பறவைகள் காற்றின் திசைகளை அறிந்து அவற்றின் போக்கில் தங்களின் வழியை அமைத்துக்கொள்கின்றன. இதன் மூலம் சக்தியைச் சேமிக்கும் திறனையும் பறவைகள் பெறுகின்றன.

இடம்பெயரும் நிகழ்வில் உள்ள மற்றொரு சிறப்பம்சம் காலம் தவறாமையாகும். பறவைகளின் உடலில் அமைந்துள்ள உயிரியல் கடிகாரம் காலம் தவறாமையை நிலைநிறுத்துகிறது. இதுபோல் இடம்பெயரும் பறவைகளைக் கூண்டில் அடைத்து ஆராய்ந்ததில், குறிப்பிட்ட இடம்பெயரும் காலத்தில் அப்பறவைகள் கூண்டில் ஓய்வற்று இருப்பதைக் கண்டறிந்தனர்.

இந்நிகழ்வை இடம்பெயரத் துடிக்கும் நிலை என்று கூட அழைத்தனர். ஆனால் இந்நிலை, இடம்பெயரும் பழக்கமிலாப் பறவைகளிடம் காணப்படவில்லை. அட்ரீனோகார்டிகல் எனும் ஹார்மோன் இந்நிகழ்வைத் தூண்ட காரணமாய் இருக்கலாம் என சில பறவைகள் குறித்த ஆய்வில் அறியப்பட்டிருக்கிறது. ஆனாலும் நாளமிலாச் சுரப்பிகளின் பங்கு இடம்பெயரும் நிகழ்வில் குறைவாய் இருப்பது அறியப்பட்டுள்ளது.

பகல் நேரம் அதிகரிக்கும் நிகழ்வு பறவைகளுக்குச் சக்தியைச் சேமிக்கும் பழக்கத்தைத் தூண்டுவதாய் இருக்கிறது. இக்காலம் பறவையின் உணவு உண்ணும் பழக்கத்தின் காலத்தையும், உணவின் அளவையும் அதிகரிக்கச் செய்கிறது. அத்துடன் அவ்வுணவைக் கொழுப்பாகச் சேமிக்கும் பண்பையும் அதிகரிக்கிறது. இது பறவைகளிடத்தில் உள்ள உயிரியல் கடிகாரத்தின் தூண்டுதலால் நடப்பதாகக் கொள்ளலாம். பகல்நேரக்குறைவு பறவையை இடம்பெயரத் தூண்டுகிறது. இடம்பெயரும்போது பறவைகள் அவை செல்லும் வழிகளின் வானிலையைப் பற்றி தெளிவான அறிவைப் பெற்றிருக்கின்றன.

அதிக அளவு சக்தியை இழக்கக்கூடாது என்ற அறிவும் பறவைகளுக்கு உண்டு. இதன்படி சில பகலிலும் சில இரவிலும், சில அதிக உயரத்திலும் சில குறைந்த உயரத்திலும் அப்பறவைகளின் செயலியல் மற்றும் உடற்கூறுக்கு ஏற்பப் பயணிக்கின்றன. இரவில் புலம்பெயரும் பறவைகள் பெரும்பாலும் 200 முதல் 800 மீட்டருக்குக் கீழே பறந்தாலும், சில பறவைகள் காற்றில் ஏற்படும் மாறுபாடுகளிலிருந்து தப்பித்துக்கொள்ள 7000 மீட்டர் உயரத்திற்கும் மேலே பறக்கின்றன. கடற்பறவைகள் பெரும்பாலும் 2000 முதல் 4000மீ உயரத்தில் பறக்கும் தன்மை கொண்டவையாகும்.

➤➤➤

14

பறவைகளின் வழி அறியும் திறன்

ஒரு பறவை நீண்ட தொலைவிலுள்ள ஓர் இடத்தை எவ்வாறு சென்றடைகிறது என்பது ஒரு புதிராகவே இருக்கிறது. இதற்கான காரணங்கள் சில கண்டறியப்பட்டுள்ளன என்றாலும் தேடல் நீண்டுகொண்டேதான் இருக்கிறது. பறவைகளின் காலில் வளையத்தைப் பொருத்தி அறியும் ஆய்விலிருந்து தேடல் தொடங்குகிறது. பின், இது பறவைகள் குறித்த ஆய்வில் ஆழப் படுத்தப்பட்டு இன்று பல உண்மைகள் வெளிப்படுத்தப்பட்டுள்ளன.

எகிப்தியர்களும் ரோமானியர்களுமே முதன் முதலில் பறவை களுக்குத் தங்கள் இடத்தைச் சரியாகக் கண்டறியும் திறனுண்டு என்பதை உணர்ந்து, அத்திறனைத் தங்களின் தேவைகளுக்குப் பயன்படுத்தினர். பிறகு இவ்வழக்கம் பல நாடுகளுக்கும் பரவியது.

புறாக்களின் இனங்கள் மிகுதியான அளவில் புலம்பெயரும் தன்மையைக் கொண்டுள்ளன. பறவைகளின் வழி அறியும் திறனை ஆராய்ந்ததில் பல வியத்தகு உண்மைகள் புலப்பட்டன. இப்பறவைகள் பல்வேறு உத்திகளைக் கொண்டு எளிதில் தங்கள் வழிகளை அறிகின்றன என்பது கண்டறியப்பட்டது.

பறவைகள் தமது கூடு இருக்கும் இடத்திலிருந்து உணவு இருக்கும் இடத்திற்குச் சென்று, பின் மீண்டும் கூட்டை வந்தடைவதற்கும் அத்திறன்கள் உதவுகின்றன. பறவை பல்வேறு சமிக்ஞைகளை இச்செயல்களுக்குப் பயன்படுத்தினாலும் ஏதோவொரு குறியீட்டை மட்டும் அதிக அளவில் பயன்படுத்துவது கண்டறியப்பட்டுள்ளது.

வழக்கமான நில அமைப்பு, கட்டடங்கள் போன்ற சமிக்ஞைகள் மட்டுமன்றி பகலில் சூரியனையும் இரவில் நட்சத்திரங்களையும் தங்களின் தடங்களையறியப் பயன்படுத்துகின்றன. தங்களிடம் அமைந்துள்ள காந்தபுலம் கொண்டும் வழியறியும் பழக்கம் பறவைகளுக்கு உண்டு.

நிலக் குறியீடுகள்

பறவைகளின் நீண்ட, குறுகிய இடப்பெயர்ச்சிக்கு நிலக்குறியீடுகள் பயன்படுகின்றன. வழியில் காணப்படும் பெரிய மலைகள், நீர்நிலைகள் போன்றவற்றை நிலக்குறியீடுகளாகத் தங்களின் நினைவில் பதிவு செய்துகொண்டு பறவைகள் பயன்படுத்துகின்றன. அதே நேரத்தில் பறவைகளில் சில இக்குறியீடுகளை ஒதுக்கிவிட்டு வெறும் உணர்வுகளால் மட்டுமே புலம்பெயர்வது ஆய்வில் அறியப்பட்டுள்ளது.

சூரியத் திசைகாட்டி

சூரியனை ஒரு திசைகாட்டியாகப் பறவைகள் பயன்படுத்தக்கூடும் என்ற நம்பிக்கை ஆரம்பகாலத்திலிருந்து நீடிக்கிறது. இந்நம்பிக்கை 1950களில் உண்மையென நிரூபிக்கப்பட்டது. வெவ்வேறு நாட்களில் சோதனைக்கு உட்படுத்தப்பட்ட புறா ஒன்று சூரியனைத் தெளிவாய் வானத்தில் காணும்போது அதன் இடமறியும் திறன் வலுவாக இருப்பது போன்றும், சூரியன் தெரியாத மேகமூட்டமுள்ள நாட்களில் அவ்வளவு வலுவாக இருப்பதில்லை என்பதும் அறியப்பட்டுள்ளது. அந்தப் புறாவானது மேகமற்றுச் சூரியன் தெளிவாகத் தெரியும் நாட்களில் எளிதில் தன் இடத்தைக் கண்டறிவதையும், மேகமூட்ட நாட்களில் வழியினை அறிந்துகொள்ள சிரமப்படுவதையும் ஆய்வில் கண்டறிந்தனர். அதே நேரத்தில் சூரியனை வைத்துத் திசை மட்டுமல்லாது நேரத்தையும் பறவைகள் அறிகின்றன என்ற உண்மையையும் கண்டறிந்தனர்.

நட்சத்திரத் திசைகாட்டி

பறவைகள் தங்கள் பயணங்களின்போது பகலில் சூரியனைத் திசைகாட்டியாய் பயன்படுத்துவது போல் இரவில் நட்சத்திரங்களைத் திசைகாட்டியாய்ப் பயன்படுத்துகின்றன. ஒரு கோளரங்கத்தில் இரவுச்சூழல் உருவாக்கப்பட்டு அதில் வளர்க்கப்பட்ட பறவைகள் புலம்பெயரும் காலம் நெருங்கியவுடன் அவற்றின் செயல்பாடுகளில் வேகம் கூடுவதனையும், அவை தங்கள் இடம்பெயரும் திசைநோக்கி அமர்ந்திருப்பதையும் ஆய்வாளர்கள் கண்டனர்.

அதுவே இரவுச்சூழல் இல்லாத கோளரங்கில் பறவைகள் திசையறிவதில் குழப்பமடைவதைக் கண்டனர். பகல்சார் பறவைகள் சூரியனைத் திசையறியப் பயன்படுத்துவது போல் இரவுசார் பறவைகள் நட்சத்திரங்களின் இருப்பைக் கொண்டு திசையறிகின்றன என்பது உறுதியாக நிரூபிக்கப்படவில்லை.

நுகர்வு உணர்ச்சியில் வழியறியும் திறன்

பெட்ரல் மற்றும் புறாக்கள் நுகர்வுணர்ச்சியின் மூலமாகக்கூடத் தங்களின் வழியை அறியும் திறனைப் பெற்றுள்ளன. இதனையும் ஆய்வு மூலம் உறுதி செய்துள்ளனர். இத்திறனை இழந்த பறவைகள் தங்களின் வழியறியாத நிலையில் நுகர்வுணர்வு இழக்காத பெட்ரல் பறவை எளிதில் தன் இடத்தை அடைவதை உறுதிப்படுத்தினர்.

இதைப்போன்ற ஓர் ஆய்வை ஹோமிங் புறாக்களிலும் நடத்தினர். ஆனால் முடிவுகள் அவ்வளவு உறுதியானதாய் இருக்கவில்லை. இருப்பினும் சில பறவைகளின் திசையறியும் திறனில் நுகர்வுணர்ச்சிக்கும் பங்குண்டு என்பது மறுக்க முடியாத உண்மையாகும்.

புவிகாந்த புலம்

புவிகாந்த புலமறிந்து பறவைகள் தம் வழியைக் கண்டறிகின்றன என்ற கூற்றை மிகத் தாமதமாகத்தான் பறவையியலாளர்கள் ஒத்துக்கொண்டனர். இதற்குக் காரணம் தொடர்ச்சியற்ற ஆய்வுகளே என்று குறிப்பிடலாம். இன்று இது தொடர் ஆய்வுகளால் நிரூபிக்கப்பட்டு அனைவராலும் ஏற்கப்பட்டிருக்கிறது. நாம் பயன்படுத்தும் காந்தத் திசைகாட்டியிடம் இருந்து பறவைகள் பயன்படுத்தும் காந்தத் திசைகாட்டி வேறுபடுவதாகவும் அறிஞர்கள் கூறியுள்ளனர்.

வழியறியப் பழகுதல்

இடப்பெயர்வின் பயண வழியறிதல் என்பது பாதியளவிற்குப் பறவைகளின் உள்ளுணர்வு மூலம் நடந்தாலும், பாதி அவற்றின் பயிற்சியினால் மட்டுமே சாத்தியமாகின்றது. இதனால்தான் இளவயது பறவைகள் மூத்தப் பறவைகளைவிட எளிதில் வழிமாறிப் போகின்றன.

➤➤➤

15

பறவைகளின் வாழ்வியல்

பறவைகள் இரைக்கொல்லிகளாகவும் இரைகளாகவும் இருக்கின்றன. பறவைகளுக்கான உணவும் பாதுகாப்புமே அவற்றை எங்கு எப்படி வாழ்வது என்பதனைத் தீர்மானிக்கின்றன. அவ்விரு காரணிகளே அப்பறவைகளைக் கூட்டமாய் இயங்குவதா அல்லது தனித்து இயங்குவதா என்பதையும் தீர்மானிக்கின்றன. இவற்றில் எது நடந்தாலும் வளங்களைப் பகிர்ந்துகொள்ளல் என்பது இன்றியமையாததாக இருக்கிறது.

தனிநபர் இடப்பகிர்வுப் பண்பு

ஒவ்வோரு சிறு பறவையும் தனக்கென்று ஒரு சிறு இடத்தைத் தன்னைச் சுற்றி உருவாக்கிப் பாதுகாத்துக் கொள்கிறது. உதாரணமாகத் தொலைபேசி கம்பியில் வரிசையாய் அமர்ந்துள்ள பறவைகள் ஒன்றுக்கொன்று தொந்தரவு தராத வகையில் குறிப்பிட்ட இடைவெளி விட்டு அமர்ந்திருப்பதைச் சொல்லலாம். இந்த இருபக்க இடைவெளி அப்பறவைக்குரிய தனிநபர் இடம் என்று கொள்ளலாம்.

கூட்டமாய் உணவு தேடும் சிட்டுக்குருவிகள்கூட ஒரு குறிப்பிட்ட இடைவெளியினைத் தங்களுக்கிடையே வைத்துக்கொள்கின்றன. இந்த இடைவெளியானது அப்பறவைகளுக்கிடையே பகை உணர்வினைக் குறைக்க உதவுவதோடு மட்டுமன்றித் தனியொரு பறவையின் இரைதேடல் திறனையும் அதிகரிக்கிறது.

இது போன்ற இடைவெளியை உருவாக்குதல் மட்டுமின்றி அதைக் காப்பதும் பறவைகளிடையே காணப்படும் ஒரு பொதுவான பண்பாகும். இந்த இட உரிமையைப் பறவைகள் உருவாக்கிக் கொள்ளுதல் என்பது அவற்றின் வாழ்வியலில் ஓர் இன்றியமையாத பகுதியாய் அமைகின்றது.

ஒரு காலத்தில் பறவையியலாளர்கள் இச்செயலை இயக்கமற்ற ஒன்றாகவும் அது மரபுகளால் தீர்மானிக்கப்படுவதாகவும் கருதினர். உண்மையில் இந்த இடைவெளியை உருவாக்கிக் கொள்ளும் செயல் மாறக்கூடியதாகவும் இயக்கம் உடையதாகவும் பயனுக் கிடையேயான தொடர்பை வெளிப்படுத்துவதாயும் இருக்கிறது. உதாரணமாகத் தேவையற்ற காலங்களில் சக்தியைச் சேமித்து வைத்துக்கொள்வதற்கு ஏதுவாகப் பாதுகாத்து வைத்துள்ள தங்களது இடத்தைக்கூட பறவைகள் சில நேரங்களில் விட்டு விடுவதுண்டு.

பறவைகள் பாதுகாக்கும் இடம் என்பது அதன் உடல் எடை, தேவைப்படும் சக்தி, பறவையின் பாதுகாப்பு, உணவுப்பழக்கம் ஆகியவற்றுடன் நேரடியாகத் தொடர்பு கொண்டிருக்கிறது. பறவைகளுக்குரிய இடத்தின் முக்கியத்துவமானது அப்பறவைக்கு வாய்க்கும் உணவு வளத்தைப் பொறுத்து அமைகிறது.

இந்த முக்கியத்துவம் ஒரு தனிப்பறவையின் வாழ்வியலில் நன்கு புலப்படும். உணவுவளம் குறைந்த இடத்தில் பாதுகாக்கும் இடத்தின் அளவு பெரிதாகவும், உணவுவளம் அதிகம் கொண்ட இடத்தில் பாதுகாக்கும் இடம் சிறிதாகவும் இருப்பதனை அறியலாம். ஆனால் உணவு மட்டுமே இதற்கு முழு காரணமாய் அமைவதாகக் கூற முடியாது. ஓரிடத்தில் இருக்கின்ற போட்டிப் பறவைகளும் இந்த அளவை நிர்ணயம் செய்வதில் பங்கு வகிக்கின்றன. போட்டி அதிகம் இருக்கும்போது இடத்தின் அளவு சுருங்கியும் போட்டி குறைவாய் உள்ளபோது இடம் விரியவும் செய்கிறது.

ஓர் இடத்தைத் தனக்காகப் பாதுகாக்கும் முயற்சியில் பறவைகளுக்குப் பலன் கிடைப்பதைப் போல அதற்காக அதிக அளவில் சக்தியையும் செலவழிக்க வேண்டியுள்ளது. செலவைவிட பலன் இந்நிகழ்வில் அதிகரிக்கும்போது ஒரு பறவையின் பாதுகாக்கும் திறன் அதிகரிக்கிறது. பறவையின் பொருளாதார அடிப்படையில் அதற்குரிய வளம் பறவையால் பாதுகாக்க முடியும்.

ஒரு வளத்தின் முக்கியத்துவம் அது காலமாறுதலுக்கு உட்பட்டதா அல்லது இடமாறுதலுக்கு உட்பட்டதா என்பதைப் பொறுத்து அமைகிறது. குறிப்பாக ஒரு நிகழ்வைக் கூறலாம். ரீங்காரச் சிட்டுகள்

பூக்களில் தேன் உறிஞ்சும்போதும் பறக்கும் பூச்சிகளை உண்ணும் போதும் அருகருகே அமர்ந்து தங்களுக்கென்று தனி பாதுகாக்கும் இடத்தை ஏற்படுத்திக் கொள்வதில்லை. இதைப் போல் வளம் அதிகம் உள்ள இடங்கள் அதிக அளவில் போட்டியாளர்களைக் கவர்வதால் அங்கேயும் பாதுகாக்கும் இடம் உருவாக வாய்ப்பு ஏற்படுவதில்லை. வளம் குறைந்த இடங்களைப் பாதுகாப்பதில் பெரிய அளவில் பயனில்லை.

பறவைகள் பொதுவாகத் தம் இனப்பறவைக்கு எதிராகத்தான் இடங்களைப் பாதுகாக்கும் நிகழ்வை மேற்கொள்கிறது. இருப்பினும் அந்த இடப் பாதுகாப்பு பல நேரங்களில் ஒரே வளத்தைச் சார்ந்து வாழும் வேறுபட்ட இனப் பறவைகளுக்கு எதிராக நிகழலாம். ஆக, ஓர் இடம் ஒரு தனிப்பறவையாலோ இனப்பெருக்கத்திற்காகச் சேர்ந்த இணைப் பறவைகளாலோ ஒரு குடும்பத்தைச் சேர்ந்த பறவை களாலோ அல்லது வேறு இனம் சார்ந்த ஒரு பறவைக் கூட்டத்தாலோ காக்கப்படலாம்.

பறவைகள், தங்களுக்குத் தெரிந்த இடத்தைவிடத் தெரியாத இடத்தில் தங்களுடைய ஆளுமையை வெளிப்படுத்த விரும்புவதில்லை. பொதுவாகத் தங்களுக்குத் தெரிந்த இடத்திலும், தான் பாதுகாக்கும் இடத்திலும் பிற பறவைகள் ஆக்கிரமிப்புச் செய்யுமானால் அவற்றைப் பெரும்பாலும் அந்த இடத்துப் பறவைகள் தோற்கடித்து விடுகின்றன. அந்தப் பறவைகளுக்கு, அந்த இடத்தைப் பற்றிய தெளிவான அறிவு இருப்பதால் இது சாத்தியமாகிறது. அதுமட்டுமல்லாது ஒரு பறவை தன்னுடைய இடத்திற்காக அதிக அளவில் சக்தியைச் செலவு செய்துள்ளதால் எளிதில் எதிராளி களுடனான சண்டையைக் கைவிடுவதில்லை. ஆனால் ஆக்கிரமிப்புப் பறவைகள் சண்டையைக் கைவிடுவதற்குப் பல காரணங்கள் உள்ளன.

வாழ்வியலில் வெல்லும் பறவை ஆளுமை நிறைந்ததாகவும் தோற்கும் பறவை தாழ்மையுடையதாகவும் இருந்து ஒரு சமுதாய வாழ்வைப் பறவைகள் மேற்கொள்கின்றன. சமுதாய வாழ்வில் இத்திறனைக்கொண்டு பறவைகளுக்கான மதிப்புக் கிடைக்கும். வெல்லும் பறவைகள் தோற்கும் பறவைகளின் வளங்களில் எளிதில் உரிமை கொண்டாடும் நேரத்தில், தோற்ற பறவைகள் தங்களின் இயலாமையை, வென்ற பறவைகளிடம் வெளிப்படுத்தும் வழக்கமும் உண்டு.

இந்த ஆளுமை ஒரு பறவையின் வயது, அதன் பாலினம் போன்றவற்றைச் சார்ந்தது. பொதுவாகப் பெரிய பறவைகள் சிறிய

பறவைகளைத் தங்களின் ஆளுமை அமைப்புக்குள் கொண்டு வந்துவிடும். ஆண், பெண்ணை ஆளுமைப்படுத்தும். அட்ரினல் சுரப்பியின் செயல்பாடும், மூளை வேதியியலில்; காணப்படும் சிறிய வேறுபாடும் பறவைகளில் இந்த ஆளுமையை உருவாக்குகின்றன. இவ்வாளுமையைச் செயற்கையாகக் கூட பறவைகளிடத்தில் உருவாக்கமுடியும்.

பறவைகள் கூட்டமாய் இயங்கும் பண்பு

பறவைகள் கூட்டமாக இருக்கும் பழக்கமானது உணவு தேடுவதற்கும் எதிரிகளிடமிருந்து பாதுகாத்துக் கொள்வதற்கும் உருவான ஒன்று என்று கூறலாம். மேற்சொன்ன இடப்பாதுகாப்பு விஷயத்தில் இருப்பது போல், பலம் மற்றும் சக்தியைச் செலவழித்தல் ஆகியவற்றிற்கு இடையேயான தொடர்பை வெளிப்படுத்துவதாய் இப்பழக்கம் உள்ளது. இதில் நிலையான உணவு மற்றும் பாதுகாக்க ஏதுவான இடம் ஆகியன பறவைகளுக்குப் பாதுகாக்கும் பண்பையும் நிலையற்ற உணவு மற்றும் பாதுகாக்க இயலாத இடம் ஆகியன கூட்டமாய் வாழும் பண்பையும் உருவாக்குகின்றன.

கூட்டமாய் இயங்கும்போது ஒரு பறவை தன் செயல்பாடுகளைச் சிறிது நேரம் தவிர்த்து ஓய்வெடுக்க வழியுண்டு. ஏனெனில் கூட்டத்தில் வேறு சில பறவைகள் அந்த வேலைகளைச் செய்வதால் இந்த ஓய்வுக்கு வழி கிடைக்கிறது. ஒரு கூட்டத்தில் இணையும் செயலே ஒரு பறவைக்கு எதிரிகளிடமிருந்து தம்மைக் காத்துக் கொள்ளும் பாதுகாப்பைத் தருகிறது.

ஏனெனில் இரைகொல்லிக்குத் தனி ஒரு பறவையைக் குறிவைப்பது கூட்டத்தில் சற்றே கடினமான செயலாகும். இதனால் சற்று விலகிப் பறக்கும் பறவைக்கூட்டம் கூட இரைகொல்லி ஒன்றைப் பார்த்தவுடன் நெருக்கமாகப் பறக்கத் தொடங்கிவிடும். இந்தக் கூட்டம் கூடுதல் பெரும்பாலும் ஒரே இனத்தைச் சேர்ந்த பறவைகளிடத்தில் நடக்கிறது. ஆனால் ஒரே இனத்துப் பறவைகள் மட்டும் கூட்டமாகக் கூடும் என்று அறுதியிட்டுச் சொல்லமுடியாது.

உணவிற்காகப் பல்வேறு இனப் பறவைகளும் கூட்டமாகக் கூடும் வழக்கமும் உண்டு. சில நேரங்களில் 30க்கும் மேற்பட்ட சிற்றினங்கள் ஒரு சில சிற்றினங்களின் தலைமையில் உணவு தேடி இயங்குவது கண்டறியப்பட்டுள்ளது. இத்தகைய கட்டுக்கோப்பு எதிரிகளிடம் இருந்து காத்துக் கொள்வதற்காகவே அமைக்கப்பட்டிருப்பதாகக் கொள்ளலாம்.

➤➤➤

16

இனப்பெருக்கம்

ஆண் பறவைக்கு இரண்டு விந்தகங்களும் பெண் பறவைக்கு ஓர் அண்டமும் உள்ளன. இவையே இனச் செல்களையும் இன ஹார்மோன்களையும் உருவாக்குகின்றன.

விந்தகம் என்பது அவரை விதை வடிவில் சிறுநீரகப் பையின் மேற்பாகத்தில் அமைந்திருக்கிறது. இது இளம்சிவப்பு நிறத்தில் பொதுவாகக் காணப்பட்டாலும் சில பறவைகளிடம் கருமை நிறத்திலும் காணப்படுகிறது. ஆரம்பத்தில் சில மில்லி மீட்டர்களில் இருக்கும் விந்தகம் பருவகாலங்களில் 400 முதல் 500 மடங்குவரை அளவில் அதிகரிக்கும்.

உதாரணமாக ஜப்பானியக் குயில் எனும் பறவையின் விந்தகம் மூன்றே வாரத்தில் 8 மில்லி கிராமிலிருந்து 3000 மில்லி கிராம் வளர்ச்சியை அடைகிறது. அண்டம், சிறு திராட்சைக்கொத்து போன்று காணப்படும். பெரும்பாலான பெண் பறவைகள் இடதுபுற அண்டத்தை மட்டுமே பெற்றிருந்தாலும் சில கழுகு இனங்களில் இரண்டு புறத்திலும் அண்டங்கள் அமைந்திருப்பது உண்டு.

முதல்நிலை இனச்செல்கள் (Premordial Germcell) கரு வளர்ச்சியின்போது இனச்செல்கள் உருவாகும் இடத்திற்கு இடம்பெயரும். FSH (Follicle Stimulating Hormone) எனும் ஹார்மோன், அண்டத்திலும் விந்தகத்திலும் இனச்செல்களின் உருவாக்கத்தை ஒழுங்குபடுத்துகிறது. அதேபோல் லியூட்டினைசிங் ஹார்மோன் இரு இடத்திலும் உருவாகும் ஹார்மோன்களின்

உற்பத்தியை ஒழுங்குபடுத்துகிறது. டெஸ்டோஸ்டீரோன், எஸ்டோரஜன் ஆகிய ஹார்மோன்கள் இரண்டாம் நிலை இனப்பண்புகளின் வெளிப்பாட்டிற்குக் காரணமாக இருக்கின்றன.

இதில் டெஸ்டோஸ்டீரோன் மற்றும் எஸ்டோரஜன் முறையே ஆண் பெண் ஹார்மோன்களாய் இருப்பினும் இவை இரண்டுமே ஆண் பெண் பறவைகளில் காணப்படுகின்றன. ஆனால் இவற்றின் அளவில் காணப்படும் வேறுபாடுகளே ஆண் பெண் பண்புகளை வெளிப்படுத்துகின்றன.

இரண்டாம் நிலைப் பண்புகள்

உடலின் அளவில் மாறுபாடு, இறகுகளில் மாறுபாடு, குரல் மாறுபாடு ஆகிய அனைத்தும் டெஸ்டோஸ்டீரோன் மற்றும் எஸ்ட்ரோஜனின் உதவியால் உண்டாவதாகும். இனப்பெருக்கக் காலங்களில் ஆண் பறவைகள் பல்வேறு வண்ணங்களில் பல்வேறு இறகுகளை அதன் ரத்தத்தில் டெஸ்டோஸ்டீரோனின் அளவு உயர்வதன்மூலம் பெறுகின்றன. இனப்பெருக்கக் காலத்தில் ஆண் பறவைகள் சிறப்பான வண்ண அமைப்பினை இப்படித்தான் பெறுகின்றன. மேலும் சில பெண் பறவைகள்கூட சிறப்பு வண்ணச் சிறகுகளை இனபெருக்கக் காலத்தில் பெறுவதற்கும் இந்த டெஸ்டோஸ்டீரோனே வழிவகை செய்கிறது.

ஆனால் டெஸ்டோஸ்டீரோன் மற்றும் எஸ்டோரஜன் மட்டுமே இந்த இறகு வேறுபாட்டை உருவாக்கும் காரணிகளாய் இருப்பதில்லை. இந்த இரு ஹார்மோன்களையும் ஒழுங்குப்படுத்தும் லியூட்டினைசிங் ஹார்மோன்கூட இதற்குக் காரணமாக இருக்கலாம். ஏனெனில் இது தனியே செயல்பட்டுச் சில வேறுபாடுகளை உருவாக்கும் காரணியாய் இருக்கின்றது.

பாலூட்டிகளைப் போலன்றி, வண்ணத்துப்பூச்சியில் காண்பது போன்று பெண் பறவைகள் செயலற்ற W இன குரோமோசோம் ஒரு Z இன குரோமோசோம் என ZW குரோமோசோம்களைப் பெற்றுள்ளன. ஆனால் ஆண் பறவை இரு Z இன குரோமோ சோம்களைக் கொண்டுள்ளது.

சில நேரங்களில் செல் பிரிவின்போது உண்டாகும் சில எதிர்பாரா நிகழ்வில் கருவானது பாதி ZW குரோமோசோம்களையும் பாதி ZZ குரோமோசோம்களையும் கொண்டு தோன்றுவதும் உண்டு. இதன் விளைவாக உடலில் ஒருபுறத்தில் விந்தகமும் மறுபுறத்தில் அண்டமும் உருவாகிவிடும். இதன் விளைவாக ஆண் பெண் என்ற

இரண்டு பாலினத்திலும் காணப்படும் சிறப்புச் சிறகமைப்புகள் மேற்சொன்ன பறவைகளில் கலந்து காணப்படும்.

விந்து உருவாக்கம்

இன ஹார்மோன்கள் மற்றும் விந்தை உருவாக்கும் ஜெர்மினல் எபிதீலியாக்களைக் கொண்ட செமினிபெரஸ் (Seminiferous Tubules) குழல்கள் மொத்தமாக விந்தகத்தில் காணப்படும். டெஸ்டோஸ்டீரோன் ஹார்மோன் செமினிபெரஸ் குழல்களில் உள்ள செர்டோலி (Sertoli Cells) செல்களிலும் லேடிக் (Leudig) செல்களிலும் சுரக்கப்படுகிறது.

முழுவதும் வளர்ச்சியடைந்த விந்து செல் விந்தகத்தைவிட்டு வெவ்வேறு குழல்கள் வழியே வெளியேறுகிறது. விந்து செல்களை வெளி வெப்பநிலையில் இருந்து காப்பதற்காகப் பாலூட்டிகள் மற்றும் ஊர்வனவற்றில் விந்தகம் உடல் வெப்பநிலையில் இருந்து சற்றே குளிர்வான ஓரிடத்தில் வைக்கப்பட்டுள்ளது. ஆனால் இது பறவைகளில் உடல் வெப்பநிலையிலேயே வைக்கப்பட்டுள்ளது. அதனால் இந்த விந்து உருவாக்கம் இரவில், அதாவது உடல் வெப்பநிலை சிறிது குறைந்து இருக்கும்போது பறவைகளில் நிகழ்கிறது.

புதிய விந்து செமினல் வெசிகிள்களில் சேகரித்து வைக்கப்படுகிறது. செமினல் வெசிகிள்கள் மற்றும் இரு துணைச்சுரப்பிகளும்தான் விந்து செல்லுக்குத் தேவையான உணவூட்டத்தைப் பாலூட்டிகளில் அளிக்கின்றன. ஆனால் இந்நிகழ்வு நடைபெற பறவைகளிடத்தில் சுரப்பிகளும் இல்லை; உணவூட்டமும் இல்லை.

முதுகு நாணுடைய விலங்குகளுக்கே உரித்தான முறையில் பறவைகளின் விந்து செல்கள் உள்ளன. இதைத் தலைப்பகுதி, உடல், வால் என்று மூன்று பகுதிகளாகப் பிரிக்கலாம். இதில் தலைப்பாகம், மரபணுக்களைக் கொண்டும் உடல்பாகம், சக்தியைத் தருவதாகவும், வால், விந்து நீந்திச் செல்லவும் பயன்படுகின்றன. பறவைகளின் விந்து செல்கள் வெவ்வேறு வடிவங்களில் காணப்படுகின்றன.

கருமுட்டை உருவாக்கம்

பறவையின் முட்டையை உண்மையில் பரிணாம விந்தை என்றே சொல்ல வேண்டும். புதிதாய் இடப்பட்ட முட்டையில் 1) கருவற்ற நிலையும் (அ) கருவும் 2) அந்தக் கருவுக்கு உணவு மற்றும் பாதுகாக்கும் அடுக்குகளும் உள்ளன. ஆரம்பத்தில் மிகச்சிறிய

நுண்ணிய அளவில் இந்தக்கரு இருந்தாலும் அது ஆயிரம் மடங்கு பெரிதான நிலையில் வெளியே முட்டையாக இடப்படுகிறது.

இதற்குக் காரணம் கருவுக்கான உணவு அதிகரிப்பும் முட்டைக்கரு உருவாகும் முறை போன்றவற்றையும் சொல்லலாம். நுண்ணிய அளவில் இருக்கும் முட்டை ஆரம்ப அளவைவிட ஆயிரம் மடங்கு பெரியதாகக் கருவுணவின் சேர்க்கையினாலும், வெள்ளைக்கருவின் சேர்க்கையாலும் முட்டை ஓட்டின் விளைவாலும் உருவாகிறது.

கருமுட்டை இரு தனித்தனியான ஆனால் தொடர்புடைய நிகழ்வுகளால் வளர்ச்சி அடைகிறது. கரு அடுக்குகளின் உருவாக்கமும், சக்தி சேமிப்பும் ஜெர்ம் செல்களின் வேறு பாட்டையும் அதன் வளர்ச்சியையும் கொண்டு அமைகிறது. முட்டைகளை உருவாக்கும் முதல்நிலை முட்டைச் செல்கள் (Primary Oozytes) குஞ்சுகளிலேயே காணப்படினும் தெளிவான நல்ல உருவிலமைந்த முட்டையானது வளர்ந்த பறவைகளில்தான் காணப்படுகிறது. ஏனெனில் பறவைகளின் வளர்ச்சி நிலையில்தான் சிறிய அளவில் உண்மையான கருஉணவு, முட்டைச் செல்களுக்குச் செல்கிறது.

கருவுணவு உருவாக்கம் பறவைகளில் இனத்திற்கு இனம் வேறுபட்ட நாட்களில் நடைபெறுகிறது. இது சராசரியாக நான்கு நாட்களில் இருந்து 15 நாட்களுக்குள் நடக்கிறது. உருவில் பெரிய அளவிலான துகள் கொண்ட (0.025 மிமி - 0.15 மிமி சுற்றளவில்) மஞ்சள்கரு, சிறிய அளவிலான துகள்கொண்ட (0.004 மிமி - 0.075 மிமி) வெண்கரு என இருவகையில் கரு உள்ளது. இவை அடுக்குகளாக உருவாவதால் அடுக்குகளின் எண்ணிக்கையை வைத்து இக்கருவுணவின் தோற்ற நாட்களைக் கணக்கிடமுடியும். இவ்வாறு கரு முழுமையடைந்த பிறகு அது கருவுறுதலுக்காக இன்பண்டிபுலம் என்ற இடத்தை அடைகிறது.

இனப்பெருக்கம்

பறவைகள் பெரும்பாலும் வெளிப்புற இன உறுப்புக்கள் இல்லாத காரணத்தினால் மிகக் குறைவான நேரத்திலேயே அவற்றின் இனச்சேர்க்கை நிகழ்வு முடிந்துவிடுகிறது. இதனால்தான் இதனை இனப்புழை முத்தம் என அழைக்கிறோம்.

ஆண் பறவை, பெண் பறவைமீது அமர்ந்து தன் வாலிறகுகளைச் சற்றுத் தூக்கி இனப்புழையைச் சற்றுப் பெண் புழைக்கு ஏதுவாகத் திருப்பிக்கொள்கிறது. அதேபோல் பெண், ஆண் புழையை

முத்தமிடுவது போல் தன் பகுதியை அமைத்துக் கொடுப்பதுதான் பறவைகளின் இனச்சேர்க்கைச் செயல்பாடாகும்.

இந்நிகழ்வு ஸ்விட் இன பறவைகளில் நிமிடத்தில் நடைபெறுகிறது. அகுவாட்டிக் வார்ப்லர் எனும் பறவை 25 நிமிடம் வரை இவ்வுறவை மேற்கொள்கிறது. இப்பறவையில் ஆண் பறவை பெண் பறவையின் தலை இறகுகளைத் தன் அலகால் கவ்விக்கொண்டு, ஒவ்வொரு நிமிடத்திற்கும் அதாவது முட்டையிடுவதற்கு முன்னும் பின்னுமாய் உறவைக்கொண்டு தன் விந்து செல்தான் முட்டையைக் கருவுறச்செய்கிறது என்பதை உறுதிப் படுத்துகிறது.

ஓர் ஆண் பறவை சுமார் 1.7 முதல் 3.5 பில்லியன் வரையிலான விந்து செல்களை ஒரு முறையில் வெளியேற்றினாலும், இந்த எண்ணிக்கை அடுத்தடுத்த வெளியேற்றத்தில் குறைகிறது. குறைந்தது 100 மில்லியன் செல்கள் சராசரியாகக் கருவுறுதலுக்குத் தேவைப் படுகின்றன. இந்தச் செய்திகள் யாவும் வளர்ப்புப் பறவைகளிடம் இருந்தே பெறப்பட்டுள்ளன. பறவைகள் கருவுறுதல் பற்றிய ஆய்வுகள் இயற்கைச் சூழலில் குறைந்த அளவே நடைபெற்றுள்ளன.

பறவை இனப்பெருக்கச் செயல்

ஒருசில பறவைகள் இனப்புழையில் மாறுபட்ட வடிவில் விரைக்கும் தன்மை கொண்ட ஆணுறுப்புப் போன்ற ஓர் உறுப்பையும் கொண்டுள்ளன. பெரும்பாலான நீர்ப் பறவைகளான டினாமஸ் (Tinamous), கரசாவ்ஸ் (Curassows) மற்றும் நெருப்புக் கோழிகள் (Ostriches) ஆகியனவற்றில் 20செமீ நீளமுடைய நல்ல சிகப்பு நிறத்தில் ஆணுறுப்புகள் காணப்படுகின்றன.

இத்தனை வேறுபாடு எதற்காக என்பது ஒரு புரியாத புதிராகவே உள்ளது. நீர்ப் பறவைகளிடத்தில் உள்ள இவ்வுறுப்பு நீர் வழியாக இனச்செல்களின் இடப்பெயர்ச்சிக்கு உதவுமென்று கூறினாலும் மற்ற பறவைகளில் இதன் தனித்தன்மை கேள்விக் குறியாகவே உள்ளது.

இனச் சேர்க்கைக்கு முன்பாக ஆண் பெண் பறவைகள் ஒன்றையொன்று ஈர்த்துக்கொள்வதற்காக வெவ்வேறு விதமான செய்கைகளைச் செய்கின்றன. இதனை இனக்கவர்ச்சியின் வெளிப்பாடு என்று கூறலாம். ஒவ்வொரு பறவையிலும் இது ஒரு காவியநிகழ்வு போன்று நடக்கிறது.

உள்ளே நுழைந்த விந்துசெல் முதிர்ந்த கருவுறா முட்டையினை அடைகிறது. உடலுறவு நடைபெற்ற ஒரு சில நாட்களிலேயே முட்டை கருவுற்றாலும் விந்து செல் சில வாரம்வரை அத்தகுதியுடன் இருப்பதனை இங்குக் குறிப்பிட்டாக வேண்டும். இயற்கையாகவே சில பறவைகள் விந்து செல்களைச் சேமித்து வைக்கும் சுரப்பிகளையும் கொண்டுள்ளன.

ஒரு பெண் பறவை பல ஆண்களுடன் உடலுறவில் ஈடுபடும் போது இரு உடலுறவிற்கும் இடையேயான நேரம் அப்பறவையின் இளம் உயிரியின் தந்தையை நிர்ணயிப்பதாகக் கூறப்படுகிறது. உதாரணமாகத் தொடர் உடலுறவிற்கு இடையேயான இடைவெளி 4 மணி நேரம் இருக்கையில் கடைசி உடலுறவில் பெற்ற விந்து செல்கள் முட்டையைக் கருவுறச்செய்வதில் முன்னிலையில் உள்ளதென்று கூறப்பட்டாலும் இது முழுவதுமாக ஏற்கப்படாத நிலையில்தான் உள்ளது.

சேகரிக்கும் முறை இருக்கும் என்றால் கடைசியாகச் சேகரிக்கப்பட்ட விந்து, முட்டையை அடையும் பாதையில் முன்னே இருக்கும். அந்நிலையில் உறவில் ஈடுபட்ட கடைசி ஆண் பறவையே இளம் உயிரியின் தந்தையாகும். ஆனால் இதுபோன்ற அடுக்கு முறையில் விந்து சேகரிக்கும் வழக்கம் என்ற ஒன்று இருப்பதற்குச் சாத்தியமில்லை என்றும் சில அறிஞர்கள் கருதுகின்றனர்.

இதற்கு மாறாக மற்றொரு கருத்தும் உண்டு. சில இனங்களில் ஆண் பறவையானது உடலுறவிற்குப் பெண் பறவையின் இனப்புழையைத் தூண்ட செய்வதன் மூலம் அது முன்பு சேகரித்து வைத்துள்ள விந்துச் செல்களை வெளியேற்றச் செய்கிறது. பின்பு தனது விந்துச் செல்களை அனுப்புகிறது. இது டன்னாக் என்ற பறவை இனத்தில் கண்டறியப்பட்டுள்ளது. ஆனால் அதுவே அப்பறவையின் இனப்பெருக்க வரலாற்றில் புதைந்துவிட்டது.

சில நேரங்களில் பறவைகளில் கருவுறா முட்டைகள் வளர்ந்து கன்னிமாறா இனப்பெருக்கத்திற்குத் தன்னைத் தயார்ப்படுத்திக் கொண்டுவிடும். இப்படி உருவாவதில் பெரும்பாலானவை கருவிலேயே இறந்து விடுவதும் உண்டு. உயிருடன் வெளிவரும் பெரும்பாலானவை ZZ இன குரோமோசோம்களைக் கொண்ட ஆண் பறவைகளாக இனப்பெருக்கம் செய்யும் தகுதி உடையனவாகவும் உள்ளன.

இனப்பெருக்கச் செயல்

பறவைகளில் பல்வேறு விதமான இணைமுறைகள் இனப்பெருக்கக் காலத்தில் காணப்படுகின்றன. அவை முறையே ஓரிணை, பல்லிணை, பல ஆணிணை, பல பெண்ணிணை, பல ஆண் பெண்ணிணை மற்றும் பிரித்தறியா இணை என்று வகைப் படுத்தலாம். ஓரிணை என்பது அதிக அளவில் காணப்படக்கூடிய ஒன்றாகும். இது பருவகாலத்தில் ஓர் ஆண் ஒரு பெண்ணுடன் மட்டுமே இணைந்து வாழ்க்கை நடத்துவதைக் குறிக்கும். பல்லிணை என்பது ஏதேனும் ஓர் பாலினம் பல எதிர் பாலினத்துடன் இணைந்து வாழ்க்கை நடத்துவதாகும். இப்பல்லிணையில் மூன்று விதமான முறை காணப்படுகிறது.

பல ஆண்பெண்ணிணை

இது ஒரு பெண் பறவை பல ஆண்களுடன் இணைதலையும், ஓர் ஆண் பறவை பல பெண் பறவைகளுடன் இணைதலையும் குறிக்கும். இதுமட்டுமன்றி பிரித்தரியா இணையில் ஆண் பறவைகள் தங்களை அனுமதிக்கும் எல்லாப் பெண் பறவைகளுடன் மிகக் குறுகிய காலத்துக்கு இணைவு நடைபெறுவதைக் குறிக்கும்.

ஓர் இணை

ஓர் இணை உறவானது பருவகாலம் முழுவதுமோ அல்லது வாழ்வு முழுவதுமாகவோ தொடர்கிறது. கிளிகள், கழுகுகள், புறாக்கள்

ஆகியன ஓர் இணையாக வாழ்கின்றன. ஆனால் இதில் இனப்பெருக்கம் வெற்றிகரமாக இல்லாதபோது இந்த இணைகள் பிரிவது தவிர்க்கமுடியாததாகிறது. இந்நிகழ்வில் ஒரு ஜோடி எல்லாவற்றிலும் பங்கேற்பதால் அதிக எண்ணிக்கையில் இளம் உயிர்களை வளர்ப்பது எளிதான வேலையாகிறது. ஓரிணை ஜோடிகளில் ஒன்று மிகத்திறமையான இணையைப் பெற்றுக்கொள்வது இதிலுள்ள சிறப்பம்சமாகும். அதாவது ஆண் பறவைகள் பெருமளவில் தங்களின் திறனைச் சில சிறப்புச் செய்கைகள் மூலம் (நடனம்) வெளிப்படுத்தும். பெண் பறவைகள் தகுதி அடிப்படையில் சிறப்பான ஓர் ஆண் பறவையைத் தேர்ந்தெடுத்துக் கொள்ளும்.

பல பெண்ணிணைவு

ஓர் ஆண் பறவை பல பெண் பறவைகளோடு சேர்ந்திருப்பது இந்த நிலையாகும். பொதுவாகப் பறவையின் தேவைகள் அனைத்து இடங்களிலும் சமமாய் இல்லாமல் ஓரிடத்தில் மட்டுமே குவிந்திருக்கும் பட்சத்தில் இந்நிலை உருவாவதாகக் குறிப்பிடுகிறார்கள். இந்நிகழ்வில் முதல் பெண் பறவை மற்ற பெண் பறவைகளைவிட அதிகமாய் ஆண் பாதுகாப்பைப் பெறுகிறது. இரண்டு மற்றும் மூன்றாம் நிலையில் வருகின்ற பெண் பறவைகள் இந்த ஆணின் கடைசி பாதுகாப்பில் தங்களின் குஞ்சுகளைப் பராமரிக்கின்றன.

பல ஆணிணைவு

இது மிகக் குறைவாகவே நிகழ்கிறது. இதில் பெண் பறவை சிறிது பலம் வாய்ந்து இருப்பதாகவே கருதவேண்டும். ஏனெனில் இந்நிகழ்வில் ஒன்றுக்கும் மேற்பட்ட ஆண் பறவைகள் பெண்ணிற்கு உதவியாய் இளம் உயிரி வளர்ப்பில் ஈடுபடுகிற செயலை இதில் காணலாம்.

வளமற்ற இடங்களில் உள்ள சில பறவைகளின் ஆண் இனங்கள் ஒரு குறிப்பிட்ட இடத்தை நிர்ணயித்துக்கொண்டு தங்கள் இருப்பைப் பெண் பறவைகளுக்கு வெளிப்படுத்திக் கொள்ளும். ஓர் ஆண் பறவை தனக்குரியதாக நிர்ணயித்துக்கொண்ட இடம் லெக் (Lek) என அழைக்கப்படுகிறது.

➤➤➤

17

முட்டையின் கதை

கருவுறுதல் என்ற செயல் ஒரு கருவுறா முட்டையைக் கருவாக மாற்றுகிறது. அதன்பின் முட்டை உருவாக்கம் நடைபெறுகிறது. கருநாளம் என்பது நீண்ட நீட்சித் தன்மைகொண்ட சுவர்களாக முட்டையின் வளர்ச்சியை ஏற்றுக்கொள்ளும் வசதியுடையதாக உள்ளது.

சுருங்கி விரியும் தன்மைகொண்ட தசையின் இயக்கத்தால் முட்டையின் இடப்பெயர்பு சாத்தியமாகிறது. இந்தக் கருநாளம் வழியே ஒரு முட்டை நகர்ந்து செல்ல 24 மணி நேரமே ஆனாலும் இந்த நகர்தலுக்கு முட்டை ஒரு வாரம் எடுத்துக்கொள்கிறது. இன்பண்டிபுலத்தில் 20 நிமிடம் இருந்து பின் ஒரு நிமிடத்திற்கு 2.3 மிமீ என முட்டை இடம் பெயர்கிறது. முதலில் முட்டையுடன் அல்புபின் சேர்க்கப்பட்டுப் பின் சவ்வுகளும் ஓடுகளும் அதனுடன் சேர்க்கப்படுகின்றன. முட்டை 19 முதல் 20 மணி நேரத்தில் கருப்பையில் உருவாகிறது.

கருநாளத்தின் முன் பகுதியில் அல்புமின் சுரக்கிறது. அதே இடத்திலேயே நான்கு அடுக்குகளாக முட்டையின் வெண்கரு சேர்க்கப்படுகிறது. இவ்வடுக்குகள் ஒன்றில் இருந்து மற்றொன்று அதன் அடர்த்திப் பொருளின் கூட்டுத்தன்மை போன்றவற்றில் வேறுபட்டு இருக்கின்றன.

இதில் உட்புறத்தில் கடைசியாகக் காணப்படும் அடுக்கு மற்ற அடுக்குகளால் அழுத்தப்படுகிறது. கரு உணவானது கருநாளத்தின் பின்னிய அமைப்பின் காரணமாகச் சிறிது சுழற்சிக்கு உள்ளாகிறது.

முட்டை உருவாக்கம்

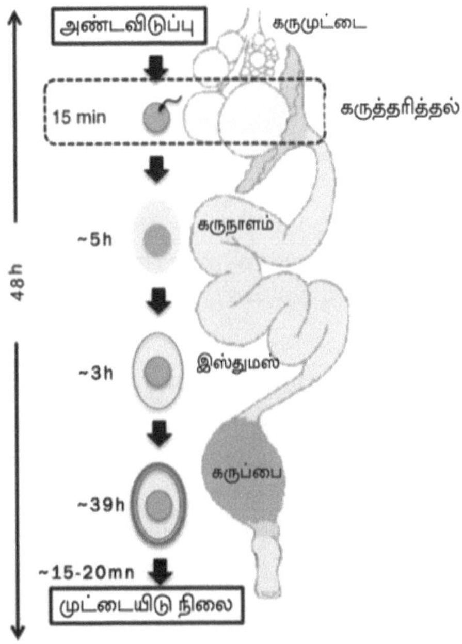

இச்சுழலும் பகுதி சலஜா என்று அழைக்கப்படுகிறது. இதுவே கரு உணவை ஒரு நிலையில் வைத்திருக்க உதவுகிறது. இதன் மூலம் முட்டையின் மேல் பாகத்தில் கருவின் பிளவிப்பெருகல் நடைபெறுகிறது.

இந்நிலையில் முட்டை இஸ்துமஸ் பகுதியை அடைய, அங்கு முட்டையின் மேற்புற ஓட்டுச்சவ்வு சேர்க்கப்படுகிறது. இந்த வெளிப்புறச்சவ்வு ஓட்டுடன் மிக நேர்த்தியாக ஒட்டிக் கொண்டுள்ளது. இச்சவ்வு புரத நார்களால் ஆனது. இது அல்புமினால் இறுகி, வாயு மற்றும் திரவம் உள்ளேயும் வெளியேயும் செல்லாதவாறு முட்டையைப் பாதுகாக்கிறது.

மிக மெலிதான உட்புற சவ்வு இஸ்துமஸின் மேல் கெரட்டினால் ஆன நார்களை இணைக்கும்போது உருவாகிறது. ஓட்டுச்சவ்வுடன் சிறிய அளவில் நிறமிகள் இணைக்கப்படுவதால் அது இளஞ்சிவப்பு நிறத்தைப் பெறுகிறது. ஓட்டு உருவாக்கத்தில் முதலில் நிறமிகளில் ஓட்டு நிறம் சேர்க்கப்படுகிறது. ஓட்டு நிறமிகள் போர்பைரின்ஸ்

எனப்படுகின்றன. பழைய ரத்த செல்களில் உள்ள ஹிமாடின், ஈரலால் சிதைக்கப்பட்டு பைல் நிறமிகளாக மாற்றம் அடைவதிலிருந்து இந்த நிறமிப் பெறப்படுகிறது.

முட்டை உருவாக்கத்தின் இறுதிக்கட்டம் கடின ஓட்டை இணைப்பதாகும். இந்தக் கடின ஓடு கால்சியம் கார்பனேட்டால் (CaCo3) ஆன கால்சைட் கிரிஸ்டல்களால் முட்டை நாளத்தின் கருப்பையில் உருவாகிறது. இத்துடன் சிறிய அளவில் மக்னீசியமும் பாஸ்பேட்டும் கலந்துள்ளன. இந்தப் பொருள்களின் அளவில் அல்லது கலவையில் ஏற்படும் சிறு மாற்றம்கூட முட்டை ஓட்டின் கடினத்தன்மையைப் பெருமளவில் பாதிக்கிறது. சிறிய அளவில் பாஸ்பேட் உயர்ந்தால் அது கால்சைட் கிரிஸ்டல்களின் வளர்ச்சியைப் பாதிக்கிறது.

பறவைகளின் உடலுக்குள்ளே செல்லும் பூச்சி மருந்துகள் இங்குதான் பெரிய பாதிப்பினை ஏற்படுத்துகிறது. DDT மற்றும் DDE பூச்சி மருந்துகள் இந்த மக்னீசியம் மற்றும் பாஸ்பேட்டின் கலவையின் அளவில் மாற்றத்தை உருவாக்குவதால் முட்டை ஓடு இளகின தன்மையை அடைகிறது. அதனால் இளம் உயிரி உருவாக்கம் பெரும்பாலும் தடுக்கப்படுகிறது. 1.547 ஆக இருக்கும் மக்னீசியமும் 0.25 விழுக்காடாக இருக்கும் பாஸ்பேட்டும் முறையே 2.17 மற்றும் 0.6 விழுக்காடாக ஆலா பறவையில் மாற்றத்தை உருவாக்கி சந்ததி உருவாக்கத்திற்குப் பெரும் தடையை ஏற்படுத்தியது ஒரு வரலாறு.

இவ்வாறு அனைத்து அடுக்குகளும் ஓடுகளும் முட்டையில் உருவாகியவுடன் அது வெளியேறுவதற்குத் தயாராகிறது. இக்கட்டத்தில் சில பறவைகள் 180 டிகிரிக்கு முட்டையைச் சுழளச் செய்து, அதன் தட்டைப்பகுதி முதலில் வெளியே வருமாறு செய்கிறது.

முட்டை வெளியேறும் பகுதியில் காணப்படும் தசைகளின் இயக்கத்தினால் முட்டைகள் தானாக வெளியேற்றப்படுகின்றன. பெரும்பாலும் இளம் காலை நேரங்களில் முட்டைகள் இடப் படுகின்றன. பறவைகள் மற்ற நேரங்களில் முட்டை நாளத்தில் முட்டையைச் சுமந்துகொண்டு வேறு வேலையில் ஈடுபடுவதால், இதில் உண்டாகும் பாதுகாப்பற்ற தன்மையைத் தவிர்ப்பதற்காகக் காலை நேரத்தை முட்டை இடுதலுக்குப் பறவைகள் தேர்ந்தெடுத்திருக்கலாம்.

நாள்தோறுமோ அல்லது இரண்டு நாட்களுக்கு ஒரு முறையோ முட்டையிடுதல் நடக்கும். இருப்பினும் பாடும் பறவைகள்,

வாத்துகள், கோழிகள், மரங்கொத்திகள் போன்றவை ஒரு நாள் இடைவெளியில் முட்டைகளை இடுகின்றன. இதற்கு மாறாக மெகாபோட் பறவைகள் ஒரு முட்டை இடுதலுக்கும் அடுத்த முட்டை இடுதலுக்குமான இடைவெளியாய் 4 முதல் 8 நாட்களை எடுத்துக்கொள்கின்றன. பெரிய கழுகினங்கள், பென்குயின் போன்றவை 3 முதல் 5 நாட்கள் எடுத்துக்கொள்கின்றன. முட்டைகளின் அளவு 0.2 கிராமில் ஆரம்பித்து, பெரிய அளவாக 9 கிலோ அளவில் இருந்துள்ளது (அழிந்து போன யானைப் பறவையினுடையது).

முட்டை ஈடு

ஒரு பறவை ஒருமுறை அடைகாக்க இடும் முட்டைகளின் எண்ணிக்கையினை முட்டை ஈடு (Clutch) என அழைக்கிறோம். இந்த எண்ணிக்கை பறவையின் சக்தி சம்பந்தப்பட்டதாக இருக்கிறது. மேலும் இவ்வெண்ணிக்கை சில பறவைகளில் ஒரே தன்மையில் இருப்பதில்லை. இந்த ஈடு சராசரியாக 3 முதல் 12 வரை நீர்ப் பறவைகளிலும், 2 முதல் 23வரை கோழிகளிலும் உள்ளன.

வயது, உணவு, காலம் போன்றவை இந்த ஈட்டின் முட்டை எண்ணிக்கையை நிர்ணயிப்பதாய் உள்ளன. இது போன்றே புரதமும், தாதுக்களான பொட்டாசியம், கால்சியம், போன்றவையும் இதனை நிர்ணயிக்கின்றன.

முட்டை உருவாக்கத்திற்குத் தேவையான வளம் அல்லது சக்தியானது பறவைகள் நாள்தோறும் எடுத்துக்கொள்ளும் உணவின் அளவினை உயர்த்துவதன் மூலமும் சக்தியை வீணடிக்கும் வேலைகளைக் குறைத்துக் கொள்வதன் மூலமும் கிடைக்கிறது. முட்டையிடும் காலத்தில் பெரும்பாலான பறவைகள் அதிக உணவு தேடுதலை மேற்கொள்கின்றன. அதுமட்டுமின்றி சேமித்து வைக்கப்படும் சக்தியையும் முட்டை உருவாக்கத்திற்குப் பறவைகள் பயன்படுத்திக் கொள்ள தவறுவதில்லை.

முட்டை

பறவைகளைவிடப் பறவைகளின் முட்டைகள்தான் ஆரம்பகால பறவையியல் ஆய்வாளர்களை மிகுதியாகக் கவர்ந்தன. அவற்றின் வேறுபட்ட அளவு, அமைப்பு, நிறம் ஆகியன அதற்குக் காரணங்களாகும். கி.பி.19ஆம் நூற்றாண்டில் ஐரோப்பிய மற்றும் ஆப்பிரிக்க பறவையியலாளர்கள் அதிக அளவில் இதைப் பற்றிய

ஆய்வு நூல்கள் எழுதியிருப்பது இதற்குக் காரணமாக இருக்கலாம். முட்டைப் பற்றிய தனிப்படிப்பாக முட்டையியல் (Oology) உருவானதும் அப்போதுதான்.

முட்டையின் உள்ளே இருக்கும் கரு முற்றிலுமாக வெளிப்புறத்திலிருந்து தனிமைப்படுத்தப்படுவதில்லை. ஏனெனில் கருவின் உயிருக்கு ஆக்ஸிஜன், கார்பன்-டை-ஆக்ஸைடு, நீர் போன்றவற்றின் பரிமாற்றம் வெளிப்புறத்திலிருந்து உட்புறத்திற்குச் செலுத்தப்படுவது அவசியமாகிறது.

➤➤➤

19

கூடுகளின் கதை

எந்த ஒரு பறவையும் நேரடியாக ஓர் இளம் உயிரியைத் தோற்றுவிப்பதில்லை. அதற்குப் பதிலாக அவை முட்டையிட்டுக் குஞ்சு பொரிக்கின்றன. கூடு ஒன்றைத் தயார் செய்தோ அல்லது முன்பே இருக்கும் கூடு போன்ற ஒன்றைக் கொண்டோ முட்டையையும் இளம் உயிரியையும் பாதுகாக்கிறது.

ஒரு பறவை முட்டையையும் தன்னுடைய இளம் உயிரியையும் பாதுகாக்கத் தன்னுடைய நேரம், சக்தி போன்றவற்றை மிகுதியாகத் தியாகம் செய்கிறது. இந்நிகழ்வுசார் பரிணாமம் பறவைக் கூடுகளின் வகைப்பாடுகளைப் பெரிய அளவில் வேறுபடுத்தியுள்ளது. இதேபோல முட்டையை அடைகாத்தலும் இளம் உயிரியின் வளர்ச்சியும் பறவைகளின் வாழ்க்கையைச் சார்ந்திருக்கின்றன.

கூட்டின் கட்டமைப்பு

உண்மையில் இனப்பெருக்கத்தில் ஒரு குறிப்பிட்ட பகுதியில் காணப்படும் சவால்களை எதிர்கொள்ளும் வகையிலேயே பறவைகளின் கூடுகட்டும் பண்புகளை நாம் காணவேண்டும். பெரும்பாலான பறவைகள் தனியாக, மறைவாக இருப்பது போல்தான் கூடுகட்டும்.

எதிர்மாறாகச் சில பறவைகளின் கூடுகள் வெளியில் பெருந் தொகுதியாக (10 லட்சத்திற்கும் அதிகமாக) காணப்படும். பெருவியன் கடற்பகுதியில் 'கார்மராண்ட்' என்னும் பறவைகள் ஒரு ஏக்கருக்கு 12,000 கூடுகளைக் கட்டிக்கொண்டு கூட்டமாய் வாழும்.

கூடுகளின் கட்டமைப்பு

பெருவியன் கடற்பகுதியில் காணப்படும்
'கார்மராண்ட்' பறவைகள்

ஆப்ரிக்காவில் 20 முதல் 30 லட்சம் ஜோடி குவலியா (Red-billed Quelea) பறவைகள் 100 ஹெக்டர் நிலத்தில் கூட்டமாய்க் கூடுகட்டி வாழ்கின்றன.

பறவைகள் தங்களையும் தங்களுடைய முட்டைகளையும் இளம் உயிர்களையும் எதிரிகளிடமிருந்தும் கடினமான தட்பவெப்ப சூழ்நிலைகளில் இருந்தும் காத்துக்கொள்ளவே கூடுகளைக் கட்டிக்கொள்கின்றன. கூடுகளின் கட்டமைப்பும், அவற்றின் தொழில் நுட்பமும், பின்னிப் பிணைந்தவையாகும்.

மேலும், பாதகமான வானிலைகளிலிருந்து இளம் உயிர்கள், பெற்றோர், முட்டைகள் ஆகியவற்றைப் பாதுகாக்கவும் கூடுகள் உதவுகின்றன. பறவைகளின் கூடுகள் பலதரப்பட்டனவாக உள்ளன. மிகக் கடினமாகச் செறிந்த பின்னிய தொழில்நுட்பம் மிகுந்த கூடுகளும் உள்ளன. ஓரிரு சிறு குச்சிகளைக் கொண்டு அமைக்கப்படும் கூடுகளும் இருக்கின்றன. சில பறவைகள் நிலத்தில் சிறிய குழியைப் பறித்து அதில் முட்டையிடும் பழக்கத்தைக் கொண்டிருக்கின்றன.

கூடுகள் கட்டுவதற்கு எளிதாகக் கிடைக்கும் சிறுகுச்சிகள், கற்கள், அரிதாகக் கிடைக்கும் இயற்கை நார்கள் ஆகியவற்றைப் பறவைகள் பயன்படுத்துகின்றன. சில பறவைகள் சிறிய குச்சிகளை மட்டுமே கொண்டு கூடுகள் கட்டிக் கொள்கின்றன. சில கழுகுகள் உடைந்த கிளைகளைக் கொண்டு தங்கள் கூடுகளைக் கட்டுகின்றன. அமெரிக்க வெண்தலை கழுகு (Bald Eagle) ஒன்றின் கூடு கீழே விழுந்தபோது அதன் எடையைப் பார்த்ததில் சில கிலோக்கள் இருப்பது கண்டறியப்பட்டது.

பாடும் பறவைகள்தான் மிக நேர்த்தியான கூடுகட்டும் திறன்களைக் கொண்டுள்ளன. சுருக்குப்பை போன்று கிளையிலிருந்து தொங்கும் கூடுகள் மிகுந்த உழைப்பும் நுட்பமும் கொண்டு அமைந்தவை. தூக்கணாங் குருவியின் கூட்டையும் தையல் பறவையின் கூட்டையும் இதற்கு உதாரணமாகக் கூறலாம்.

பல பறவைகள் கூட்டமாகச் சேர்ந்து கூடுகட்டுவதைப் பார்க்கிறோம். பல அறைகளைக் கொண்ட ஒரு கூட்டுக்கூட்டைத் தனியே கட்டும் திறனை சில பறவைகளே பெற்றிருக்கின்றன. ‘சோசியபல் வீவர்’ எனும் பறவையின் கூட்டை இதற்கு உதாரணமாகக் கூறலாம். இப்பறவையினம் பாலைவனத்திற்கு ஈடான தென்மேற்கு ஆப்பிரிக்காவின் வெப்பப் பகுதியில் மட்டுமே காணப்படுகிறது.

தொங்கும் கூடுகள்

பல அறைகளைக் கொண்ட
‘சோசியபல் வீவர்’ பறவையின் கூடு

கூடுகட்ட உபயோகப்படுத்தப்படும் பொருட்கள் புற்கள், இளம் கொடிகள், இலைகள், கிளைகள் போன்றவற்றைக் கொண்டே பறவைகள் கூடுகளைக் கட்டுகின்றன. வெளிப்புற ஒட்டுண்ணி களைத் தவிர்க்கவும், நோய்களைத் தவிர்க்கவும் சில தாவர இலைகளைப் பறவைகள் பயன்படுத்துகின்றன. பொதுவாகத் தாவரங்கள் அல்லது பொந்துகளில் கட்டப்படும் கூடுகளில்தான் இத்தகைய இளம் மற்றும் பசுமையான இலைகள் மிகுதியாகப் பயன்படுத்தப்படுகின்றன.

களிமண் உருண்டை, சிறு கூழாங்கற்கள், மனிதனால் தூக்கி எறியப்பட்ட சில தேவையற்ற பொருட்களும் பறவைகளுக்குக் கூடுகட்ட உதவுகின்றன. சிலந்திகளின் கூடு, சிறு இறகுகள், முடிகள் ஆகியவற்றைக் கொண்டு தங்கள் கூடுகளை அழகு படுத்திக் கொள்ளும் பழக்கமும் சில பறவைகளிடையே உண்டு.

கூட்டின் பாதுகாப்பு

ஒரு பறவையின் இனப்பெருக்க வெற்றியானது கூட்டாலும், அக்கூட்டைச் சார்ந்த பெற்றோர்கள், முட்டை, இளம் உயிரிகள் போன்றவற்றை வேட்டையாடும் எதிரிகளாலும் பாதிக்கப் படுகின்றது. உலகில் பறவைகளின் கூட்டை 85 சதவிகிதம் பாழாக்குவது அப்பறவைகளின் எதிரிகளேயாகும். ஆனால் இந்தப் பாதிப்புகள் பறவைகளின் பரிணாமத்தில் ஒரு முன்னேற்றத்தைக் கொண்டு வருகின்றன. கூட்டின் கட்டமைப்பு, கட்டப்படும் இடம் போன்றவற்றைத் தீர்மானிக்க இப்பாதிப்புகள் காரணங்களாகின்றன.

எதிரிகள் நெருங்கமுடியாத இடம், எளிதில் தெரியாத தன்மை மற்றும் எளிதில் வெல்ல முடியாமல் இருப்பது போன்றவை கூட்டின் பாதுகாப்பிற்கு இன்றியமையாத காரணிகளாய் இருக்கின்றன. இதற்காகவே சுற்றுப்புறத்தோடு ஒத்துப்போகும் நிறமுடைய கூட்டைப் பறவைகள் அமைத்துக் கொள்கின்றன. இப்படி எதிரிகளால் எளிதில் கூட்டைக் கண்டறிய முடியாத சூழ்நிலையைப் பறவைகள் உருவாக்குகின்றன.

தரையில் கூடுகட்டும் பறவைகளின் கூடுகளும் கூடுசார் உயிர்களும் மரத்திலோ குறுஞ்செடிகளிலோ உள்ள கூடுகளைவிட எளிதில் இரைகொல்லிகளின் தாக்குதல்களுக்கு உள்ளாகின்றன.

பெரும்பாலான பறவைகள் முழுமையாக மூடுண்ட அமைப்பில் கூட்டைக் கட்டிக்கொள்வதன் மூலம் எதிரிகளின் நெருக்கத்தைக் குறைத்து விடுகின்றன. பாம்புகள் போன்ற ஊர்வனகூட எளிதில்

நுழைய முடியாத வகையில் இருப்பது இக்கூடுகளின் சிறப்பம்சமாகும்.

பொந்துகளில் காணப்படும் கூடுகளைவிடத் திறந்த நிலையில் கட்டப்படும் கூடுகளுக்குப் பாதுகாப்புக் குறைவானதாகவே இருக்கின்றது. உண்மையில் தங்கள் பாதுகாப்புக்காகப் பெரும்பாலான பறவைகள் பொந்துகளிலேயே தங்கள் கூடுகளை அமைத்துக் கொள்கின்றன. உதாரணமாக மீன்கொத்தி, ஆந்தை, கிளிகள், பார்பெட் ஆகியன பொந்துகளில் கூடுகட்டி வாழும் பறவையினங்களாகும்.

இப்படிக் கூடுகட்டும் பறவைகளைப் பொந்துகளை உருவாக்கிக் கூடுகட்டுபவை, முன்பே இருக்கும் துவாரங்களைச் சிறிது மாற்றியமைத்துக் கூடுகளாக்கிக் கொள்பவை என்று இரு பிரிவாகப் பகுக்கலாம். இந்த இரண்டாம்நிலைப் பறவைகள் எப்பொழுதும் முதல்நிலைப் பறவைகளின் கூடு இருக்கும் பொந்துகளையோ (அ) இயற்கையாகக் கிடைக்கும் பொந்துகளையோ சார்ந்துள்ளன.

இறந்துபோன மரங்கள்கூட இந்தவகையில் பறவைகளுக்குப் பெரும் உதவி செய்கின்றன. இறந்துபோன, அழுகிப்போன மரங்களை அகற்றும் செயல்கூட ஒரு சூழ்நிலை மண்டலத்தில் இருக்கும் பறவைகளின் வாழ்க்கையை மாற்றும் சக்தி வாய்ந்ததாய் இருக்கிறது. வேறு சில பறவைகள் தந்திரமாகப் பெரிய விலங்குகள் இருக்கும் இடத்திலோ அல்லது கொட்டும் பூச்சிகள் இருக்கும் இடத்திலோ கூடுகட்டி, தங்களைப் பாதுகாத்துக் கொள்கின்றன. 'ஐரோப்பிய திக்-நீ பறவை (European thick-knee) முதலைகள் தங்கும் இடத்தில் தன்கூட்டை அமைத்துக்கொள்ளும் பழக்கத்தைக் கொண்டிருக்கிறது.

ஒரு பறவை அடைகாத்துக் கொண்டிருக்கும் போது வேறு வழியே இல்லை என்ற நிலையில்தான் தன்னை எதிரிகளிடம் காட்டிக் கொள்ளும். அதுவரை மிக அழகாகச் சுற்றுப்புறங்களுடன் தன்னை இணைத்துக்கொள்ளும்.

சில பறவைகள் அப்படிப் பறக்க நேரிடும்போது மிகக்கெட்ட வாசனை வரும்படியான கழிவுகளை முட்டைகள் மீது தெளித்துவிட்டுப் பறக்கின்றன. பல பறவைகள் இந்நிலையில் எதிரிகளைத் தாக்க முற்படுவதும் உண்டு. பறந்த பறவை மீண்டும் கூட்டை உடனே வந்து அடைவதில்லை. சிறிது நேரம் கழித்து, எதிரிகள் அறியாவண்ணம் பதுங்கிப் பதுங்கி கூட்டை அடைவதும் உண்டு.

கூட்டமாகக் கூடுகட்டி வாழும் பறவைகள்

பறவைகள் 13 விழுக்காடு கூட்டமாய்க் கூடுகட்டி வாழும் பழக்கம் உடையனவாகக் காணப்படுகின்றன. கூட்டமாய்க் கூடுகட்டி வாழும் பழக்கமானது, இடமின்மையால் ஏற்பட்ட பரிணமிப்பு என்று சொல்வதுண்டு. பழக்கம், சாதக பாதகங்களைச் சரிசமமாகக் கொண்டது என்றுதான் கூறவேண்டும்.

கூட்டமாகக் கூடுகட்டுவதன் சாதகம் என்றால் இளம் உயிரிகள் நல்ல பாதுகாப்பில் இருக்க வாய்ப்பு உண்டு என்பதையும் பாதகம் என்றால் கூடுகட்டும் இடத்திற்குப் போட்டி, கூடுகட்டும் பொருட்களை இழக்கும் வாய்ப்பு, உடலியல் தொந்தரவு போன்றவற்றையும் கூற வேண்டும். மேலும் கூட்டமாய் வாழ்வது எதிரிகளை எளிதில் அழைக்கும்படியான ஒரு செயலாகவும் இருக்கிறது.

கூடுகட்டுதல்

கூடானது பெற்றோர் பறவைகள் இரண்டினாலோ அல்லது அவற்றில் ஒன்றாலோ கட்டப்படும். இது பெரும்பாலும் இணை உருவான பிறகு நடக்கும். கூடுகட்டும் இடத்தைத் தேர்ந்தெடுத்த பின் இந்தக் கடின வேலை நிகழ்கிறது. இக்கூடு கட்டப்பட்ட பின் இரு பறவைகளும் ஒன்றையொன்று தங்களுக்கு இணையாக அங்கீகரித்துக் கொண்டால்தான் அடுத்த நிகழ்வான இனச் சேர்க்கையும் முட்டையிடுதலும் நடைபெறும். கூடுகட்டுதல் சில பறவைகளுக்கு மிக எளிதான வேலையாகவும் சில பறவைகளுக்கு மிகக் கடினமான ஒன்றாகவும் இருக்கிறது.

கூடுகட்டும் நடத்தை

கூடுகட்டும் பழக்கம் குறித்து மிகத் தெளிவாகக் கூறவேண்டுமானால், வெறும் கூடுகட்ட உதவும் பொருட்களின் குவியலாக சில பறவைகளின் கூடுகளும், மிக நேர்த்தியான பொருள்களைக் கொண்டு நுட்பத்துடன் நெய்யப்பட்டதாக சில பறவைகளின் கூடுகளும் இருக்கின்றன.

கூடுகட்ட உதவும் பொருட்களைச் சற்றே வரிசைப்படுத்துவதன் மூலம் அருகே உள்ள இடத்திலிருந்து கூட்டை வேறுபடுத்த மட்டுமே இச்செயலைச் செய்கிறது. பின் பரிணாமத்தில் இதுவே நேர்த்தியான கூடுகட்டும் திறனாகப் பறவைகளிடத்தில் பரிணமித்துள்ளது.

கூடுகட்டுவதற்குப் பொருட்களைப் பறவை தன் அலகினாலோ அல்லது கால்களினாலோ எடுத்துச் செல்கின்றது. இருப்பினும் சில பறவைகள் தங்களின் இறகுகளில் பொருட்களைச் செருகிக்கொண்டு வருவதும் உண்டு. இப்படிப் பறவைகளின் அலகும் கால்களுமே கூடுகட்ட உதவும் கருவிகளாக இருக்கின்றன. பொதுவாகப் பறவைகளின் அலகுகள், உணவுக்காகப் பரிணமித்தவையாக இருப்பினும் மிக அபூர்வமாக சில பறவைகளில் இந்த அலகுகள் கூடுகட்டுவதற்காகவே பரிணமித்து இருக்கலாம் என்ற கருத்தும் சொல்லப்படுவதுண்டு.

வயதும் கூடுகட்டும் திறனும்

கூடுகட்டும் திறன் என்பது மரபியல் சார்ந்ததாக இருப்பதால் இளம் பறவைகள் இதனைப் பெற்றோர்களிடம் இருந்தோ அல்லது வேறொரு உறுப்பினரிடமிருந்தோ கற்க வேண்டியதில்லை. கூடு என்ற ஒன்றைப் பார்க்காமலேயே இளம் பறவை ஒன்று குறிப்பிட்ட காலத்தில் கூடுகட்டும் திறனைப் பெற்றிருக்கும். இருப்பினும் கூடுகளின் நேர்த்தி என்பது அதன் வயதைச் சார்ந்ததாக இருப்பதையும் இங்குக் குறிப்பிட்டாக வேண்டும். மிக நேர்த்தியான கூட்டை இளம் பறவையைவிட வயது முதிர்ந்த பறவை மிக எளிதாகச் செய்கிறது.

கூடுசார் நுண் தட்பவெப்பம்

ஒரு கூட்டில் நிலவும் நுண் தட்பவெப்பம் மிக முக்கியமான ஒன்றாகும். இதுவே அடைகாக்கும் நேரத்தை நிர்ணயிப்பதாகவும் பெற்றோர்களின் சக்தித் தேவையை நிர்ணயிப்பதாகவும் இருக்கிறது. இந்நுண் தட்பவெப்பமே அதீத வெப்பம், குளிர், மழை போன்றவற்றிலிருந்து பறவைகளைப் பாதுகாக்கிறது. பெரும்பாலான கூடுகளின் அமைப்பு, முட்டைகளுக்கும் இளம் உயிரிகளுக்கும் ஏதுவான வெப்பம் தரக்கூடியதாகவே இருக்கிறது. இதனால் கூடுகள் சூரியக் கதிர்கள் நேரடியாகப் படாதவாறும், காற்றால் சிதைக்க இயலாத வகையிலும், மழையால் அழிக்கப்படா வகையிலும் கட்டப்படுவது இன்றியமையாததாகிறது.

➤➤➤

20

அடைகாத்தலும் கரு வளர்ச்சியும்

அடைகாக்கும் போது பறவைகளின் ரத்தத்தில் புரோலாக்டின் ஹார்மோன் அளவு அதிகரிக்கும். இது அதிகமாகும்போது அந்தப் பாலினம் அடைகாக்கும் செயலைச் செய்கிறது. இச்செயலை நிறுத்துவதற்கு டெஸ்டோஸ்டீரோன் ஹார்மோன் பயன்படுகிறது.

பெரும்பாலான பறவைகள் அனைத்து முட்டைகளையும் இட்ட பின்புதான் குஞ்சுபொரிக்க வாய்ப்பு உள்ளது. ஒரு சில பறவைகள் தாம் இட்ட முதல் முட்டையிலிருந்தே அடைகாக்க ஆரம்பித்தாலும் அனைத்து முட்டைகளையும் இட்டபிறகே அவற்றிற்குத் தேவையான வெப்பத்தை அளிக்க முற்படுகின்றன.

அடைகாத்தல் திட்டு

பெற்றோர் பறவைகள் தங்கள் உடலின் வெப்பத்தை அடைகாத்தல் திட்டு வழியாக முட்டைகளுக்குச் செலுத்துகின்றன. அடைகாத்தல் திட்டு என்பது அடைகாக்கும் காலத்தில் பெற்றோர் பறவைகள் தங்களின் மார்பிலிருந்து வயிறுவரை உள்ள இறகுகளை உதிர்த்து வைத்துள்ள பகுதியைக் குறிக்கும்.

இது பறவைகளிடத்தில் ஒரே மையத்திட்டாகவோ அல்லது இருபக்கவாட்டுத் திட்டாகவோ காணப்படும். இந்தத் திட்டுப்பகுதியில் ரத்தக் குழாய்களின் எண்ணிக்கை அதிகரிக்கிறது. இத்திட்டு அடைகாத்தலில் ஆரம்பித்து, அச்செயல் முடிந்தவுடன் மறைகிறது.

பெரும்பாலான பறவைகள் அதன் முட்டைகளை
அதன் கூட்டிலேயே அடைகாக்கின்றன

பென்குயின் பறவை தன் முட்டையை
காலின் மேற்பரப்பில் வைத்து அடைகாத்தல்

புரோலாக்டின் அல்லது எஸ்டோராஜன் அல்லது இரண்டும் சேர்ந்து இத்திட்டில் இறகு உதிர்ப்புக்கும் ரத்தக் குழாய் அதிகரிப்புக்கும் காரணமாக இருக்கின்றன. இருப்பினும் சில பறவைகளில் இத்திட்டுகள் தோன்றாமலேயே அடைகாத்தல் நிகழ்கிறது. இத்திட்டுகள் இல்லாப் பறவைகள் முட்டைகளை ரத்தக்குழாய்கள் நிறைந்த பாகங்களுக்குக் கீழோ அல்லது கால்களின் மேற்பரப்பிலோ வைத்து அடைகாக்கின்றன.

முட்டையை இளஞ்சூட்டில் குறிப்பாக 37ல் இருந்து 38 டிகிரி செல்சியஸ் வரை வைப்பது இதில் முக்கியமான ஒன்றாகும். அதிக வெப்பம் அல்லது அதிகக் குளிர் முட்டைக்கும் இளம் உயிர்களுக்கும் ஆபத்தைத்தான் விளைவிக்கும். இந்தச் சரியான வெப்பத்தை முட்டைக்கோ இளம் உயிருக்கோ ஒரு பறவை தருவது இன்றியமையாததாய் இருக்கிறது. அதே சமயத்தில் வெப்பம் அதிகம் உள்ள இடத்தில் குளிர்ச்சியைத் தருவதும் முக்கியமானதாகும்.

அடைகாக்கும் காலம்

அடைகாக்கும் காலம் என்பது முட்டையில் கரு நன்றாய் வளர்ந்து, முழுமையடைந்து வெளியேறும்வரை உள்ள காலமாகும். சரியாகச் சொன்னால் கடைசி முட்டை இட்டதிலிருந்து முட்டைகள் பொரிக்கும் வரையிலுமான காலத்தை அடைகாக்கும் காலம் எனலாம்.

பெரும்பாலும் பறவைகளிடையே நிர்ணயிக்கப்பட்ட காலமாய் இருந்தாலும் இக்காலத்தில் நிலவும் தட்பவெப்பம் இதனைப் பாதிப்பதும் உண்டு. சில பறவைகளில் அடைகாக்கும் காலம் வெறும் 10 நாட்கள் என்ற குறைவான காலமும் வேறு சில பறவைகளில் 90 நாட்கள் என்ற மிகுதியான கால வேறுபாடும் காணப்படுகின்றன.

கரு வளர்ச்சியும் முன்னேற்றமும்

பறவைகள் முட்டைகளை எத்தனை நாட்கள் அடைகாத்தாலும் கருவுறுதலிலிருந்து முட்டை உடைந்து உயிர் வெளியேறும்வரை பறவையின் கரு 42 நிலைகளில் வளர்ச்சியைப் பெறுகிறது.

முதல் 33 நிலைகளில் அனைத்துவகைப் பறவைகளின் முட்டைக் கருக்களில் அதிக வேறுபாடின்றி உறுப்பு வளர்ச்சி, திசுப்பாகுபாடு போன்றவை நடைபெறுகின்றன. இதற்குப்பின் வரும் நிலைகளில் சிற்றினங்களுக்குரிய சிறப்புப் பண்புகள் தோன்ற ஆரம்பிக்கின்றன.

உதாரணமாக 39ஆம் நிலையானது மெகாபோட் போன்ற பறவையின் முட்டைக் கருவில் நீண்டும், பாடும் பறவைகளில் மிகக் குறைந்தும் காணப்படுகிறது.

பொரித்தல்

முட்டையை உடைத்துக்கொண்டு இளம் உயிரி வெளியே வருவது உண்மையில் உடல்சார் சவால் என்றே சொல்லவேண்டும். கருவின் கடைசிக்கட்ட வளர்ச்சியில் இளம் உயிரிக்கு முட்டையில் போதுமான இடம் இல்லாமல் போகிறது. இந்நிலையில் இளம் உயிர் தன்னுடைய தலையைத் தம் இறகுகளிடம் இருந்து வெளியே விடுவித்துக்கொண்டு முட்டையை உடைத்து வெளியே வருகிறது.

முதலில் சவ்வைக் கிழித்துப் பின் மெதுவாய் ஓட்டைக் கொத்தி ஒன்று அல்லது இரண்டு நாட்களில் முட்டையில் விரிசல்களைத் தோற்றுவிக்கிறது. கொத்துவதற்காக இளம் உயிரிகளின் கழுத்துப்பகுதியில் புதுவகை தசைகள் தோன்றி பின் மறைந்து விடுகின்றன.

அலகில் உள்ள பல் போன்ற அமைப்பும் கொத்துவதற்கு உதவுகிறது. இப்பல் போன்ற அமைப்பும் இளம் உயிரி முட்டையை விட்டு வெளியே வந்தவுடன் மறைந்து விடுகிறது. உடைக்கப்பட்ட முட்டையிலிருந்து குஞ்சு வெளிவர பெற்றோர்கள் உதவுவதும் உண்டு. பொதுவாக இளம் உயிர்கள் முட்டையில் சிறு துளையை மட்டுமே உருவாக்கிப் பின் தன் உடலின் அழுத்தத்தால் மீதிப்பகுதியை உடைக்கின்றன. ஆனால் நெருப்புக்கோழி இனத்தின் இளம் உயிரிகள் முட்டையை வெடிப்பது போல் தூள்தூளாக்கி வெளியே வருகின்றன.

இளம் உயிரிகள் வெளியே வந்தவுடன் பெற்றோர்கள் கூட்டைச் சுத்தமாக வைத்திருப்பதற்காகக் கூட்டைவிட்டு முட்டை ஓடுகளை வெளியேற்றவோ, அவற்றைத் தங்களுக்கும் இளம் உயிர்களுக்கும் உணவாக்கிக் கொள்ளவோ செய்கின்றன.

முட்டைகள் அனைத்தும் ஒரே நாளிலோ மாறுபட்ட நாட்களிலோ பொரிக்கப்படலாம். எவ்வாறாயினும் முதலில் பொரிக்கப்பட்ட குஞ்சு மற்ற இளம் உயிர்களைவிட முன்னுரிமை பெற்றதாகவே இருக்கிறது. முட்டைக்குள் இருக்கும்போதே சிறு சப்தங்கள் மூலம் குஞ்சுகள் தங்களுக்குள்ளாகவே தகவல் பரிமாற்றம் செய்கின்றன. முதலில் வெளிவரும் இளம் உயிரியின் சப்தத்தைக்கொண்டு மற்ற

கரு வளர்ச்சி

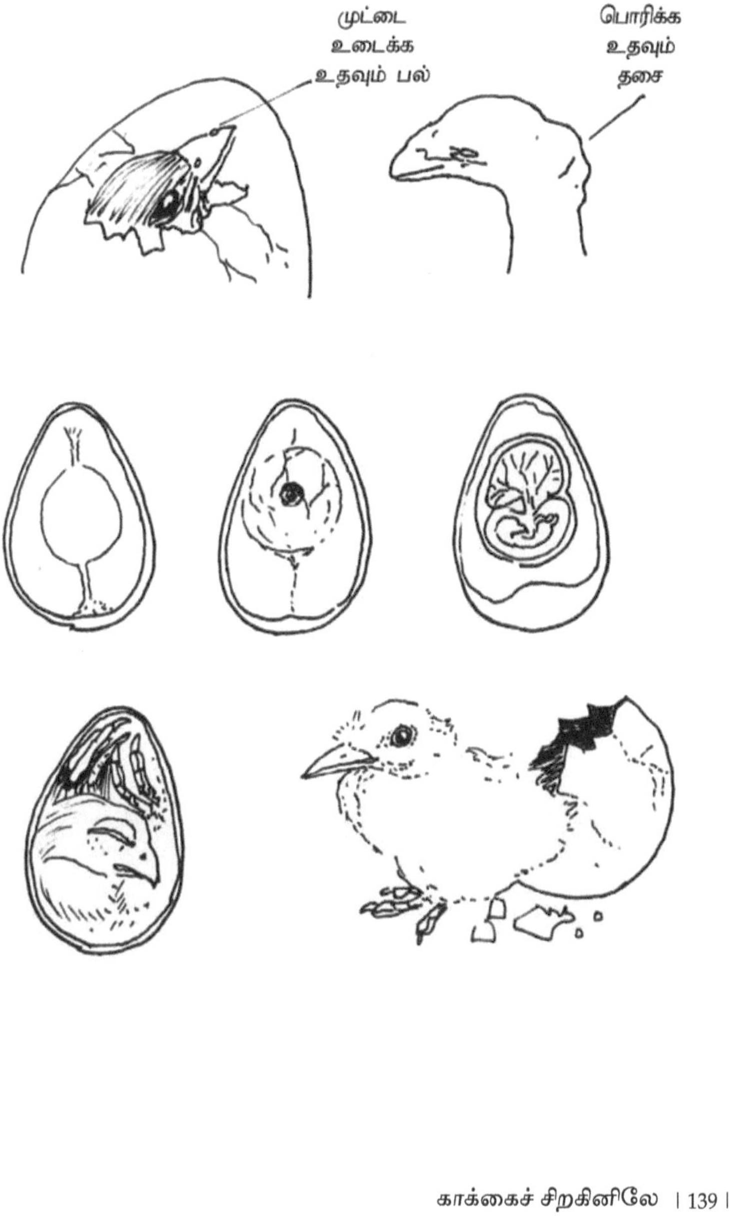

இளம் உயிர்கள் தங்களை முட்டையிலிருந்து விரைந்து வெளிக்கொண்டுவரும் முயற்சிகளை மேற்கொள்கின்றன.

வெளியே வந்த குஞ்சுகளால் சில நாட்களுக்கு வெளிப்புற வெப்பத்துடன் ஈடுகொடுக்க முடியாது. அதனால் பெற்றோரின் அரவணைப்பு மீண்டும் இன்றியமையாததாய் இருக்கிறது. இந்நேரத்தில் பெற்றோர்களின் பாடு சற்றுக் கடினம்தான். ஏனெனில் இளம் உயிரிக்குத் தேவையான வெப்பத்தைத் தந்தவுடன் அவற்றிற்கான உணவையும் உடனே தேடி அலைய வேண்டும். தாயின் வெப்ப அரவணைப்பினை உயிர்கள் சில நாட்களிலேயே தவிர்ப்பதற்குத் தங்களைத் தயார்படுத்திக் கொள்கின்றன.

குஞ்சுகள் சில, முட்டையிலிருந்து வந்தவுடனேயே தாய்ப் பறவையின் உதவியின்றி தன்னிச்சையாய் இயங்கும் தன்மையைக் கொண்டுவிடுகின்றன. சில தாயின் உதவியைச் சில நாட்கள் பெற்றுக் கொண்டிருக்கும். இந்தத் திறனை வைத்து இளம் உயிர்களை 6 வகைகளாகப் பிரிக்கலாம்.

1) உச்ச தன்னிச்சைத் திறம் கொண்டவை

2) தன்னிச்சைத் திறம் கொண்டவை

3) தன்னிச்சைத்திறன் சற்றுக் குறைவானவை

4) பாதி தன்னிச்சைத் திறன் உடையவை

5) பாதி பெற்றோர் சார்புடையவை

6) முழுதும் பெற்றோர் சார்புடையவை

இந்த வகைப்பாட்டிலேயே பெயர்க்காரணம் இருப்பதால் அதிக விளக்கம் தேவையில்லை. பெற்றோர் சார்புடைய குஞ்சுகள் பிறக்கும்போது இறகுகள் முளைக்காமலும் கண்திறக்காமலும் நகர முடியாமலும் இருக்கின்றன. அதற்கு மாறாகத் தன்னிச்சையான இளம் உயிர்கள், பொரித்தவுடன் தன் பெற்றோர் உதவியைத் தவிர்க்கும் அளவிற்குக் கண் திறந்தும் நடமாடும் திறன் கொண்டதாகவும் இருக்கின்றன.

மேலும் இவை பெற்றோர் உதவியைத் தவிர்ப்பதாயும் இருக்கின்றன. இவ்வேறுபாட்டிற்கு முட்டையில் இருக்கும் கருவுணவு அளவே காரணமாகும். பெற்றோர் சார்புடைய இளம் உயிர்கள் இருக்கும் முட்டைகளில் 15% முதல் 27% கருஉணவு மட்டுமே இருக்கும். தன்னிச்சையாய்ச் செயல்படும் இளம் உயிர்கள் இருக்கும்

முட்டைகளில் 30% முதல் 40% வரை கரு உணவு இருப்பதைக் காணலாம்.

உண்மையில் பறவைகளைத் தன்னிச்சையாகச் செயல்படுவதிலிருந்து பெற்றோர் சார்புடைய தன்மைக்குப் பரிணமித்தாகக் கூறமுடியாது. இரண்டும் தனித்தனியே பரிணமித்திருக்க வாய்ப்புகள் அதிகம். பெற்றோர் சார்புடைய இளம் உயிரிகள் இருப்பது பரிணாமத்தின் வியப்பு என்றே கூறலாம். ஏனெனில் அவை உணவூட்டம், பேணல், உணவு தேடும் திறன் ஆகியவற்றைப் பெற்றோரிடமிருந்து பெற்றுக்கொள்கின்றன. அதனால் இச்சார்புப் பறவைகளுக்கு மூளையின் எடை சற்று அதிகமாக இருப்பதைக் காணமுடிகிறது.

வெப்பக் கட்டுப்பாடு

இளம் உயிர்கள் இறப்பதற்கு அதீத வெப்பம், நீரிழப்பு, வெப்பக் கட்டுப்பாடின்மை போன்றவை முக்கியக் காரணங்களாக இருக்கின்றன. இளம் உயிர்கள் வளரும்போது அவற்றின் வளர்ந்துவருகின்ற இறகுகளும் எலும்புத் தசையும் மேற்சொன்ன பாதிப்பிலிருந்து இளம் உயிர்களைக் காப்பாற்ற உதவுகின்றன.

சக்தியும் உணவூட்டமும்

இளம் உயிர்களுக்கு அதிக அளவில் புரதம் தேவைப்படுவதால் அவற்றின் பெரும்பாலான பெற்றோர்கள் புரதம் அதிகம் கொண்ட சிறிய மெல்லிய பூச்சிகளை உணவாய்த் தருகின்றன. அதன் பின்னர் பூச்சிகளுடன் பழங்கள், விதைகள் முதலியவற்றைப் பெற்றோர் பறவைகள் இளம் உயிர்களுக்குக் கொடுக்கின்றன. புறாக்கள், பிளமிங்கோ மற்றும் பென்குயின் பறவைகள் தம் குஞ்சுகளுக்குக் கொடுக்கும் பாலில் புரதமும் கொழுப்பும் நிறைந்துள்ளன.

வளர்ச்சி நிலை

பறவையின் வளர்ச்சி நிலை மெதுவாய் ஆரம்பித்து, படிப்படியே வேகம் அடைந்து, எடை கூடி முதிர்ந்த நிலையில் எடை குறைந்து வளர்ச்சி குறைய ஆரம்பிக்கிறது. இந்த வளர்ச்சி நிலையை 'S' வடிவத்துடன் ஒப்பிடலாம்.

இளம் உயிர்களிடையே பகைமை

சில பறவைகளின் குஞ்சுகளுக்கிடையே பகைமை உணர்வு இருப்பது வெளிப்படையாகத் தெரியக்கூடியது. குறிப்பாகக் குறிப்பிட்ட

இடைவெளிவிட்டு பொரித்த குஞ்சுகளிடையே பகைமை உருவாகிறது.

ஏனெனில் அங்கே வெவ்வேறு வளர்ச்சி நிலையில் குஞ்சுகள் இருப்பதால் முதலில் பொரித்த முதிர்ந்த குஞ்சு, பிறகு பிறந்த அதைவிடச் சிறிய குஞ்சுகளை எளிதில் ஏமாற்றுவதுடன் தரப்படும் உணவுகளைப் பறித்துக்கொள்வதும் உண்டு. இந்நிலையில் சகோதர கொலை நிகழ்வதும் உண்டு. மூத்த இளம் உயிர் தம் வாழ்விற்காக இளைய இளம் உயிரியைக் கொல்வதும் உண்டு. குறிப்பாக இது கழுகு இனங்களில் காணப்படும் நிகழ்வாக உள்ளது.

இளம் உயிரிகளுக்கு உணவூட்டம்

ஓர் இளம் உயிர்க்குத் தாய்ப்பறவை உணவு ஊட்டிவிடவேண்டும். இவ்வாறு செய்யவேண்டுமெனில் தாய் சேய்க்கிடையே ஒலிகளாலும், செய்கைகளாலும், தொடுதலாலும் தொடர்பிருக்க வேண்டும். உதாரணமாக உணவுத் தேவைக்கான ஒரு செய்கையை ஒரு சேய் செய்ய, அதன் மூலம் தாய்த் தூண்டப்பட்டுக் குஞ்சுக்கு உணவளிக்கிறது.

சேய்களின் வாய் திறந்து மூடும் அசைவுகள்தான் தாய்ப் பறவையைத் தூண்டுகின்றன. இதற்காகவே இளம் உயிர்கள் வாய்ப் பகுதியில் மிக வெளிச்சமான நிறங்களைக் கொண்டிருக்கும் (உதாரணத்துக்கு, மஞ்சள்) சேயின் வாய்க்குள் தன் அலகை நுழைத்துத் தாய்ப்பறவை உணவைத் தரும்.

பறவை தன் குஞ்சுகளுக்கு உணவளித்தல்

உணவு தரும் முறை பறவைகளுக்கிடையே வேறுபட்டுக் காணப்படுகிறது. சில பறவைகள் தங்கள் குஞ்சுகளுக்கு 2 அல்லது 3 நாட்களுக்கு ஒரு முறையே உணவூட்டுகின்றன. சில பறவைகள் ஒரு நாளில் மூன்று முறையும், இன்னும் சில பறவைகள் ஒரு நிமிடத்திற்கு ஒரு முறையும் தங்கள் குஞ்சுகளுக்கு உணவூட்டும் பழக்கத்தைக் கொண்டுள்ளன.

கூடு சுத்தம்

பறவைகள் பெரும்பாலும் தங்கள் கூடுகளில் தம் கழிவுகளை வெளியேற்றுவதில்லை. ஹார்ன்பில் போன்ற பறவைகள் கழிவுகளை வெளியேற்ற கூடுகளில் ஒரு துளையை ஏற்படுத்தி வைத்துக்கொள்கின்றன. மாறாக சில பறவைகள் கூட்டை மிக அசுத்தமாய் வைத்திருப்பதையும் பார்க்கலாம். சில பறவைகள் அசுத்தங்களை வெறியேற்ற சிறு பூச்சிகளைக் கூடுகளில் பிடித்து வைத்துக்கொள்கின்றன.

➤➤➤

21

கூட்டிலிருந்து வெளியேற்றம்

இறகில்லாமல் பிறந்தாலும், இறகுடன் பிறந்தாலும் பிறந்த கூட்டை விட்டு வெளியேறுதல் என்பது பறவைகளின் வாழ்க்கையில் ஒரு முக்கியமான நிகழ்வாக அமைகிறது. இவை கூட்டைவிட்டுக் குறுகியகால இடைவெளியில் வெளியேறும் பறவைகளாகவும் (கோழி மற்றும் மெகபோட் பறவைகளைக் குறிப்பிடலாம்) கூட்டில் நீண்டகாலம் தங்கி வெளியேறும் பறவைகளாகவும் உள்ளன.

கூட்டைவிட்டு வெளியேறும் காலம்தான் அப்பறவைகள் அவற்றின் இரைக் கொல்லிகளிடம் எளிதில் இரையாகும் காலமாகவும், மோசமான காலநிலைக்குப் பலியாகும் காலமாகவும் இருக்கிறது. இந்த இரண்டு ஆபத்துக்களையும் தாண்டிவிட்டால் அவற்றின் வாழ்க்கை உறுதிப்பட்டு விட்டது என்று கூறிவிடலாம்.

குஞ்சுகள் கூட்டைவிட்டு வெளியறும் திறன் பெற்றவுடன் அவை இரையுள்ள இடங்களுக்குப் பெற்றோருடன் செல்லத் தொடங்கு கின்றன. இச்செயல் ஒரு போர் வீரனுக்குரிய துணிச்சலுடன் ஒப்பிடத்தக்கது என்றுதான் சொல்ல வேண்டும்.

ஏனெனில் குஞ்சுகள் இருக்கும் தாய்ப்பறவையின் கூடானது உயரத்தில் இருக்கும் மரத்தின் துவாரத்திலோ அல்லது மலை முகட்டிலோ அமையப் பெற்றிருப்பின், கூட்டிலிருந்து கீழே குதித்துப் பெற்றோருடன் இரைதேடச் செல்கின்றன. கூட்டைவிட்டு உடனடியாக வெளியே செல்லும் பறவைகளும் இத்தகைய துணிச்சலுடன் விளங்குகின்றன.

இந்த முதல் பறத்தலுக்குச் சற்று முன்பாகக் குஞ்சுகள் தங்கள் இறக்கைகளை நன்றாக மேலும் கீழும் அடித்துக்கொண்டும் மேலும் கீழும் குதித்தும் தங்களைத் தயார்படுத்திக் கொள்கின்றன.

கற்றுக்கொள்ளுதல்

கூட்டைவிட்டு வெளியேறியவுடன் ஒரு குறிப்பிட்ட சிறிய கால இடைவெளியில் இளம் பறவைகள் வாழ்வின் பெரும்பாலான நடவடிக்கைகளைக் கற்றுக்கொள்கின்றன. உதாரணமாக உணவுதேடும் திறன், எதிரிகளைத் தவிர்த்தல், தன்னைப்போன்ற பறவைகளிடம் போட்டியிட்டு வென்று தன் நிலையை உறுதிப்படுத்தும் திறன் போன்றவற்றைக் கூறலாம்.

பெற்றோருடன் சிறிது காலம் தங்கியிருக்கும் இளம் பறவைகள் இக்காலகட்டத்தில் இவற்றை ஓரளவிற்குப் பெற்றோர்களிடமிருந்து கற்றுக்கொள்கின்றன.

பாடும் பறவைகளின் குஞ்சுகள் இரண்டு அல்லது மூன்று வாரங்கள் தங்கள் பெற்றோர்களிடம் தங்கியிருக்கும். நீண்டதூரம் இடம் பெயரும் அன்னம், பிவிக் சவான் (Bewick's swan) எனும் பறவையினக் குஞ்சுகள் ஒன்று அல்லது இரண்டு வருடம் வரை தங்கள் பெற்றோரிடம் தங்கிக்கொள்ளும். தாயைவிட்டு உடனடியாகப் பிரியும் இளம் பறவைகளின் சில பண்புகள் மரபு சார்ந்தவையாகவும் சில தானாகக் கற்றுக்கொள்வதாகவும் இருக்கின்றன.

பெற்றோர் பேணல்

இளம் உயிர்களை வளர்ப்பதற்காகப் பெற்றோர்கள் தங்களின் காலத்தையும் சக்தியையும் செலவழிப்பது அவசியமான ஒன்றாகும். இப்படிப் பேணுதல் சந்ததியின் வளர்ச்சியை உறுதிப்படுத்துகிறது. அது பரிணாமத்தின் முதிர்ந்த பண்பு என்று கூறலாம்.

ஒருவர் பங்கேற்கும் பேணலைவிட பெற்றோர் இருவரும் பங்கேற்கும் பேணுதல்முறை எளிதாக இருக்கிறது. அதனால்தான் ஓரிணைவு முறையானது பறவைகளில் அதிகம் பரிணமித்துள்ளது.

பெற்றோர் பேணலின் அடுத்த நிலை, உதவியாளர்கள் எனும் பெற்றோர் அல்லாத சில பறவைகளின் துணை கிடைப்பதுதான். அதனால் இளம் பறவைகளின் பேணலுக்காகச் செலவிடப்படும் காலமும் சக்திகளும் பெற்றோர் பறவைகளாலும் உதவிக்கு வரும் பறவைகளாலும் மிக எளிதாகப் பகிர்ந்து கொள்ளப்படுகின்றன.

பெற்றோர் பேணலின் குறைகளாகப் பறவைகளிடையே ஏமாற்றும் தன்மையும் கூட்டுறவு இல்லாமல் போவதையும் கூறமுடியும். ஏமாற்றும் தன்மை என்று இங்கே குறிப்பிடப்படுவது சில பறவையினங்கள், தங்களின் முட்டைகளை வேறு கூடுகளில் இட்டுவிட்டு, அம்முட்டைகளுக்குரிய மொத்த பேற்றோர் பேணலையும் அந்தக் கூடுகளின் பெற்றோர்களை ஏற்கும்படி செய்து விடுவது.

ஒரே இனத்திலும் இது நடக்கிறது. இரு வேறுபட்ட இனங்களிடையேயும் நடக்கிறது. ஒரே இனப் பறவைகளைப் போன்று இருப்பதில் இது அதிகம் நடக்கிறது. கூடுகட்ட இடமின்மையால் ஒரே இனத்திலுள்ள பறவைகள் தங்கள் முட்டைகளில் ஒன்றை அல்லது இரண்டை மட்டும் வேறு கூட்டில் இடுவதும் உண்டு. இந்த முறையில் இப்பறவைக்குக் கூடுகட்டவும் தெரியும்; பெற்றோர் பேணவும் தெரியும்.

வேறுபட்ட இனத்துப் பறவைகளின் கூடுகளில் தங்கள் முட்டைகளை இடும் பறவைகளுக்கு உண்மையில் கூடுகட்டவும் தெரியாது; பெற்றோர் பேணலைச் செய்யவும் தெரியாது. இந் நிகழ்வில் அனைத்து முட்டைகளையும் வேறு இனப் பறவையின் கூட்டில்தான் இட வேண்டும். பறவைகளிடையே இப்பண்பு தனித்தனியே ஏழுமுறை பரிணமித்ததாய் அறிவியலாளர்கள் கூறுகிறார்கள்.

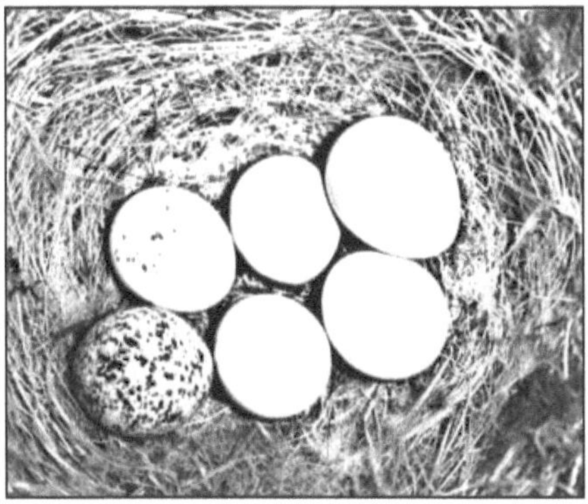

சில பறவையினங்கள், தங்களின் முட்டைகளை
வேறு கூடுகளில் இட்டுவிட்டு அந்தக் கூடுகளின்
பெற்றோர்களை ஏற்கும்படி செய்து விடுகிறது.

ஒரு யூரேசிய ரீட் வார்ப்ளர்
குக்கூ பறவைக்கு உணவளித்து வளர்க்கிறது

இந்தப் பண்புடைய பறவைகள் ஒரு குறிப்பிட்ட இனப் பறவையின் கூட்டையே தேர்ந்தெடுத்து முட்டையை இடுவதுண்டு. இவற்றின் முட்டை ஓடுகள் சற்றுக் கடினமானதாய் இருக்கும். இதனால் முட்டையை வேறு ஒரு கூட்டில் இடும்போது இம்முட்டை அக்கூட்டில் உள்ள மற்ற முட்டைகளைச் சேதப்படுத்துமே தவிர, இம்முட்டை உடைய வாய்ப்புக் குறைவு. இப்படி முட்டைகள் பெரும்பாலும் வேற்று இனப் பறவையின் முட்டையைப் போன்ற அளவுடையதாகவோ அளவில் பெரிதாகவோ இருக்கும்.

இந்த ஏமாற்றும் செயலில் பெரும்பாலும் வேற்று இனப் பறவையின் முட்டைகள் முழுவதுமாய்ப் பொரிப்பதற்கு இடமில்லாமல் போய்விடுகிறது. இளம் உயிர்கள் அனைத்தும் வளர்வதற்கும் வாய்ப்பு இருப்பதில்லை. மொத்தத்தில் அவ்வேற்றினத்தின் இனவிருத்தியைப் பெரும்பாலும் இப்பறவைகள் அழிக்கின்றன என்றே கூற வேண்டும்.

இம்முறையில் சில வேற்று இனப்பறவைகள் தங்கள் கூடுகளில் இடப்பட்ட பிற இன முட்டையை ஏற்றுக்கொள்வதுண்டு. ஆனால் சில வேற்றினப் பறவைகள் ஏற்றுக்கொள்வதில்லை. மொத்தத்தில் கூடுகட்ட இயலாத பறவையின் சந்ததியை விருத்தி செய்யவே இச்செயல் நடக்கிறது என்று கூறலாம்.

சில பறவை இனங்களில் இந்த இளம் உயிர்களை வளர்க்கும் செயலைப் பெற்றோர் அல்லாத, அதே இனத்தைச் சார்ந்த வேறு பறவைகளும் செய்கின்றன. அவற்றை உதவிப் பறவைகள் என நாம் அழைக்கிறோம். இவை பெற்றோர்களின் வேலையைச் சிறிது பகிர்ந்து கொள்கின்றன. அச்செயலின் மூலம் தங்களின் இதே போன்ற எதிர்கால செயலுக்குத் தேவையான அறிவைப் பெற்றுக் கொள்கின்றன என்றுதான் சொல்லவேண்டும். இத்தகைய சிறப்பம்சம்கொண்ட பண்பு 220 இனத்திற்கு மேற்பட்ட பறவைகளில் காணப்படுகிறது.

➤➤➤

22

பறவைகளை ஆராய்வது எப்படி?

பறவைகளைப் பற்றிய படிப்பில் மிக முக்கியமானதாக இருப்பது பறவைகள் கணக்கெடுப்பு என்று கூறலாம். இதனைச் செய்வதன் மூலம் (அடிக்கடி அல்லது தொடர்ந்து) ஒரு சிற்றினத்தின் தொகை அல்லது எண்ணிக்கை ஒரு குறிப்பிட்ட காலத்தில் எந்த நிலையில் உள்ளது என்பதனை அறிந்து கொள்ளலாம்.

ஆனால் அந்த நிலையை சரியாய்க் கணிக்க, கணக்கெடுப்பு சரியான வழிமுறையில் செய்யப்படவேண்டும். ஏனெனில் இதுதான் அச்சிற்றினத்தின் தொகை கண்காணிக்கப்படும் இடத்தில், கண்காணிக்கப்படும் கால இடைவெளியில் எண்ணிக்கையில் உயருகிறதா? அல்லது குறைகிறதா? என்பதனை அறிய உதவும்.

இந்தக் கணக்கெடுப்பின் ஆரம்பம் ஓரிடத்தில் ஒரு குறிப்பிட்ட காலத்தில் காணப்படும் பறவைகளின் சிற்றினத்தைத் தொகுப்பதில் துவங்குகிறது. குறிப்பிட்ட இடத்தில் ஒரு குறிப்பிட்ட இனம் இருக்கிறதா, இல்லையா? என ஆய்வதில் தொடங்கும். பிறகு, ஓரிடத்தில் இடத்தில் காணப்படும் அனைத்துப் பறவைகளின் முழுமையான எண்ணிக்கையை அறிவதுவரை தொடர்கின்றது. பெரிய இடம் எனில் முழுமையாகத் தேடுவதைவிட தேவைப்பட்ட இடத்தைப் பல்வேறு சிறு பகுதிகளாகப் பிரித்து, அச்சிறு பகுதிகளில் சிலவற்றை முழுமையான தேடலுக்கு உட்படுத்தி, பின் அதன்மூலம் முழு பகுதிக்குமான முடிவைக் கண்டறிகின்றனர்.

ஒரு சிற்றினம் இருக்கிறதா, இல்லையா? எனும் ஆய்வு ஓர் இடத்தினைப் பற்றிய பல்லுயிர் பகுப்பாய்வுக்குத்தான்

பெரும்பாலும் பயன்படும். சில நேரங்களில் அரிதான பறவையின் இடப்பரவலை அறியவும் உதவுகிறது. ஆகவே பறவையின் முழுமையான எண்ணிக்கையை அறிவதில்தான் முழு அறிவியலும் இருக்கிறது என்று சொல்லவேண்டும். ஏனெனில் அவ்வறிவு அப்பறவைகளின் தற்கால நிலைமை மட்டுமன்றி அவ்விடம் சார் வளத்தையும் எடுத்துச்சொல்ல உதவுகிறது.

முழு எண்ணிக்கை

ஓரிடத்தில் உள்ள ஓர் இனம்சார் பறவைகளின் எண்ணிக்கையோ அல்லது எல்லா இனப்பறவைகளின் எண்ணிக்கையோ முழுமையாகக் கணக்கிடுதல் நம்முடைய தேவை என்பதனைத் தீர்மானித்தவுடன் நம்முடைய அடுத்த வேலை அந்த இடத்தை முழுமையாக ஆய்வதா அல்லது அதன் ஒரு சிறிய பகுதியை ஆய்ந்து அதன் மூலம் அந்தப் பெரிய பகுதியைக் கணிப்பதா என்பதேயாகும்.

முதலில் இடத்தை முழுமையாக ஆய்வு செய்வதே சரி என்று நினைத்தாலும் நமக்குள்ள காலம், மனிதசக்தி, பண வசதி போன்றன பெரும்பாலான நேரங்களில் இதற்கு இடம் கொடுப்பதில்லை. பெரும்பாலும் இந்நிகழ்வுகள் காடுகளில் பறவைகளைப் பற்றிய ஆய்வை மேற்கொள்ளும்போது உருவாகக் கூடியவை. ஆனால், சிறிய ஏரிகள் மற்றும் குறுகிய அளவு நிலப்பரப்புகளில் முழுமையான ஒரு கணக்கிடுதலை எளிதாக மேற்கொள்ள முடியும்.

மேலும் நாம் படிக்க விரும்பும் பறவை ஒரு சிறிய இடத்திற்குள்ளாகவே தன் வாழ்வியலை நடத்தும் நிலையில் அப்பறவைக்கான கணக்கிடுதலை நாம் பல இடங்களில் நடத்திக் காலவிரயம் செய்யத் தேவையில்லை. ஆக, நம்மிடம் உள்ள காலம், பணவசதி, மனிதசக்தி, படிக்கும் பறவையின் பரவல் நிலை போன்றவற்றைப் பொறுத்து ஓரிடத்தை முழுமையாக ஆய்வு செய்வதா அல்லது மாதிரி ஆய்வு மட்டும் போதுமானதா என்பதைத் தீர்மானிக்கலாம்.

மாதிரி ஆய்வு

மாதிரி ஆய்வு நடத்த நாம் தீர்மானிக்கும்போது மாதிரிக்கு என்று தேர்வு செய்யும் இடம் உண்மையிலேயே முழுமையான இடத்தின் ஒரு மாதிரியா என்பதனை முதலில் உறுதிப்படுத்திக் கொள்ள வேண்டும். உதாரணமாக, மரம் ஒரு முழுமையான இருப்பிடம் என நிர்ணயிக்கும் போது கிளை ஒரு மாதிரியாக இருக்கவேண்டும். அக்கிளையின் கூறுகள் (பழுத்த இலைகள், தளிர் இலைகள், காய்,

பழம், பூ) மரத்தின் அம்சங்களை முழுமையாகப் பிரதிபலிக்க வேண்டும்.

நன்றாக இலை, பூ, காய், கனியுடன் காணப்படும் மரத்தில் உயிரற்ற ஒரு கிளை நல்ல மாதிரியாக இருக்கமுடியாது. எனவே நாம் ஆய்வு செய்யவேண்டிய இடத்தின் வரைபடத்தைத் தயார் செய்து அதனைப் பல பாகங்களாக முதலில் பிரித்துக்கொள்ளுதல் வேண்டும். பின்னர் முழுமையான இடத்தின் எல்லாப் பகுதிகளையும் உட்கொணருதல் போல் ஆய்வுக்குத் தேவையான பகுதிகளை மட்டும் தேர்வுசெய்து அதற்குள்ளே பறவைகள் கணக்கிடுதலை மேற்கொள்வது நல்லது.

கணக்கிடுதலை ஆரம்பிக்கும்முன் சரியான முடிவு மற்றும் நிலையான முடிவு என்ற இரு சொற்களை அறிதல் வேண்டும். ஓர் இடத்தில் 100 காகங்கள் உள்ள நிலையில் நம்முடைய ஆய்வின் முடிவு 99 என்று வந்தால் நாம் உண்மையின் நெருக்கத்தில் உள்ளோம் என்று பொருள். இது சரியான முடிவாகும். மாறாக நம் ஆய்வின் முடிவு 40 என்று வந்தால் நாம் உண்மையின் நெருக்கத்தில் இல்லாமல் தூரத்தில் உள்ளோம் என்பது பொருள்.

சரியான முடிவை எட்டவேண்டும் எனில் நம் ஆய்வை உண்மையாகவும் ஆழமாகவும் மேற்கொள்ள வேண்டியதைத் தவிர வேறு வழியில்லை. நிலையான முடிவு என்பது நம் தொடர்ந்த ஆய்வுகளின் முடிவுகளுக்கு இடையே உள்ள தூரத்தைக் குறிப்பிடக்கூடியது. குறிப்பாக, ஆறு முறை நடத்திய கணக்கிடலின் முடிவுகள் 98, 98, 99, 97, 99, 99 என இருக்கும் நிலையில் தொடர் முடிவுகளின் இடைவெளி 97-99 என்றாகிறது. அதுவே வேறு ஓர் ஆய்வில் கிடைக்கும் முடிவுகள் 90, 90, 68, 56, 99, 99 என இருந்தால் இடைவெளி 56-99 என்று அமைகிறது.

இங்கே நிலையான முடிவு கேள்விக்குறியாகிறது. ஆனால் வேறொன்றையும் நாம் நினைவில் கொள்ளுதல் வேண்டும். நிலையான முடிவு, சரியான முடிவினைப் போல் உண்மையான முடிவைச் சார்ந்ததல்ல. தொடர்ச்சியான கணக்கிடலின் எண்ணிக்கையை அதிகரிப்பதன் மூலம் நிலையான முடிவை எட்டிவிட வாய்ப்பு உள்ளது.

கள வழிமுறைகள்

இப்பொழுது நாம் எங்குக் கணக்கிடுதலை நடத்த வேண்டும் என்பதையும் முழுமையான கணக்கிடலா அல்லது மாதிரி கணக்கிடலா என்பதனையும் அறிந்துகொண்டோம். அடுத்து, நாம்

கணக்கிடுதல் களத்தில் காணப்படும் வழிமுறைகளைப் பற்றி அறிந்துகொள்வோம்.

இன்று வெவ்வேறு வகையான கணக்கிடுதல்கள் களத்தில் பயன்படுத்தப்பட்டு வருகின்றன. இவை ஒன்றிலிருந்து மற்றொன்று வேறுபட்டுக் காணப்படுகின்றன. எல்லா வகைகளும், எல்லா இடங்களிலும், எல்லா நேரத்திலும் சரியானதாக இருப்பதில்லை.

நாம் படிக்கும் பறவைகள், அவை வாழும் இடம் போன்றவற்றைச் சார்ந்தவை. இம்முறையில் காலம் முக்கியப் பங்கு வகிக்கிறது. எந்த வகை கணக்கிடுதலாக இருப்பினும் பொதுவாகச் சில விதி முறைகளை அவற்றைச் செயல்படுத்தும் போது கடைபிடிக்க வேண்டியது இன்றியமையாததாகிறது. அவை முறையே 1) எந்தக் காலம் மற்றும் எந்த நேரத்தில் கணக்கிடல் செய்வது 2) கணக்கிடல் செய்யும் இடத்தின் சரியான அளவு 3) எத்தனை முறை கணக்கிட வேண்டும் 4) நம் நடையின் வேகம் (அ) நம் வண்டியின் வேகம் 5) கணக்கிடலுடன் சேகரிக்கக்கூடிய வேறு தகவல்கள் ஆகியனவாகும்.

பறவை கணக்கிடலில் பொதுவாய் வரைபடக் குறியிடல் (Territory mapping), கோட்டுக் கணக்கிடல் (Line transect) மற்றும் வட்டத்தளக் கணக்கிடல் (Point Count) என்ற மூன்று வகைகள்தான் பெருமளவில் பயன்படுத்தப்பட்டு வருகின்றன.

வரைபடக் குறியிடல்

இம்முறை பெரும்பாலும் பறவைகளின் இனப்பெருக்கக் காலங்களில் பயன்படக் கூடியதாகும். இனப்பெருக்கக் காலங்களில் பறவைகள் தங்களை ஒரு சிறிய இடத்திற்குள், ஒரு குறுகிய காலத்திற்கு முழுமையான வாழ்வியலை மேற்கொள்ளும். பெரும்பாலும் கூடும், அந்தக் கூடு சூழ்ந்த சிறிய இடமுமே அவற்றின் வாழ்விடமாகும்.

உயர்தர வரைபடத்தைக் கையில் வைத்துக்கொண்டு குறிப்பிட்ட பறவையைப் பார்க்கும் இடம் வரைபடத்தில் குறிக்கப்படும். இது போன்று பல தொடர் நிகழ்வில் அவ்விடங்களில் இனப்பெருக்கம் செய்யும் ஜோடிப் பறவைகளின் எண்ணிக்கைகள், அவற்றின் கூடுகள், அவை இருக்கும் இடம், அவை பாதுகாக்கும் இடங்களின் அளவு போன்ற செய்திகளை இந்த வரைபடக்குறியிடல் வகையில் எளிதில் அறியலாம்.

இம்முறை வெற்றியடைவதற்கு உயர்தர வரைபடக் குறிப்பும் அதிக எண்ணிக்கையில் தொடர்ச்சியான கணக்கிடலும் தேவையாகின்றன.

இவ்வரைபடக் குறியிடல் முறையில் மிகச்சிறிய அளவில் உள்ள இடத்தையே கணக்கிடல் செய்யமுடியும். மேலும், மிக அடர்த்தியான காடுகளில் இம்முறை அவ்வளவு உண்மையாக இருப்பதில்லை. ஆனால், மேற்கத்திய நாடுகளில் இம்முறை நன்கு பயன் படுத்தப்படுகிறது.

கோட்டுக்கணக்கிடல்

கோட்டுக்கணக்கிடல் என்பது முன்பாகவே நிர்ணயிக்கப்பட்ட ஒரு பாதை அல்லது வழியை மூலமாக எடுத்துக்கொண்டு கணக்கிடல் செய்வது ஆகும். இது இரண்டு வகைகளில் மேற்கொள்ளப்படுகிறது. அவை 'நிலையான தூரம் கொண்ட வழித்தடக் கணக்கிடல்' (Fixed line transect) மற்றும் 'மாறும் தூரம் கொண்ட வழித்தடக் கணக்கிடுதல்' என்பனவாகும்.

நிலையான தூரம்கொண்ட வழித்தடக் கணக்கிடல் வகையில் பாதையின் நீளமும் அதன் இருபக்க அகலமும் முன்னரே நிர்ணயிக்கப்பட்டு, அதற்கு உட்பட்டுள்ள பறவைகளை மட்டுமே கண்டும் கேட்டும் கணக்கிடப்படுகிறது. அதுவே மாறும் தூரம் கொண்ட பாதையில் நீளத்தை மட்டுமே நிர்ணயித்துக்கொண்டு அதன் அகலத்தைப் பறவைகளைப் பார்த்த மற்றும் கேட்ட இடங்களின் தூரம்கொண்டு ஆய்வின் முடிவில் நிர்ணயித்துக் கொள்ளப்படுகிறது. இந்த முறையில் நம் நடைவேகம் மிக முக்கியமானதாகும். பொதுவாக மணிக்கு ஒரு கிலோமீட்டர் தூரம் நடப்பது என்பதனைக் காடுகளில் ஓர் உகந்த வேகம் என்று சொல்லலாம்.

வட்டத்தளக் கணக்கிடல்

வட்டத்தளக் கணக்கிடல் என்பது ஒரு நேர்க் கோட்டில் வெவ்வேறு இடங்களில் நின்று அவ்விடங்களில் மட்டும் பறவை கணக்கிடலை மேற்கொள்ளுதல் ஆகும். பெரும்பாலும் 2 முதல் 20 நிமிடங்கள் வரை அவ்விடங்களில் நின்று, கேட்ட மற்றும் பார்த்த பறவைகளைக் கணக்கிடலாம். இம்முறையிலும் தொடர் கணக்கிடல் இன்றியமையாதது.

மேற்சொன்ன மூன்று முறைகள் மட்டுமன்றி வேறு சில முறைகளும் கணக்கிடுதலுக்குப் பயன்படுகின்றன. குறிப்பாக ஆயிரக்கணக்கில் மலைமுகடுகளிலோ, மரங்களிலோ, நிலத்திலோ, குகைகளிலோ கூடுகட்டி வாழும் பறவைகளை நேரடியாக எண்ணுதல் மூலமாகவோ, புகைப்படம் எடுத்து அதன்வழி எண்ணுதல் மூலமாகவோ கணக்கிடலாம்.

சில நேரங்களில் அவ்விடத்தைச் சிறு சிறு பாகங்களாகப் பிரித்துக் கணக்கிடலை மேற்கொண்டு அக்கணக்கிடலை அவ்விடம் முழுமைக்குமானதாகக் கணிக்கலாம். இவ்வாறு பறவைகள் கூட்டம் கூட்டமாக இரவில் தங்கும் இடங்களிலும், அவை அதிகாலையில் புறப்படும் நேரத்திலும் கணக்கிடலாம். புலம்பெயரும் பறவை களையும் இம்முறையிலேயே நாம் கணக்கிடலாம்.

இம்முறைகள் மட்டுமின்றி பறவைகளை வலை கொண்டு பிடித்து அப்பறவைகளைக் குறியிட்டுப் பின் விட்டுவிடுதல் மூலமும் கணக்கிடுதலை நடத்தலாம். மிக அரிதான பறவைகளை, அவை எழுப்பும் ஓசைகளை ஒலிப்பெருக்கியின் வழி வெளிப்படுத்தி அதன் மூலம் அப்பறவையினைத் தூண்டி ஓசை எழுப்பச்செய்து கணக்கிடலாம்.

கணக்கிடலுக்கு எம்முறையினைப் பயன்படுத்தினாலும், எவ்விடமாக இருந்தாலும், சூரியன் உதிப்பதற்குச் சற்று முன்பாக ஆரம்பித்து நல்ல வெப்பம் தாக்கும் மதியத்திற்கு முன்பாக முடித்துக் கொள்ளுதல் நலம். பெரும்பாலும் 6 முதல் 10 மணிக்கு உட்பட்ட பொழுதை உகந்த பொழுதாகக் கூறலாம். நன்கு மழைபெய்யும் நேரமோ பனிமூட்டம் சூழ்ந்த நேரமோ மேகம் மூடி இருளாகக் காட்சி அளிக்கும் நேரமோ கணக்கிடலுக்கு உகந்த நேரங்கள் அல்ல.

இந்த 6 முதல் 10 மணிவரை என்பது ஒரு பொதுவான கணக்கிடல் பொழுதாகும். நாம் படிக்க நினைக்கும் பறவையைப் பொறுத்து நேரத்தை மாற்றிக் கூட அமைத்துக் கொள்ளலாம். பெரும்பாலும் 6 முதல் 10 மணியில் பறவைகள் மிகத் துடிப்பாக ஓசை எழுப்பித் தங்கள் பணிகளைச் செய்ய கூடியனவாக இருப்பதால் இந்நேரத்தில்தான் கணக்கிடும் அனைத்துப் பறவைகளையும் நாம் காணவோ அவை எழுப்பும் ஓசைகளைக் கேட்கவோ முடியும். எனவேதான் கணக்கிடுதலுக்கு இந்த நேரம் தேர்ந்தெடுக்கப்படுகிறது. இருப்பினும் சில பறவைகள் இந்த நேரங்களைத் தவிர்த்து இரவும் பகலும் இணையும் நேரங்களில் துடிப்பாய் இருக்கும்.

ஆக மொத்தத்தில் கணக்கிடல் நிகழ்த்த காலை 6 முதல் 10 மணி வரையும் மாலை 4 முதல் 6 மணிவரையும் உள்ள நேரங்களை உகந்த பொழுதுகளாகச் சொல்லலாம். ஆனால் ஓர் இனப்பறவையின் எண்ணிக்கையை மட்டும் கணக்கிடலுக்கு உட்படுத்தும் போது அப்பறவையின் பழக்க வழக்கங்களை நன்கு அறிந்து கொண்ட பின் அதற்கு ஏற்ப கணக்கிடும் நேரத்தை அமைத்துக் கொள்ளுதல் நலம். (கழுகுகளை வெப்பம் மிகுதியாக உள்ள நேரத்தில் கணக்கிடல் எளிது).

கணக்கிடும்போது மற்றொன்றையும் கவனத்தில் கொள்ளவேண்டும். எல்லா பறவைகளும் நம் கண்ணில் தென்படுவது போன்று தம் பழக்க வழக்கங்களை வைத்துக் கொள்வதில்லை. சில பறவைகள் மிக ரகசியமாகவே தம்முடைய பழக்க வழக்கங்களை மேற்கொள் கின்றன. இங்கு ரகசியம் என்பது மறைவான இடத்தைக் குறிக்கும். இவ்வாறு மறைவான இடத்தில் வாழும் பறவைகளை அவற்றின் சப்தத்தை வைத்தே நாம் கணக்கிட முடியும். ஆக நேரடியாகப் பார்த்து எவ்வாறு ஒரு பறவையை நாம் இனம் கண்டு கொள்கின்றோமோ அதுபோல் பறவையின் குரலையும் நாம் இனம் காணும் திறனைப் பெற்றிருக்க வேண்டும். அப்பொழுதுதான் ஒரு கணக்கிடல் என்பது முழுமையடையும்.

சில நேரங்களில், மிக மிகக் குறைவான எண்ணிக்கையைக் கொண்ட பறவைகளும் மறைவான இடத்தில் வாழும் பறவைகளும் நம்முடைய கணக்கிடலில் இருந்து விடுபட்டுவிட வாய்ப்பு உள்ளது. இந்நிலையில் அப்பறவையின் கூடும் கணக்கிடலுக்கு உட்படுத்தப்படும். இப்படி, பறவையை நேரடியாகப் பார்த்து எண்ணுதல், நேரடிக் கணக்கிடல் எனவும்; பறவையின் ஒலி, கூடு அல்லது வேறு அறிகுறிகளை வைத்துக் கணக்கிடல் மறைமுகக் கணக்கிடல் எனவும் அழைக்கப்படுகிறது.

காலப் பங்கிடலை அறிதல்

ஆய்வில் அடுத்ததாக வருவது பறவைகள் எவ்வாறு தங்கள் பழக்கவழக்கங்களைக் காலப்பங்கீடு செய்கின்றன என்பதனை அறிவது ஆகும். இக்காலப் பங்கீடு அறிதலில் என்ன மாதிரியான பழக்கங்களை ஒரு பறவை தன் வாழ்நாளில் மேற்கொள்கிறது என்பதனையும் அறியமுடியும். இவ்வாய்வு இரண்டு வழிகளில் மேற்கொள்ளப்படுகிறது அவை: குழும ஆய்வு (Scan sampling), தனி உயிர் ஆய்வு.

குழும ஆய்வு

குழும ஆய்வானது, ஆய்வுக்குரிய உயிரி தன் குழுவினருடன் இருக்கும் நேரங்களில் ஈடுபடக்கூடிய அனைத்துப் பழக்க வழக்கங்களையும் அதற்குச் செலவிடும் நேரத்தையும் கணக்கிட உதவும். இம்முறை கூட்டமாக வாழும் பறவைகளின் சமுதாயப் பழக்கவழக்கங்களை அறியப் பயன்படுகிறது. இந்த ஆய்வானது காலை ஒளி பரவும் போது ஆரம்பித்துப் பின் ஒளி மங்கும் இரவில் முடிவதாகப் பெரும்பாலும் அமைத்துக் கொள்ளப்படுகிறது. 10

நிமிடம் ஒரு குழுவில் ஒவ்வொரு தனி உயிரின் முதல் நடவடிக்கையை (நாம் பார்க்க) மட்டும் பதிவு செய்து பின் 5 நிமிடம் இடைவெளி விட்டு மீண்டும் முன்பு கூறியது போல் 10 நிமிடம் தனி உயிர் நடவடிக்கையைப் பதிவு செய்யலாம்.

இது போன்று இக்குழுவைக் காலை முதல் மாலை வரை பதிவு செய்யலாம். அல்லது நம்முடைய பார்வையிலிருந்து அக்குழு மறையும் வரை கணக்கிடலாம். இதற்கென்று தயாரிக்கப்பட்ட அட்டவணையில் நேரத்துடன் இந்நடவடிக்கைகளைப் பதிவு செய்தல் தேவையாகிறது. முடிந்தவரை குழுவில் பங்கேற்கும் உயிரிகளின் இனம் (ஆண்/பெண்) வயது (குஞ்சு/இனம்/உயிர்/ முதிர்/ உயிர்) போன்ற பதிவுகள் இருத்தல் இன்றியமையாதது. இதுவே குழுவின் இனம் மற்றும் வயது சார் நடத்தைகளை எளிதில் அறியப் பயன்படுகிறது.

தனி உயிர் ஆய்வு

தனி உயிர் ஆய்வில் ஆய்வாளர் ஒரு தனி உயிரியைக் குறிவைத்து அதன் நடவடிக்கைகளைப் பதிவு செய்கின்றார். இம்முறையிலும் காலை முதல் மாலை வரை ஆய்வை மேற்கொள்ள வேண்டும். ஆனாலும், அவ்வுயிரி ஆய்வாளரின் பார்வையிலிருந்து மறையும்போது நிறுத்துவதைத் தவிர வேறு வழியில்லை.

இந்நிலையில் ஒரு நிமிடத்தின் துவக்கத்தில் இப்பறவை எத்தகைய செயலை நிகழ்த்துகிறதோ அதனை அந்நிமிட நடத்தையாகப் பதிவு செய்து, பின் ஒரு நிமிட இடைவெளி விடவேண்டும். மீண்டும் அடுத்த நிமிட நடத்தையைப் பதிவு செய்து இவ்வாய்வைத் தேவையான நேரம் வரை அல்லது பறவை நம் கண்ணில் படும்வரை தொடருதல் வேண்டும்.

இவ்வாறு கவனிப்பதன்மூலம் ஒரு பறவை எவ்வளவு நேரம் ஒரு நடத்தைக்குச் செலவிடுகிறது என்பதையும் ஒரு பறவையின் நடத்தை அதிகமாக எந்நேரத்தில் நிகழ்கிறது என்பதையும் அறிந்து கொள்ளலாம். குறிப்பாக, எத்தனை விதமான நடத்தைகளை ஒரு பறவை மேற்கொள்கிறது என்பது போன்ற மிக நுட்பமான செய்தி இம்முறையில் அறியப்படுகிறது.

உண்மையில் மேற்சொன்ன இரு முறைகளிலும் ஆய்வாளர் சோர்வடைய வாய்ப்புகள் மிகுதி. எனவே அச்சோர்வு ஆய்வைப் பாதிக்காத வகையில் இடைவெளியைச் சில நேரங்களில் மிகுதிப்படுத்தித் தன்னைச் சற்று நிதானப்படுத்திக் கொள்ள

வேண்டும். பறவைகள் தொடர்ந்து முழுமையாக ஓரிடத்தில் இல்லாது அவ்வப்போது பறத்தலையும் மேற்கொள்ளும். பாலூட்டிகளிடம் ஆய்வு நிகழ்த்தும்போது உண்டாகும் தொய்வு இதில் சற்றுக் குறைவு என்றுதான் சொல்லவேண்டும்.

இவ்வாய்வின் முடிவுகளைச் சரியாகச் சொல்வதற்கு வேறு சில உண்மைகளையும் மேற்சொன்ன பதிவுகளுடன் சேர்த்துப் பதிவுசெய்தல் தேவையாகும். உதாரணமாக, ஒவ்வொரு மணிநேரத்தின் வெப்பநிலை, ஈரப்பதம் போன்றவற்றைச் சொல்லலாம். இவ்விரு காரணிகளும் பறவைகளின் நடத்தைகளைச் சில நேரங்களில் நிர்ணயிப்பதும் உண்டு.

இரை தேடல் முறை பற்றிய ஆய்வு

ஒரு பறவையோ ஒரு குழுவோ எந்தெந்த முறையில் இரையை ஒரு குறிப்பிட்ட இடத்தில் தேடுகிறது என்பது தற்போது நடைமுறையில் காணப்படும் ஆய்வியல் முறையாகும். இம்முறையில் ஒருப்றவை எத்தளத்தில் இருந்து எந்த வகையான இரையை எந்த முறையின் மூலம் பெறுகிறது என்ற உண்மைகளை அறியமுடிகின்றது.

இதன் வாயிலாக ஒரு பறவையின் இரை தேடல் முறைகளைக் குறிப்பாகக் கழுகு இனங்களைத் தவிர்த்து மற்ற பறவைகளுக்குக் கீழ்க் கண்ட முறையில் இனம் பிரித்துள்ளார்கள். இருந்தாலும் இம்முறையில்கூட சில அரிதான முறைகள் தவிர்க்கப்பட்டுள்ளன. இதற்கு, உதாரணமாகச் சிறு கிளைகளின் உதவிகொண்டு பூச்சிகளைத் தோண்டி எடுத்து உண்ணும் பறவைகளின் நடத்தை முறையைக் குறிப்பிடலாம்.

(அ) மேல்தள தேடல் முறைகள்

பொறுக்கல்: அமர்ந்திருக்கும் இடமருகே உள்ள தளங்களில் கால்களையோ அல்லது கழுத்தையோ பெரிய அளவில் நீட்டாமலும் எந்தவிதமான சிறப்பு உடல் அசைவுகளைச் செய்யாமலும் இரையை அடைவதைக் குறிப்பது பொறுக்கல் முறையாகும். இதை இலைமீது பொறுக்கல், கிளைமீது பொறுக்கல் என்ற இரு பிரிவாகப் பகுக்கலாம். சக்தி சேமிப்பில் மிகச்சிறப்பான ஓர் உணவுதேடல் முறை என்று இதனைக் குறிப்பிடலாம்.

உடல் நீட்டிப்பொறுக்கல்: இம்முறை மேற்சொன்ன முறையை ஒத்து உடலுறுப்புகளைச் சற்று நீட்டி இரையை அடைவதில் வேறுபடுகிறது. இதில் கீழ்க்கண்ட உட்பிரிவுகளும் உண்டு.

இரை தேடல் முறைகள்

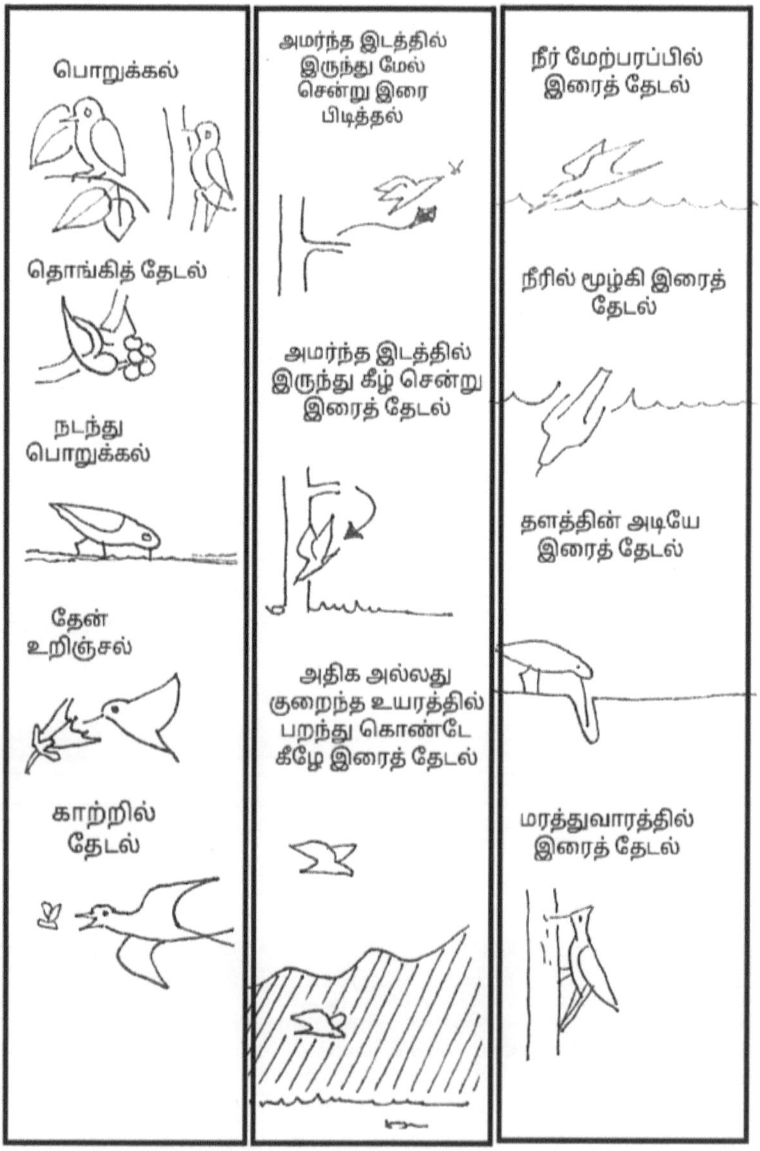
பொறுக்கல்
தொங்கித் தேடல்
நடந்து பொறுக்கல்
தேன் உறிஞ்சல்
காற்றில் தேடல்
அமர்ந்த இடத்தில் இருந்து மேல் சென்று இரை பிடித்தல்
அமர்ந்த இடத்தில் இருந்து கீழ் சென்று இரைத் தேடல்
அதிக அல்லது குறைந்த உயரத்தில் பறந்து கொண்டே கீழே இரைத் தேடல்
நீர் மேற்பரப்பில் இரைத் தேடல்
நீரில் மூழ்கி இரைத் தேடல்
தளத்தின் அடியே இரைத் தேடல்
மரத்துவாரத்தில் இரைத் தேடல்

உடல் மேல் நீட்டிப் பொறுக்கல்: இம்முறை கழுத்தைச் சற்று மேல் நோக்கி உயர்த்தி, தலைமேல் உள்ள இலையின் கீழ் உள்ள இரையை உண்ணுதல் ஆகும். பார்ப்லர் இனப் பறவைகள் இம்முறையைப் பயன்படுத்தும் பழக்கம் கொண்டவை.

உடலைப் பக்கவாட்டில் நீட்டிப் பொறுக்குதல்: இம்முறை உடலை, உடலுறுப்புகளைப் பக்கவாட்டில் நீட்டி இரையை உண்ணுவதைக் குறிக்கும். உடலைக் கீழ்நோக்கி நீட்டிப் பொறுக்கல் முறை என்பது உடலை, உடலுறுப்புகளைக் கீழ்நோக்கி நீட்டி இரையைப் பிடித்தலைக் குறிக்கும்.

மேற்சொன்ன அனைத்துமே சில ஆய்வாளர்களால் ''பொறுக்கல்'' முறையில் சேர்த்து ஆய்வு செய்யப்படுகிறது.

தொங்கித் தேடல்: இம்முறையில் பறவைகள் தம் கால்களைப் பயன்படுத்தித் தொங்கிக்கொண்டு இரையை அடைவதைக் குறிக்கும். இந்தத் தொங்கும் திறன் சில பறவைகளில் மட்டும் சிறப்பாய் அமைந்துள்ளதால் இம்முறையை ஒரு வகையாக இணைத்துள்ளார்கள்.

கிளி இனங்கள், டிட் இனப் பறவைகள் இம்முறையை அதிகம் பயன்படுத்துகின்றன. இம்முறை சிக்கலான இடங்களில் அமைந்துள்ள இரைகளைப் பிடிப்பதற்காகப் பரிணமித்திருப்பதாகக் கருதலாம். இம்முறையில் விலங்கு மற்றும் தாவரப் பொருட்களும் (பழம், பூ, தேன்) இரையாக இருப்பது குறிப்பிடத்தக்கது.

இதிலும் சில உட்பிரிவுகளை ஏற்படுத்தியுள்ளனர். மேலும் தலையை மேல்நோக்கி வைத்துத் தொங்குதல், தலையைக் கீழ்நோக்கி வைத்துத் தொங்குதல், உடலையே தரைக்கு இணையாக வைத்துத் தொங்குதல் மற்றும் முற்றிலுமாகத் தலைகீழாகத் தொங்கி இரையைப் பிடித்தல் என்று பிரித்து ஆய்வது நல்லது.

சிறிது நடந்து பொறுக்கல்: இவ்வகை இரை தேடல் என்பது பறவையானது அமர்ந்து இருக்கும் இடத்தில் இருந்து இரண்டு அல்லது மூன்று அடி எடுத்து வைத்து இரையை அடைதலைக் குறிக்கும்.

(ஆ) தளத்திற்கு அடியே தேடல்

இம்முறையில் பறவைகள் தாம் நிற்கும் தளத்தைச் சற்று சேதப்படுத்தி (கிண்டி, கிளறி, நோண்டி, உட்புகுத்தி) இரையைப் பெறுகின்றன.

இம்முறையை மேற்கொள்ளாமல் பறவைகளுக்கு இரை கிட்டுவதில்லை.

1. அலகை நுழைத்துத் தேடல்: இம்முறையில் அலகை துளைகள், வெடிப்புகள் போன்றவற்றில் நுழைத்து இரையைத் தேடுகின்றன. இதற்கேற்ப பறவைகளுக்கு அலகு நீளமாகப் பரிணமித்திருப்பது இதன் சிறப்பம்சமாகும்.

2. அலகை நுழைத்துப் பின் விரித்துத் தேடல்: இம்முறையில் அலகை நுழைத்துப் பின் சிறிது அலகை விரிப்பதன் மூலம் தளத்தைச் சற்று விரித்தோ, பிளந்தோ இரையைத் தேடுகின்றன.

3. அலகால் கொத்தித் தேடல்: இம்முறை தளத்தை அலகால் கொத்தி இரையைப் பிடித்தலைக் குறிக்கும். பெரும்பாலும் மரங்கொத்திகள் இம்முறையைப் பின்பற்றுகிறது. இதன் மூலம் ஒரே கொத்தலில் இரையைப் பறவை அடைகிறது.

4. தொடர்கொத்தல்: தொடர்கொத்தல் மூலமாகவும் இரையை மரங்கொத்திகள் பிடித்துண்கின்றன.

5. செதுக்கல்: இம்முறையானது சிறிய பட்டைகளை அலகால் செதுக்குவது போல் பெயர்த்து இரையைப் பறவைகள் அடைவதைக் குறிக்கும். இதுவும் மரங்கொத்திகளிடம் காணப்படுகிறது.

6. கிளருதல்: இது தரையைக் கால்களால் கிளரி இரையை, தானியங்களை உண்ணும் முறையாகும். இது கோழி இனங்களில் காணப்படுகிறது.

(இ) காற்றில் இரையைப் பிடித்தல்

இம்முறையில் வானில் பறக்கும் பூச்சிகளை ஓரிடத்தில் இருந்து பறந்து சென்று பிடித்துவிட்டு மீண்டும் தன் பழைய இடத்திற்கே பறவைகள் திரும்பும் அல்லது காற்றிலேயே தொடர்ந்து பறந்து பறந்து பல இரைகளைப் பிடித்தல் போன்ற செயல்களைக் குறிக்கும். ஸ்விட், பீஃஈட்டர் போன்ற பறவைகள் இவ்வகையில் இரையைப் பெறுகின்றன.

மேற்கண்ட அனைத்து முறைகளையும் பதிவு செய்யும்போது எந்தெந்த தளங்களில் இரை பிடிக்கப்பட்டது என்பதனைப் பதிவு செய்வதும் முக்கியம். குறிப்பாகத் தாவரத்தின் பெயர், இலை, கிளை, பட்டைகள், தரை, பாறைகள், பூக்கள் போன்றவற்றைப் பதிவு செய்தல் வேண்டும்.

இதே போல் உணவைக் கையாளும் விதத்தையும் நாம் பதிவு செய்யலாம். உதாரணமாக உணவு உடனே விழுங்கப்படுகிறதா? பிய்த்துப் பின் உண்ணப்படுகிறதா? உணவு மேலும் கீழும் பக்கவாட்டிலும் உண்ணும் முன் ஆட்டப்படுகிறதா? உணவு ஏதேனும் இடத்தில் வைத்துத் தேய்க்கப்படுகிறதா? உணவு கிழிக்கப்பட்டுப் பிறகு உண்ணப்படுகிறதா? என்றும் பதிவு செய்யலாம்.

மேற்சொன்ன அனைத்தையும் ஓர் இனப்பறவைகளிடமோ அல்லது ஓர் இடத்தில் காணப்படும் அனைத்துப் பறவைகளிடமோ ஓர் ஆய்வாளர் தேட முற்படலாம்.

இவ்வாய்வில் ஓர் ஆய்வாளர் முதன் முதலில் ஒரு பறவையைப் பார்க்கும் போது அப்பறவை மேற்கொள்ளும் செயலைப் பதிவு செய்து ஆய்வை அடுத்த பறவைக்கு மாற்றவேண்டும். ஒரே பறவை மட்டும் ஆய்வுக்கு உட்படுத்தப்படும் போது வெவ்வேறு தாவரங்களில் அல்லது தளங்களில் முதல் நடத்தையை மட்டும் பதிவு செய்தல் நல்லது.

இதுவரை பறவைசார் உண்மைகளை மட்டுமே ஓர் ஆய்வாளர் சேகரிக்கும் முறைபற்றி பார்த்தோம். இவ்வுண்மைகள் மட்டுமே ஓர் ஆய்வை முழுமைப்படுத்திவிடாது. மேற்கூறியவற்றில் சேகரித்த உண்மைகள் இவ்வாறாகப் பறவைகள் நடந்துகொள்கின்றன என்று கூறமுடியுமே தவிர, ஏன் அப்படி நடந்துகொள்கின்றன என்ற கேள்விக்குப் பதிலளிக்க இயலாது. அதற்காகச் சில பெரு இருப்பிட அம்சங்கள், நுண் இருப்பிட அம்சங்கள், வெப்பநிலை, ஈரப்பதம், ஓர் இடத்தில் காணப்படும் உணவின் அளவு போன்றவற்றையும் சேர்த்து அளவிடுதல் தேவையாகும்.

உதாரணமாகப் பழம் உண்ணும் பறவையைப் படிக்கும் ஆய்வாளர், படிக்கும் இடத்தில் காணப்படும் பழங்களின் வகைகள், அப்பழம் தரும் மரங்களின் அடர்த்தி, அவ்விடத்தின் அம்சங்களில் காலமாற்றத்தில் ஏற்படும் இனப்பெருக்கம் மற்றும் இலைகளில் ஏற்படும் மாற்றங்கள் போன்றவற்றையும் சேர்த்துப் படித்தல் அவசியம். இதோடு சேர்த்து இப்பழங்களைச் சார்ந்து வாழும் வேறு பறவை மற்றும் விலங்குகளைப் பற்றியும் படித்தால் அவ்விடத்தில் பழங்களுக்காக நடைபெறும் போட்டியையும் தெரிந்து கொள்ளலாம்.

•

சூழ்நிலை மாறிலிகள் சிலவற்றைப் பதிவு செய்யும் முறையையும் சற்றுத் தெரிந்து கொள்வோம். வெப்பநிலையை உயர் தாழ் வெப்பநிலைமானி உதவி கொண்டு அளக்கலாம். இந்தக் கருவியைத் தரையில் இருந்து 1.25மீ உயரத்தில் பொருத்தி வெப்பநிலையை தேவைக்கேற்பப் பதிவு செய்வது ஒரு முறை. வேறுமுறையில் வெப்பநிலைமானியைத் தேவைப்பட்ட இடத்தில் மட்டுமே பொருத்தி அந்நுண்ணிய இட வெப்பநிலையையும் அறியலாம். மழை அளவு அறிவதற்கு, 10-20செ.மீ விட்டம் கொண்ட உருளையை நிலத்தில் புதைத்து அவ்வுருளையின் மேல் ஒரு புனல் ஒன்றைச் சொருகி மழைநீர் சேகரிக்கப்படுகிறது.

மழையின் அளவைக் கணக்கிடுதல் சூத்திரம்

$$\frac{\text{சேகரிக்கப்பட்ட மழையளவு}}{(\text{உருளையின் விட்டம் செ. மீட்டரில்})^2}$$

நீர் மற்றும் மண் போன்றவற்றின் இயற்பியல் மற்றும் வேதியியல் தரத்தையும் இதற்கென உள்ள தனிக் கருவிகள் (Water & Soil Analysis Kit) மூலம் அறிந்து அப்பண்புகளுக்கும் பறவைகளின் நடத்தைகளுக்கும் தொடர்பேதும் உண்டா என ஆராயலாம்.

அலைவழி ஆய்வு

சில பறவைகள் இரவாடிகளாய் இருக்கும் பொழுதோ நீண்ட தூரம் புலம்பெயரும் பழக்கம் உடையதாய் இருக்கின்ற பொழுதோ ஆய்வாளர் அப்பறவையைப் பற்றிய தகவல்களைச் சேகரிப்பது கடினம். இந்நிலையில் வான்வழி பரவும் அலைவழி மூலம் அவ்வாய்வைச் செய்யும் வழியும் இருக்கிறது. இதன்மூலம் பறவையின் இருப்பிடத் தேர்வு, புலம் பெயரும் வழித்தடங்கள் போன்றவற்றினை எளிதில் அறியலாம்.

சென்சார் எனும் கருவிகள் பறவைகளின் உடலில் பொருத்தப்பட்டு இவ்வாய்வு நடத்தப்பெறுகிறது. இது பறவைகளின் வெவ்வேறு செயல்களுக்கு வெவ்வேறு சமிக்ஞைகளை அனுப்பும் வசதி கொண்டு இருப்பதால் செயற்கைக்கோள் உதவிகொண்டு அப்பறவை இருக்கும் இடம், அதன் நடவடிக்கைகள் முதலியன இந்தச் சென்சார்கள் மூலம் அறியப்படுகின்றன. இன்று உயிரியின் உடலில் உயிர் இல்லை என்பதனைக்கூட உடனுக்குடன் தெரிவிக்கும் அளவிற்கு ஆய்வு முன்னேறியுள்ளது. எவ்வாறு இருப்பினும்

இவ்வாய்வு சிறிது கடினமாகவும் செலவுமிக்கதாகவும் இருக்கிறது. மேலும் நேரம் அதிகம் எடுத்துக்கொள்வதாலும் அனுமதி எளிதில் கிடைக்காமல் போவதாலும் பல நேரங்களில் இந்த ஆய்வுமுறை தவிர்க்கப்படுகிறது.

இரை ஆய்வு

ஒரு பறவை எவ்வகையான இரையை உண்கிறது என்பதனை நேரடியாகப் பார்த்தல் அல்லது அதன் கழிவைச் சேகரித்து அதைப் பரிசோதித்தறிதல் என இருவழிகளில் அறியலாம். நேரடியாகப் பார்த்தல் என எளிதாகக் கூறினாலும் உண்மையில் ஓர் இடத்தில் இருக்கின்ற இரைகளைப் பற்றிய அறிவு உள்ளபோதுதான் ஓர் ஆய்வாளர் எந்த இரை உண்ணப்படுகிறது என்பதை அறியமுடியும். அதேபோல் அலகைவிடச் சிறிதாக இரை இருந்தால் ஆய்வாளர் இதை அறிவது சிக்கலாகிறது.

ஒரு காலத்தில் படிக்கும் பறவையைக் கொன்று குடலை ஆய்ந்து அதில் காணப்படும் மீதியை வைத்துப் பறவைகள் உண்ணும் இரையைக் கண்டறிந்தனர். ஆனால் இது பறவையின் உயிருக்கு அழிவு விளைவிப்பதால் இம்முறை தவிர்க்கப்பட்டு இன்று கழிவுகள் மட்டுமே ஆய்வுக்கு உட்படுத்தப்படுகிறது. இந்நிலையில் நாம் ஆய்வு மேற்கொள்ளும் பறவையின் கழிவு மற்றும் உமிழும் கழிவுகளை அடையாளம் தெரிந்து, அதை மட்டும் எந்த ஐயத்திற்கும் இடமின்றிச் சேகரிக்க வேண்டும். பொதுவாக இவை, பறவையின் கூட்டிலோ அல்லது அது அடையும் இடத்திலோ பெரும்பாலும் சேகரிக்கப் படுகின்றன.

கழிவுகளை நன்கு நீரில் தொடர்ந்து கழுவுவதன் மூலம் செரிக்காத இரையின் வெவ்வேறு பாகங்களை (எலும்புகள், ஓடுகள் போன்றவை) உருப்பெருக்கி மூலம் தனித்தனியே பிரித்துப் பின் இனம் வாரியாக வகைப்படுத்த வேண்டும். சில நேரங்களில் நுண்ணோக்கியின் தேவையும் இங்கு அவசியமாகிறது.

பைனாக்குலர்

பறவை ஆய்வில் பைனாக்குலர் என்பது ஒரு தவிர்க்க முடியாத கருவியாக இருக்கிறது. இது ஆய்வாளரைப் பொருத்தவரை ஒரு பறவையை நன்றாகப் பார்ப்பதற்கு மட்டுமின்றி பறவைக்கு ஆய்வாளரால் தொந்தரவு ஏற்படுவதையும் குறைக்கிறது.

பைனாக்குலர் இன்று சில நூறு ரூபாயில் இருந்து லட்சம் வரை கிடைக்கிறது. இக்கருவியை இரண்டாக வகைப்படுத்தலாம்.

போரோ பிரிசம் மற்றும் கூரை (ரூஃப்) பிரிசம். கூரை பிரிசம் பைனாக்குலர் எளிதாகவும் சிறிதாகவும் நீர் மற்றும் தூசுகளால் பாதிக்காததாகவும் கண்ணருகு லென்சும் பொருளருகு லென்சும் ஒரு நேர்க்கோட்டில் அமைந்திருப்பதாகவும் நீண்டநாள் உழைப்ப தாகவும் எளிதில் சீர்கெடாததாகவும் இருக்கின்றது.

போரோ பிரிசம் பெரிதாகவும், கடினமானதாகவும், நீர் மற்றும் தூசுகளால் சிறிது பாதிக்கும் தன்மை உடையதாகவும், கண்ணருகு லென்சும் பொருளருகு லென்சும் நேர்க்கோட்டில் அமையாமலும் எளிதில் சீர்கெடுவதாகவும் இருக்கின்றது.

அனைத்துத் தன்மையிலும் கூரை பிரிசம் சிறந்து விளங்குவதால் இதன் விலை சற்று மிகுதியாக இருக்கின்றது. இப்போது குறைவான விலையில் பைனாக்குலர்களும் கிடைக்க ஆரம்பித்து விட்டன.

பைனாக்குலரின் மேல் 7×20 என்பது போன்ற எண்கள் குறிக்கப்பட்டு இருக்கும். இவற்றில் முதல் எண் அதாவது 7 என்பது பார்க்கும் பொருள் பெரிதாக்கப்படும் மடங்கைக் குறிக்கும். அதற்கு அடுத்த எண் 20 என்பது பொருளருகு லென்சின் விட்டத்தை அதன் மில்லி மீட்டரில் குறிக்கும்.

பொதுவாக 7, 8, 10 என்ற வகையில் பைனாக்குலர்கள் உருப் பெருக்கத்தில் கிடைக்கின்றன. அதிக உருப்பெருக்கம் கொண்ட பைனாக்குலர்கள் 20க்கும் மேல் வெறும் கைகளால் கையாளும் போது ஏற்படும் சிறு அசைவு கூட ஒரு பறவையைத் தொடர்ந்து பார்க்கமுடியாமல் செய்துவிடும். எனவே இவற்றை முக்காலி கொண்டுதான் பயன்படுத்தவேண்டும்.

அதுவே பெரிய பொருளருகு லென்சைப் பயன்படுத்தும் போது அதிக வெளிச்சம் உள்ளே வருதலால் பார்க்கும் பொருள் மிகத் தெளிவாகத் தெரியும். ஆனால் அது பைனாக்குலரின் எடை கூடுவதற்கு வாய்ப்பை ஏற்படுத்துகிறது. மொத்தத்தில் பைனாகுலர் 10' பெருக்க அளவிலும் 40 பொருளருகு லென்சின் விட்டத்திலும் இருப்பது சாலச்சிறந்தது.

இரவு நேரத்தில் பார்க்க உதவும் பைனாக்குலர்களும் இன்று சந்தையில் வந்துவிட்டன. இவை சாதாரண பைனாக்குலரைக் காட்டிலும் சற்று விலை உயர்ந்தது.

►►►

23

பறவை நோக்குதல்

பறவை நோக்குதல் அண்மையில் தோன்றிய ஒரு பழக்கம் அல்ல. மனிதன் உணவு தேடல், வேட்டையாடுதல், தற்காப்பு, இனப் பெருக்கம் போன்றவற்றில் இருந்து மற்ற நிகழ்வுகளுக்கு நேரம் ஒதுக்கிய காலக்கட்டங்களில்தான் பொழுதுபோக்கு நடத்தைகளில் கவனம் செலுத்தியிருக்க வேண்டும் என்று ஒரு கருத்து உண்டு.

மேற்சொன்ன அனைத்து நிகழ்வுகளுக்குமான சாதகமான ஒரு சூழ்நிலை தன்னைச் சுற்றி இருக்கிறது என்பதை உறுதிப்படுத்திய பிறகுதான் மனிதன் இச்செயலில் ஈடுபட்டிருக்கமுடியும். அப்படியொரு சாதகமான சூழ்நிலையில்தான் தன்னைச் சுற்றியுள்ள தாவர, விலங்குகளைப் பற்றிய அறிவைப் பெற ஆரம்பித்தான். அதுதான் பறவை நோக்குதலின் துவக்கம் என்று கூறலாம்.

முதன்முதலாக உணவுக்கான ஒரு பொருளாகப் பறவையைப் பார்க்காமல் அழகுக்காகப் பறவையை மனிதன் பார்க்கத் தொடங்கினான். நாகரிகம் வளர வளர மனிதன் தான் பார்த்தவற்றை எதிர்காலச் சந்ததியினருக்காகப் பதிவு செய்ய ஆரம்பித்தான்.

வழக்கம் போல அரிஸ்டாட்டிலே இதிலும் முன்னணியில் உள்ளார். தன்னைச் சுற்றியுள்ள சில பறவைகள் ஒரு சில காரணங்களுக்காக இடம்பெயர்வதை இவர் பதிவு செய்துள்ளார். இதுவே பறவை நோக்குதலின் மூலம் பதிவு செய்யப்பட்ட முதல் பறவையியல் அறிவியல் தகவலாகும்.

பறவை நோக்குதலுக்கான இடங்கள்

பாலைவனம்

பசுமை மாறாக் காடு

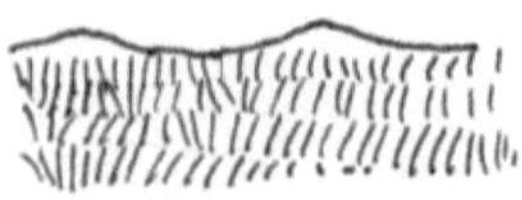

புல்வெளித்தளம்

நீர்நிலைகள்

முட்புதர்க்காடு

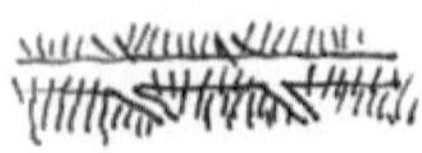

வயல்வெளிகள்

இலையுதிர்க்காடு

வீட்டின் பின்புறம்

பறவை நோக்குதலுக்கான கருவிகள்

இந்தப் பறவை நோக்குதல் மூலம் சாதாரணமானவன்கூட பறவையியலுக்குப் பெரிய பங்காற்றிட முடியும். இன்று பறவையியலில் முக்கியப் பங்காற்றிய பலர் சாதாரண மானவர்களாகவே பறவை நோக்குதலைத் தொடங்கியதை இங்குக் குறிப்பிட்டாக வேண்டும். இதன் மதிப்பு அறிந்தே பறவை நோக்குதல் பல்வேறு வழிமுறைகளுடன் அறிவியல் சார் பொழுதுபோக்கில் முதன்மையாக இருக்கிறது.

இப்பழக்கமும் பிறவற்றைப்போல ஐரோப்பியர்களால் மிக எளிதாக ஏற்றுக்கொள்ளப்பட்டு இன்று உச்சநிலை பெற்றுள்ளது. பறவை இனங்களை அதிகம் கொண்ட ஆசியநாடுகளில் இப்பழக்கம் ஆரம்ப நிலையில்தான் உள்ளது என்பது சிறிது வருத்தமளிக்கின்றது.

இன்று இந்தியாவில் மிகச்சிலரால் மேற்கொள்ளப்படும் இப்பழக்கமானது ஆங்கிலேயர்களின் வழியிலானது என்று கூறலாம். இருப்பினும், கடந்த பத்தாண்டுகளில் இப்பழக்கம் நன்கு வளர்ச்சி அடைய மும்பை இயற்கை வரலாற்றுக் கழகம் பெரும் பங்காற்றியிருக்கிறது. எந்தவொரு பழக்கத்தையும் கலாசார, பொருளாதார, மதரீதியில் அணுகும் நாம் மேற்சொன்ன எந்தக் காரணியுடனும் தொடர்பற்ற இப்பழக்கத்தைக் காலந்தாழ்த்தித்தான் ஏற்றுக்கொள்வோம் என்பதற்கு இது ஒரு மிகச்சிறந்த எடுத்துக்காட்டாகும்.

இன்று அரசு மற்றும் பல அரசுசாரா அமைப்புகள் பறவை நோக்குதலை மக்களிடம் கொண்டு செல்ல ஆரம்பித்திருக்கின்றன. இருப்பினும் ஊருக்கு ஒரு நூலகம், கல்விக்கூடம் தேவையாக இருப்பது போன்று பறவை நோக்குதலை ஒரு பழக்கமாகக்கொண்ட ஒரு குழு இருக்க வேண்டியது எதிர்காலத்திற்கான தேவையாகும்.

பறவை நோக்குதலை எப்படித் துவங்குவது? இதற்குத் தேவையான நுண்ணறிவை நாம் எல்லோரும் பெற்றிருக்கிறோம் என்பது உண்மையாகும். காகத்தையும் சிட்டுக்குருவியையும் எப்போது நாம் சரியாக மற்ற பறவைகளிடத்தில் இருந்து வேறுபடுத்தி அறிய ஆரம்பிக்கிறோமோ அப்போதே பறவை நோக்குதலைப் பற்றிய நுண்ணறிவு நம்மிடம் தோன்றிவிட்டது என்பது பொருளாகும்.

முதலில் பறவை இனங்களில் பரவியிருக்கும் அழகை ரசிப்பதில் இருந்து இப்பழக்கத்தைத் தொடரலாம். நம் வீட்டுக்கருகில் வரும் காக்கையிடமிருந்தே இதைத் தொடங்கலாம். முந்தைய வழிமுறைகளில் அல்லாது சில கருவிகளை இதற்குப் பயன்படுத்தமுடியும்.

பறவை நோக்குதல்

என்ன பறவையை நீங்கள் பார்க்கிறீர்கள்? நீங்கள் பார்க்கும் பறவையில் அளவு காகத்தை அல்லது சிட்டுக்குருவியைவிட சிறியதா அல்லது பெரியதா?

அமைப்பு :

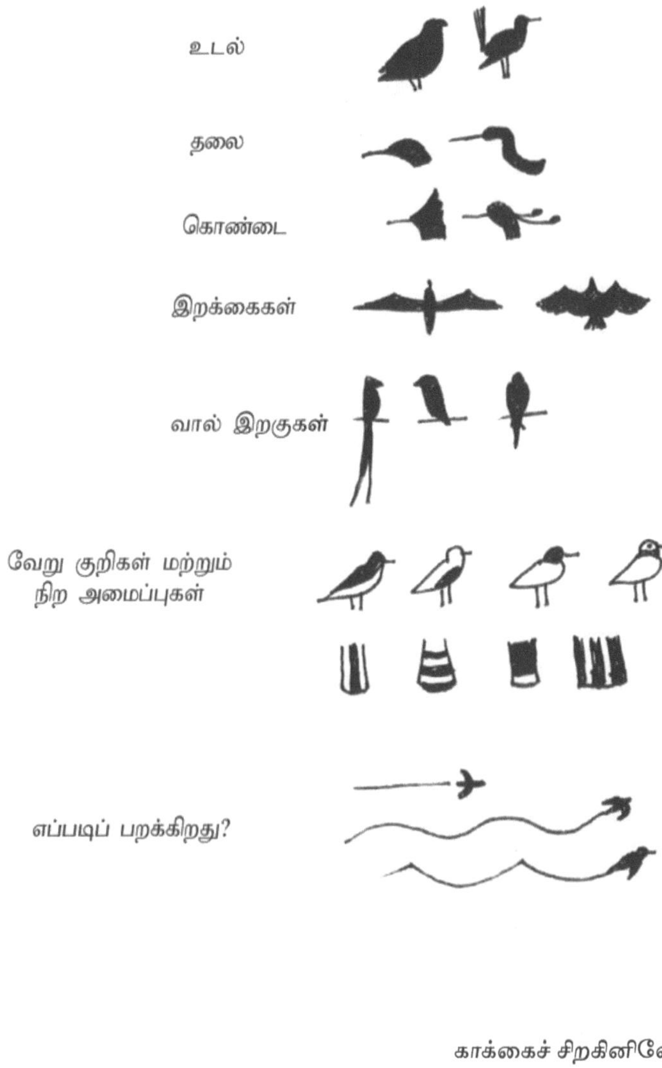

ஒரு ஜோடி பைனாக்குலர், ஒரு டெலஸ்கோப் (பறவையியலுக்கு உதவுவது), சிறுகையேடு, நம் இடம் சார்ந்த பறவைகள் குறித்த கையேடு போன்றவை போதுமானவை. வெறும் கண்களால் பார்த்த அதே காகத்தை பைனாக்குலரில் பார்க்க ஆரம்பிக்கலாம். இதுவரை தெரியாத பல ரகசியங்கள் இந்தக் கருங்காகத்தில் வெளிப்பட ஆரம்பிக்கும். காகத்தின் இறகுகள் நன்கு புலப்படும். கால் நகங்களின் கூர்மை தெரியும்.

காகம் எப்படி அமர்கிறது? எப்படி உண்கிறது? போன்றவற்றைச் சில மணித்துளிகள் பைனாக்குலரின் மூலமே பார்க்கவேண்டும். கண்ணிலிருந்து பைனாக்குலரை எடுக்காது அதன் மூலமாகவே நகரும் காகத்தைத் தொடரவேண்டும். ஆரம்ப நிலையில் இந்த ஒருங்கிணைப்பில் சிரமம் இருப்பினும் காலப்போக்கில் எளிதாகிவிடும்.

இதே போன்று வேறு ஒரு பறவையை மறுநாள் பார்க்க தொடங்குங்கள். இப்போது முன்பு பார்த்த காகமும் இப்பறவையும் எப்படி வேறுபடுகின்றன என்பதை மெதுவாக ஆராயத் தொடங்குங்கள். உருவ அமைப்பில், நிறத்தில், நடத்தையில் என அது வேறுபடுவதைக் கண்களால் அறியுங்கள்.

காகத்தையும் வேறு பறவையையும் ஒரு சில நாட்கள் இதே போன்று ஆராயத் தொடங்குங்கள். அந்த இரண்டு பறவைகளிடமும் காணப்படும் வேறுபாடுகள் மனதில் நன்கு இப்போது பதிய ஆரம்பித்திருக்கும். அதனை அவ்வப்பொழுது உங்கள் குறிப்பேட்டில் எழுதுங்கள்.

உங்களால் இயன்ற முறையில் இரண்டு பறவைகளையும் படமாக வரைந்து நிறம், அளவு, நடத்தையில் ஏற்படும் வேறுபாடு ஆகியவற்றைக் கையேட்டில் குறிக்கவும். இப்பொழுது நம்மிடமுள்ள பறவைக் கையேட்டை எடுத்து அந்த இரண்டு பறவைகளைப் பற்றியும் என்ன கூறப்பட்டுள்ளன என்பதனைப் படியுங்கள். நீங்களும் சில சிறப்புத் தகவல்களைக் கவனமாகக் குறித்து வைத்திருப்பதைப் பார்ப்பீர்கள். இதுவே உங்கள் சிறப்பான துவக்கம்.

மேற்குறிப்பிட்ட நடைமுறைகளைச் செய்தவுடன் தற்போது பறவைக் கையேட்டில் காணப்படும் பறவையின் வெவ்வேறு மாறுபட்ட பாகங்களின் பெயர்கள் மற்றும் அப்பாகங்கள் பறவைகள் பறக்கும் போதும், அமர்ந்திருக்கும் போதும் எந்நிலையில் உள்ளன போன்ற தகவல்களையும் படித்து மனதிலிருத்திக் கொள்ளுங்கள்.

இவை அனைத்தையும் ஒரு சில நாட்கள் செய்தவுடன் நாம் இப்பொழுது வீட்டை விட்டு வெளியே செல்லலாம்.

பறவைகளை எங்கிருந்து நோக்கலாம் என்றால் எங்கிருந்தும் என்பதே விடை. பலவிதமான பறவை இனங்களைக் காண வேண்டும் என்றால் என்றால் பறவைகள் அதிகம் வரும் சில சிறப்பான இடங்களுக்குச் செல்லவேண்டும். நம் தோட்டத்தில் மட்டுமே கவனித்துக்கொண்டிருந்தால் குறைவான எண்ணிக்கையிலான பறவைகளையே காணமுடியும். இன்றைய காலக்கட்டத்தில் நம்மைத் தேடிவரும் பறவை இனங்கள் குறைவுதான். ஆகவே சிறிது சிறிதாக நாம் இடத்தை விரிவுபடுத்துதல் நல்லது.

நோக்கும் இடம் அல்லது களத்தை இரண்டு விதமாகப் பிரிக்கலாம். நீர்சார் பகுதிகளான ஏரி, குளம், சதுப்பு நிலம் நிறைந்த வயல்வெளி, ஆற்றோரம், கடலோரம் போன்றவை ஒரு விதம். நிலம்சார் பகுதிகளாகப் பாலைவனம் தொடங்கி அடர்ந்த பசுமை மாறாக் காடுவரை குறிப்பிடலாம்.

ஒவ்வொரு களமும் பறவை நோக்குதலுக்கு வேவ்வேறு விதமான ஆய்வுக்கும், பயிற்சிக்கும், பழக்கத்திற்கும் நம்மை உட்படுத்தும். ஒவ்வொரு களமும் பறவைகள் பற்றிய அறிவை மட்டும் தராமல் அக்களம் சார் ஆபத்துகள், அவற்றைத் தவிர்க்கும் முறை, அக்களம் சார் தாவர விலங்குகளைப் பற்றிய அறிவு போன்றவற்றையும் பறவை நோக்காளருக்கு அளிக்கும். இவற்றையெல்லாம் அறிந்துகொள்ள தனியே சிறப்புக் கவனம் செலுத்த வேண்டியிருக்காது. கூர்மையான பார்வை போதும்.

எந்தவொரு புதுக்களத்திற்கும் செல்லும்முன் அக்கள அறிவு பெற்றவருடன் முதல் பயணம் மேற்கொள்வது நல்லது. காடு போன்ற இடங்களில் பறவை நோக்கலை மேற்கொள்ளும் போது அக்களம்சார் பாம்பு, கரடி, யானை போன்றவற்றால் ஏற்படும் திடீர் ஆபத்துகளை எதிர்கொள்ளும் அறிவைப் பெற்றிருத்தல் அவசியம். எந்தவித பயமும் இன்றி பறவை நோக்கலைச் செய்ய பறவைகள் சரணாலயம் மிகச்சிறப்பான இடமாகும்.

பறவை நோக்கலைப் பெரும்பாலும் சூரியன் உதிப்பதற்கு முன்னால் ஆரம்பிப்பது நல்லது. அந்நேரம் தொடங்கி நடுப்பகல் வரையான காலத்தில் பறவைகள் மிகவும் சுறுசுறுப்பாய் இருப்பதால் பறவைகளைப் பார்ப்பதற்கு உகந்ததாகக் கருதப்படுகிறது.

பறவை நோக்குதல் கண்ணிற்கு மட்டும் வேலை கொடுக்கும் பழக்கம் என்று நினைத்தால் அது தவறு. கவனம் கொடுத்துக் கேட்பதும் முக்கியப் பங்கு வகிக்கிறது. வெவ்வேறு குரலெழுப்பும் திறனும் மறைந்து வாழும் பழக்கமும் கொண்ட சில பறவைகளை அவற்றின் குரலைக் கொண்டுதான் இருப்பிடத்தைக் கண்டறிந்து பார்க்க இயலும். இது, பறவை நோக்காளர்களைப் பறவைகளின் குரல்களை வைத்தே இனமறியும் திறனுடையவர்களாய் மாற்றுகின்றது. மேலும் இவ்வறிவு பறவைக் கணக்கெடுப்பில் முக்கியப் பங்கு வகிக்கிறது.

எந்த இடத்தில் பறவை நோக்குதலை மேற்கொண்டாலும் அவ்விடத்தின் நிலவியல் தகவலைத் துணைக்கோள் உதவியுடன் குறித்துக்கொள்ள வேண்டும். இதற்கு முன்பு நிலம்சார் வரை படத்தை நம்பிய நாம் இன்று ஜிபிஎஸ் (Global Positioning System) கருவியின் மூலமாகவோ ஸ்மார்ட் போனின் உதவியுடனோ இதைப் பதிவு செய்கிறோம்.

பறவை நோக்குதலை மேற்கொள்ளும்போது வலசை போகும் பறவைகளைக் கண்காணிக்க காலில் மாட்டியுள்ள வளையங்களைக்கூட சில நேரங்களில் காணக்கூடும். இதுவும் அக்கணிப்பை மேற்கொள்பவர்களுக்கு உதவும். (வலசை போகும் பறவைகளைத் துணைக்கோள் மூலம் கண்காணிப்பது இன்றைய தொழில்நுட்ப முன்னேற்றம்).

இன்று பறவை நோக்குதலை மேலும் எளிதாக்க ஸ்மார்ட் போன்களில் சில சிறப்புச் செயலிகள் உள்ளன. அவற்றைப் பதிவிறக்கம் செய்து பறவைகளின் புகைப்படங்கள் மற்றும் குரல் போன்றவற்றை எளிதில் ஒப்பீடு செய்து ஓர் இடத்திற்குத் தேவையான பறவைப் பட்டியலை எளிதில் தயார் செய்துகொள்ளலாம்.

ஒரு புது இடத்திற்குரிய பறவைப் பட்டியலைத் தயாரிக்க எந்த இடத்தில் பறவை நோக்கலை மேற்கொள்கிறோமோ அவ்விடத்தின் கால வரலாற்றைத் தெரிந்து கொள்வதும் அவசியம். அவ்விடத்தில் பறவைகளுக்குச் சாதகமாக உள்ள தகவல்களையும் பறவைகள் வாழ்வியலைப் பாதிக்கும் அம்சங்களையும் குறித்துக் கொள்ள வேண்டும். இத்தகவல்கள் பிற்காலங்களில் பறவையினங்களின் எண்ணிக்கைக் கூடுவதற்கும் குறைவதற்கும் உரிய காரணங்களாகப் பெரும்பாலும் அமையும்.

பறவை நோக்குதல் என்பது ஒரு தொடர் பழக்கம். வார்பலர் போன்ற பறவையினங்களை அவசரத்தில் தவறாக இனங்கண்டறிவதைத்

பறவையின் காலில் காணவேண்டியவை

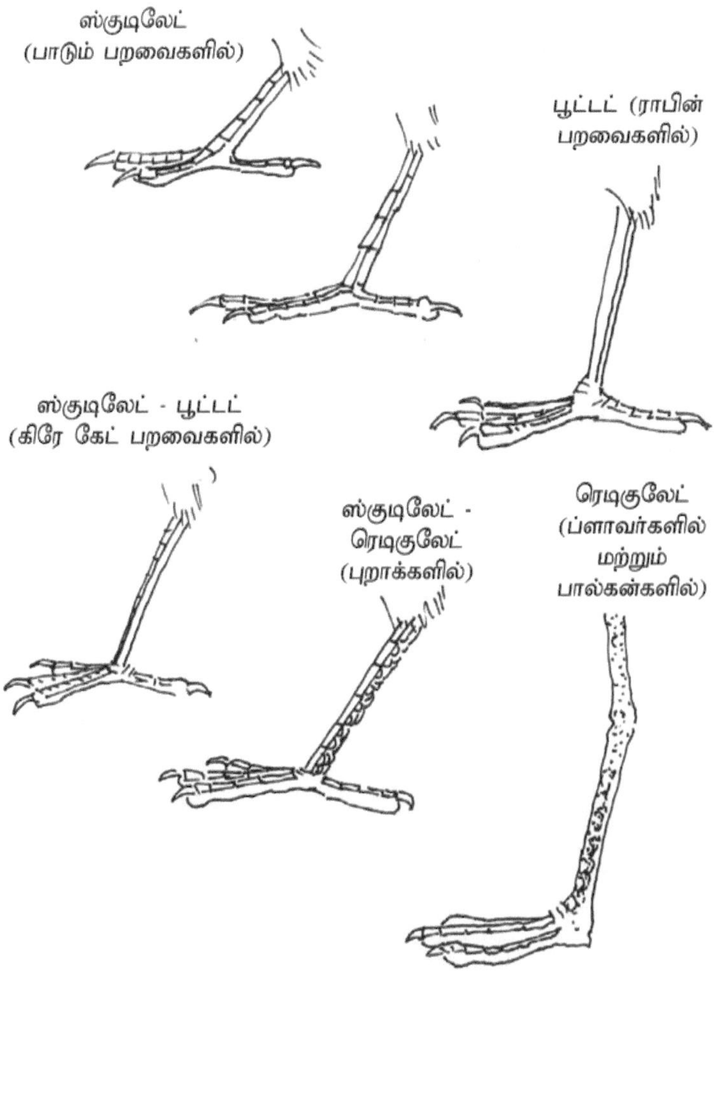

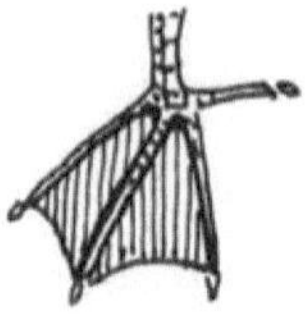

பால்மேட்
(வாத்துகள்)

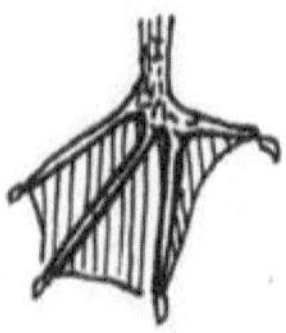

டோட்டிபால்மேட்
(கார்மராண்ட்)

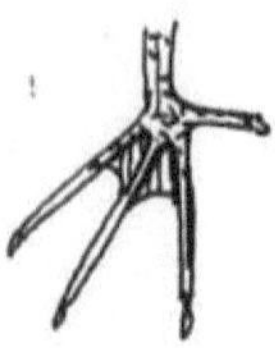

செமிபால்மேட்
(சாண்ட் பைபர்)

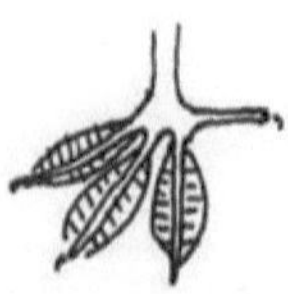

லோபேட்
(முக்குளிப்பான்)

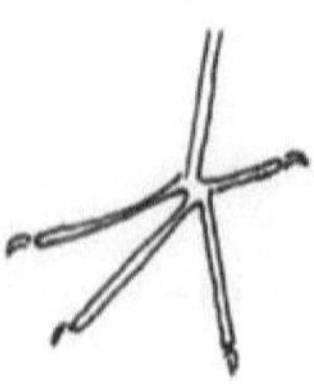

அன்ஜசோடாக்டைல்
(பாடும் பறவைகள்)

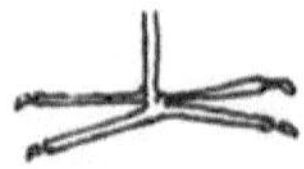

சைகோடக்டைல்
(மரங்கொத்தி)

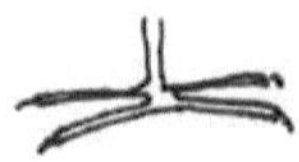

ஹெட்டிரோடாக்டை
(திராகன்)

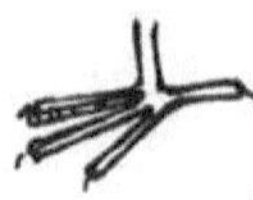

சின்டாக்டைல்
(சில மீன்
கொத்திகள்)

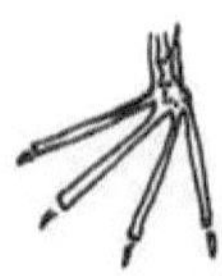

பாம்ரோடாக்டைல்
(சுவிட்
பறவைகள்)

தவிர்க்க நீடித்த வழக்கம் உதவுகிறது. உண்மையில் தூரத்தில் உள்ள பறவையைக்கூட எளிதில் இனம் காணலாம். அதுவே கையில் இப்பறவை கிடைத்தால் உண்மையில் அதை இனம் காண்பது அவ்வளவு எளிதல்ல என்று வலசைப் போதலைப் படிக்கும் ஆய்வாளர்கள் கூறுவார்கள்.

நமக்கு இங்கு அந்த வேலை இல்லாததால் பறவைக் கையேட்டில் எங்கு நோக்க வேண்டும் என்ற குறிப்பைப் படித்துணர்ந்து, அந்தக் குறிப்பைப் பறவைகளின் வெளித்தோற்றத்தில் கண்டு வேறுபாட்டை அறியவேண்டும். இதன் மூலம் பறவை இனங்களை எளிதில் வேறுபடுத்த முடியும்.

எந்தவொரு பழக்கம் போல் பறவை நோக்குதலும் பழகப் பழகவே மேம்படும். எனவே நம்பிக்கையோடு பறவை நோக்குதலைத் தொடங்குங்கள். நீங்களும் ஒரு சலிம் அலியாகலாம்.

●●●

பிற்சேர்க்கை

TAXONOMY OF BIRDS OF THE WORLD

Order- 40
Family- 243
Genus- 2284
Species-10765
Subspecies- 20757

Order, Family, Members

1. TINAMIFORMES

1, Tinamidae, Tinamous

2. STRUTHIONIFORMES

1, Struthionidae, Ostriches

3. RHEIFORMES

1, Rheidae, Rheas

4. CASUARIIFORMES

2, Casuariidae, Cassowaries
Dromaiidae, Emu

5. APTERYGIFORMES

1, Apterygidae, Kiwis

6. ANSERIFORMES

3, Anatidae, Ducks, Geese and Swans
Anhimidae, Screamers
Anseranatidae, Magpie Goose

7. GALLIFORMES

5, Cracidae, Chachalacas, Curassows and Guans
Megapodiidae, Megapodes
Numididae, Guineafowl
Odontophoridae, New World Quail
Phasianidae, Pheasants and allies

8. GAVIIFORMES

1, Gaviidae, Loons

9. SPHENISCIFORMES

1, Spheniscidae, Penguins

10. PROCELLARIIFORMES

5, Diomedeidae, Albatrosses
Hydrobatidae, Northern Storm Petrels
Oceanitidae, Austral Storm Petrels
Pelecanoididae, Diving Petrels
Procellariidae, Petrels, Shearwaters

11. PODICIPEDIFORMES

1, Podicipedidae, Grebes

12. PHOENICOPTERIFORMES

1, Phoenicopteridae, Flamingos

13. PHAETHONTIFORMES

1, Phaethontidae, Tropicbirds

14. CICONIIFORMES

1, Ciconiidae, Storks

15. PELECANIFORMES

5, Ardeidae, Herons, Bitterns
Balaenicipitidae, Shoebill
Pelecanidae, Pelicans
Scopidae, Hamerkop
Threskiornithidae, Ibises, Spoonbills

16. SULIFORMES

4, Anhingidae, Anhingas, Darters
Fregatidae, Frigatebirds
Phalacrocoracidae, Cormorants, Shags
Sulidae, Gannets, Boobies

17. ACCIPITRIFORMES

4, Accipitridae, Kites, Hawks and Eagles
Cathartidae, New World Vultures
Pandionidae, Ospreys
Sagittariidae, Secretarybird

18. OTIDIFORMES

1, Otididae, Bustards

19. MESITORNITHIFORMES

1, Mesitornithidae, Mesites

20. CARIAMIFORMES

1, Cariamidae, Seriemas

21. EURYPYGIFORMES

2, Eurypygidae, Sunbittern
Rhynochetidae, Kagu

22. GRUIFORMES

6, Aramidae, Limpkin
Gruidae, Cranes
Heliornithidae, Finfoots
Psophiidae, Trumpeters
Rallidae, Rails, Crakes and Coots
Sarothruridae, Flufftails

23. CHARADRIIFORMES

19, Alcidae, Auks
Burhinidae, Stone-curlews, Thick-knees
Charadriidae, Plovers
Chionidae, Sheathbills
Dromadidae, Crab-plover
Glareolidae, Coursers, Pratincoles
Haematopodidae, Oystercatchers
Ibidorhynchidae, Ibisbill
Jacanidae, Jacanas
Laridae, Gulls, Terns and Skimmers
Pedionomidae, Plains-wanderer
Pluvianellidae, Magellanic Plover
Pluvianidae, Egyptian Plover
Recurvirostridae, Stilts, Avocets
Rostratulidae, Painted-snipes
Scolopacidae, Sandpipers, Snipes
Stercorariidae, Skuas
Thinocoridae, Seedsnipes
Turnicidae, Buttonquail

24. PTEROCLIFORMES

1, Pteroclidae, Sandgrouse

25. COLUMBIFORMES

1, Columbidae, Pigeons, Doves

26. OPISTHOCOMIFORMES

1, Opisthocomidae, Hoatzin

27. MUSOPHAGIFORMES

1, Musophagidae, Turacos

28. CUCULIFORMES

1, Cuculidae, Cuckoos

29. STRIGIFORMES

2, Strigidae, Owls

Tytonidae, Barn Owls

30. CAPRIMULGIFORMES

4, Caprimulgidae, Nightjars

Nyctibiidae, Potoos

Podargidae, Frogmouths

Steatornithidae, Oilbird

31. APODIFORMES

4, Aegothelidae, Owlet-nightjars

Apodidae, Swifts

Hemiprocnidae, Treeswifts

Trochilidae, Hummingbirds

32. COLIIFORMES

1, Coliidae, Mousebirds

33. TROGONIFORMES

1, Trogonidae, Trogons

34. LEPTOSOMIFORMES

1, Leptosomidae, Cuckoo Roller

35. CORACIIFORMES

6, Alcedinidae, Kingfishers

Brachypteraciidae, Ground Rollers

Coraciidae, Rollers

Meropidae, Bee-eaters

Momotidae, Motmots

Todidae, Todies

36. BUCEROTIFORMES

4, Bucerotidae, Hornbills

Bucorvidae, Ground Hornbills

Phoeniculidae, Wood Hoopoes

Upupidae, Hoopoes

37. PICIFORMES

9, Bucconidae, Puffbirds

Capitonidae, New World Barbets

Galbulidae, Jacamars

Indicatoridae, Honeyguides
Lybiidae, African Barbets
Megalaimidae, Asian Barbets
Picidae, Woodpeckers
Ramphastidae, Toucans
Semnornithidae, Toucan Barbets

38. FALCONIFORMES

1, Falconidae, Caracaras, Falcons

39. PSITTACIFORMES

4, Cacatuidae, Cockatoos
Psittacidae, African & New World Parrots
Psittaculidae, Old World Parrots
Strigopidae, New Zealand Parrots

40. PASSERIFORMES

133, Acanthisittidae, New Zealand Wrens
Acanthizidae, Australasian Warblers
Acrocephalidae, Reed Warblers and allies
Aegithalidae, Bushtits
Aegithinidae, Ioras
Alaudidae, Larks
Arcanatoridae, Dapple-throat and allies
Artamidae, Woodswallows, butcherbirds and allies
Atrichornithidae, Scrubbirds
Bernieridae, Malagasy Warblers
Bombycillidae, Waxwings
Buphagidae, Oxpeckers
Calcariidae, Longspurs, Snow Buntings
Callaeidae, New Zealand Wattlebirds
Campephagidae, Cuckooshrikes
Cardinalidae, Cardinals, Grosbeaks and allies
Certhiidae, Treecreepers
Cettiidae, Cettia Bush Warblers and allies
Chaetopidae, Rockjumpers
Chloropseidae, Leafbirds
Cinclidae, Dippers
Cisticolidae, Cisticolas and allies
Climacteridae, Australasian Treecreepers

Cnemophilidae, Satinbirds
Coerebidae, Bananaquit
Conopophagidae, Gnateaters
Corcoracidae, Australian Mudnesters
Corvidae, Crows, Jays
Cotingidae, Cotingas
Dasyornithidae, Bristlebirds
Dicaeidae, Flowerpeckers
Dicruridae, Drongos
Donacobiidae, Black-capped Donacobius
Dulidae, Palmchat
Elachuridae, Elachuras
Emberizidae, Buntings, New World Sparrows and allies
Erythrocercidae, Yellow Flycatchers
Estrildidae, Waxbills, Munias and allies
Eulacestomidae, Ploughbill
Eupetidae, Rail-babbler
Eurylaimidae, Broadbills
Formicariidae, Antthrushes
Fringillidae, Finches
Furnariidae, Ovenbirds
Grallariidae, Antpittas
Hirundinidae, Swallows, Martins
Hyliotidae, Hyliotas
Hylocitreidae, Hylocitrea
Hypocoliidae, Hypocolius
Icteridae, Oropendolas, Orioles and Blackbirds
Ifritidae, Ifrita
Incertae Sedis 1, Family Uncertain
Incertae Sedis 2, Family Uncertain
Irenidae, Fairy-bluebirds
Laniidae, Shrikes
Leiothrichidae, Laughingthrushes
Locustellidae, Grassbirds and allies
Machaerirhynchidae, Boatbills
Macrosphenidae, Crombecs, African Warblers
Malaconotidae, Bushshrikes
Maluridae, Australasian Wrens

Melampittidae, Melampittas
Melanocharitidae, Berrypeckers, Longbills
Melanopareiidae, Crescentchests
Meliphagidae, Honeyeaters
Menuridae, Lyrebirds
Mimidae, Mockingbirds, Thrashers
Mohoidae, Oos
Mohouidae, Whiteheads
Monarchidae, Monarchs
Monarchidae,
Motacillidae, Wagtails, Pipits
Muscicapidae, Chats, Old World Flycatchers (320)
Nectariniidae, Sunbirds
Neosittidae, Sittellas
Nicatoridae, Nicators
Notiomystidae, Stitchbird
Oreoicidae, Australo-Papuan Bellbirds
Oriolidae, Figbirds, Orioles
Orthonychidae, Logrunners
Pachycephalidae, Whistlers and allies
Panuridae, Bearded Reedling
Paradisaeidae, Birds-of-paradise
Paramythiidae, Painted Berrypeckers
Pardalotidae, Pardalotes
Paridae, Tits, Chickadees
Parulidae, New World Warblers
Passeridae, Old World Sparrows, Snowfinches
Pellorneidae, Fulvettas, Ground Babblers
Petroicidae, Australasian Robins
Peucedramidae, Olive Warbler
Phylloscopidae, Leaf Warblers and allies
Picathartidae, Rockfowl
Pipridae, Manakins
Pittidae, Pittas
Pityriaseidae, Bristlehead
Platysteiridae, Wattle-eyes, Batises
Ploceidae, Weavers, Widowbirds
Pnoepygidae, Wren-babblers

Polioptilidae, Gnatcatchers
Pomatostomidae, Australasian Babblers
Prionopidae, Helmetshrikes
Promeropidae, Sugarbirds
Prunellidae, Accentors
Psophodidae, Whipbirds, Jewel-babblers and Quail-thrushes
Ptiliogonatidae, Silky-flycatchers
Ptilonorhynchidae, Bowerbirds
Pycnonotidae, Bulbuls
Regulidae, Goldcrests, Kinglets
Remizidae, Penduline Tits
Rhagologidae, Mottled Berryhunter
Rhinocryptidae, Tapaculos
Rhipiduridae, Fantails
Scotocercidae, Streaked Scrub Warbler
Sittidae, Nuthatches
Stenostiridae, Fairy Flycatchers
Sturnidae, Starlings, Rhabdornis
Sylviidae, Sylviid Babblers
Tephrodornithidae, Woodshrikes and allies
Tephrodornithidae,
Thamnophilidae, Antbirds
Thraupidae, Tanagers and allies
Tichodromidae, Wallcreeper
Timaliidae, Babblers
Tityridae, Tityras, Becards
Troglodytidae, Wrens
Turdidae, Thrushes
Tyrannidae, Tyrant Flycatchers
Urocynchramidae, Przevalski's Finch
Vangidae, Vangas
Viduidae, Indigobirds, Whydahs
Vireonidae, Vireos, Greenlets
Zosteropidae, White-eyes

Total- 243

•

BIRDS OF TAMIL NADU

1. Galliformes, Phasianidae, Painted Francolin, *Francolinus pictus*
2. Galliformes, Phasianidae, Grey Francolin, *Francolinus pondicerianus*
3. Galliformes, Phasianidae, Common Quail, *Coturnix coturnix*
4. Galliformes, Phasianidae, Rain Quail, *Coturnix coromandelica*
5. Galliformes, Phasianidae, Jungle Bush Quail, *Perdicula asiatica*
6. Galliformes, Phasianidae, Rock Bush Quail, *Perdicula argoondah*
7. Galliformes, Phasianidae, Painted Bush Quail, *Perdicula erythrorhyncha*
8. Galliformes, Phasianidae, Red Spurfowl, *Galloperdix spadicea*
9. Galliformes, Phasianidae, Painted Spurfowl, *Galloperdix lunulata*
10. Galliformes, Phasianidae, Grey Junglefowl, *Gallus sonneratii*
11. Galliformes, Phasianidae, Indian Peafowl, *Pavo cristatus*
12. Anseriformes, Anatidae, Fulvous Whistling Duck, *Dendrocygna bicolor*
13. Anseriformes, Anatidae, Lesser Whistling Duck, *Dendrocygna javanica*
14. Anseriformes, Anatidae, Greylag Goose, *Anser anser*
15. Anseriformes, Anatidae, Bar-headed Goose, *Anser indicus*
16. Anseriformes, Anatidae, Comb Duck, *Sarkidiornis melanotos*
17. Anseriformes, Anatidae, Ruddy Shelduck, *Tadorna ferruginea*
18. Anseriformes, Anatidae, Cotton Teal, *Nettapus coromandelianus*
19. Anseriformes, Anatidae, Gadwall, *Mareca strepera*
20. Anseriformes, Anatidae, Falcated Duck, *Mareca falcata*
21. Anseriformes, Anatidae, Eurasian Wigeon, *Mareca penelope*
22. Anseriformes, Anatidae, Indian Spot-billed Duck, *Anas poecilorhyncha*
23. Anseriformes, Anatidae, Northern Shoveler, *Spatula clypeata*
24. Anseriformes, Anatidae, Northern Pintail, *Anas acuta*
25. Anseriformes, Anatidae, Garganey, *Spatula querquedula*
26. Anseriformes, Anatidae, Common Teal, *Anas crecca*
27. Anseriformes, Anatidae, Red-crested Pochard, *Netta rufina*
28. Anseriformes, Anatidae, Common Pochard, *Aythya ferina*
29. Anseriformes, Anatidae, Ferruginous Duck, *Aythya nyroca*
30. Anseriformes, Anatidae, Tufted Duck, *Aythya fuligula*
31. Procellariiformes, Procellariidae, Flesh-footed Shearwater, *Ardenna carneipes*
32. Procellariiformes, Procellariidae, Streaked Shearwater, *Calonectris leucomelas*
33. Procellariiformes, Procellariidae, Tropical Shearwater, *Puffinus bailloni*

34. Procellariiformes, Hydrobatidae, Wilson's Storm-petrel, *Oceanites oceanicus*
35. Procellariiformes, Hydrobatidae, Cape Petrel, *Daption capense*
36. Procellariiformes, Hydrobatidae, Swinhoe's Storm-petrel, *Hydrobates monorhis*
37. Podicipediformes, Podicipedidae, Little Grebe, *Tachybaptus ruficollis*
38. Phoenicopteriformes, Phoenicopteridae, Greater Flamingo, *Phoenicopterus roseus*
39. Phoenicopteriformes, Phoenicopteridae, Lesser Flamingo, *Phoeniconaias minor*
40. Phaethontiformes, Phaethontidae, White-tailed Tropicbird, *Phaethon lepturus*
41. Ciconiiformes, Ciconiidae, Painted Stork, *Mycteria leucocephala*
42. Ciconiiformes, Ciconiidae, Asian Openbill, *Anastomus oscitans*
43. Ciconiiformes, Ciconiidae, Black Stork, *Ciconia nigra*
44. Ciconiiformes, Ciconiidae, Woolly-necked Stork, *Ciconia episcopus*
45. Ciconiiformes, Ciconiidae, European White Stork, *Ciconia ciconia*
46. Pelecaniformes, Threskiornithidae, Black-headed Ibis, *Threskiornis melanocephalus*
47. Pelecaniformes, Threskiornithidae, Indian Black Ibis, *Pseudibis papillosa*
48. Pelecaniformes, Threskiornithidae, Glossy Ibis, *Plegadis falcinellus*
49. Pelecaniformes, Threskiornithidae, Eurasian Spoonbill, *Platalea leucorodia*
50. Pelecaniformes, Ardeidae, Eurasian Bittern, *Botaurus stellaris*
51. Pelecaniformes, Ardeidae, Yellow Bittern, *Ixobrychus sinensis*
52. Pelecaniformes, Ardeidae, Cinnamon Bittern, *Ixobrychus cinnamomeus*
53. Pelecaniformes, Ardeidae, Black Bittern, *Ixobrychus flavicollis*
54. Pelecaniformes, Ardeidae, Malayan Night Heron, *Gorsachius melanolophus*
55. Pelecaniformes, Ardeidae, Black-crowned Night Heron, *Nycticorax nycticorax*
56. Pelecaniformes, Ardeidae, Striated Heron, *Butorides striata*
57. Pelecaniformes, Ardeidae, Indian Pond Heron, *Ardeola grayii*
58. Pelecaniformes, Ardeidae, Cattle Egret, *Bubulcus ibis*
59. Pelecaniformes, Ardeidae, Grey Heron, *Ardea cinerea*
60. Pelecaniformes, Ardeidae, Purple Heron, *Ardea purpurea*
61. Pelecaniformes, Ardeidae, Great Egret, *Ardea alba*
62. Pelecaniformes, Ardeidae, Intermediate Egret, *Ardea intermedia*
63. Pelecaniformes, Ardeidae, Little Egret, *Egretta garzetta*
64. Pelecaniformes, Ardeidae, Western Reef Egret, *Egretta gularis*
65. Pelecaniformes, Pelecanidae, Great White Pelican, *Pelecanus onocrotalus*

66. Pelecaniformes, Pelecanidae, Spot-billed Pelican, *Pelecanus philippensis*
67. Suliformes, Fregatidae, Great Frigatebird, *Fregata minor*
68. Suliformes, Fregatidae, Lesser Frigatebird, *Fregata ariel*
69. Suliformes, Fregatidae, Christmas Island Frigatebird, *Fregata andrewsi*
70. Suliformes, Phalacrocoracidae, Little Cormorant, *Microcarbo niger*
71. Suliformes, Phalacrocoracidae, Indian Cormorant, *Phalacrocorax fuscicollis*
72. Suliformes, Phalacrocoracidae, Great Cormorant, *Phalacrocorax carbo*
73. Suliformes, Anhingidae, Oriental Darter, *Anhinga melanogaster*
74. Accipitriformes, Pandionidae, Osprey, *Pandion haliaetus*
75. Accipitriformes, Accipitridae, Black-winged Kite, *Elanus caeruleus*
76. Accipitriformes, Accipitridae, Egyptian Vulture, *Neophron percnopterus*
77. Accipitriformes, Accipitridae, Oriental Honey Buzzard, *Pernis ptilorhynchus*
78. Accipitriformes, Accipitridae, Jerdon's Baza, *Aviceda jerdoni*
79. Accipitriformes, Accipitridae, Black Baza, *Aviceda leuphotes*
80. Accipitriformes, Accipitridae, White-rumped Vulture, *Gyps bengalensis*
81. Accipitriformes, Accipitridae, Indian Vulture, *Gyps indicus*
82. Accipitriformes, Accipitridae, Himalayam Griffon, *Gyps himalayensis*
83. Accipitriformes, Accipitridae, Red-headed Vulture, *Sarcogyps calvus*
84. Accipitriformes, Accipitridae, Cinereous Vulture, *Aegypius monachus*
85. Accipitriformes, Accipitridae, Crested Serpent Eagle, *Spilornis cheela*
86. Accipitriformes, Accipitridae, Short-toed Snake Eagle, *Circaetus gallicus*
87. Accipitriformes, Accipitridae, Changeable Hawk Eagle, *Nisaetus cirrhatus*
88. Accipitriformes, Accipitridae, Mountain Hawk-Eagle - Legge's, *Nisaetus nipalensis kelaarti*
89. Accipitriformes, Accipitridae, Rufous-bellied Eagle, *Lophotriorchis kienerii*
90. Accipitriformes, Accipitridae, Black Eagle, *Ictinaetus malaiensis*
91. Accipitriformes, Accipitridae, Indian Spotted Eagle, *Clanga hastata*
92. Accipitriformes, Accipitridae, Greater Spotted Eagle, *Clanga clanga*
93. Accipitriformes, Accipitridae, Booted Eagle, *Hieraaetus pennatus*
94. Accipitriformes, Accipitridae, Tawny Eagle, *Aquila rapax*
95. Accipitriformes, Accipitridae, Steppe Eagle, *Aquila nipalensis*
96. Accipitriformes, Accipitridae, Bonelli's Eagle, *Aquila fasciata*
97. Accipitriformes, Accipitridae, Crested Goshawk, *Accipiter trivirgatus*
98. Accipitriformes, Accipitridae, Shikra, *Accipiter badius*
99. Accipitriformes, Accipitridae, Japanese Sparrowhawk, *Accipiter gularis*

100. Accipitriformes, Accipitridae, Besra, *Accipiter virgatus*
101. Accipitriformes, Accipitridae, Eurasian Sparrowhawk, *Accipiter nisus*
102. Accipitriformes, Accipitridae, Western Marsh Harrier, *Circus aeruginosus*
103. Accipitriformes, Accipitridae, Pallid Harrier, *Circus macrourus*
104. Accipitriformes, Accipitridae, Pied Harrier, *Circus melanoleucos*
105. Accipitriformes, Accipitridae, Montagu's Harrier, *Circus pygargus*
106. Accipitriformes, Accipitridae, Black Kite, *Milvus migrans*
107. Accipitriformes, Accipitridae, Brahminy Kite, *Haliastur indus*
108. Accipitriformes, Accipitridae, White-bellied Sea Eagle, *Haliaeetus leucogaster*
109. Accipitriformes, Accipitridae, Lesser Fish Eagle, *Icthyophaga humilis*
110. Accipitriformes, Accipitridae, White-eyed Buzzard, *Butastur teesa*
111. Accipitriformes, Accipitridae, Common Buzzard, *Buteo buteo*
112. Falconiformes, Falconidae, Lesser Kestrel, *Falco naumanni*
113. Falconiformes, Falconidae, Common Kestrel, *Falco tinnunculus*
114. Falconiformes, Falconidae, Red-necked Falcon, *Falco chicquera*
115. Falconiformes, Falconidae, Amur Falcon, *Falco amurensis*
116. Falconiformes, Falconidae, Eurasian Hobby, *Falco subbuteo*
117. Falconiformes, Falconidae, Laggar Falcon, *Falco jugger*
118. Falconiformes, Falconidae, Peregrine Falcon, *Falco peregrinus*
119. Falconiformes, Falconidae, Peregrine Falcon - Shaheen, *Falco peregrinus - Shaheen*
120. Otidiformes, Otididae, Great Indian Bustard, *Ardeotis nigriceps*
121. Otidiformes, Otididae, Lesser Florican, *Sypheotides indicus*
122. Gruiformes, Rallidae, Slaty-legged Crake, *Rallina eurizonoides*
123. Gruiformes, Rallidae, Slaty-breasted Rail, *Lewinia striata*
124. Gruiformes, Rallidae, White-breasted Waterhen, *Amaurornis phoenicurus*
125. Gruiformes, Rallidae, Baillon's Crake, *Zapornia pusilla*
126. Gruiformes, Rallidae, Ruddy-breasted Crake, *Zapornia fusca*
127. Gruiformes, Rallidae, Watercock, *Gallicrex cinerea*
128. Gruiformes, Rallidae, Purple Swamphen, *Porphyrio porphyrio*
129. Gruiformes, Rallidae, Common Moorhen, *Gallinula chloropus*
130. Gruiformes, Rallidae, Common Coot, *Fulica atra*
131. Gruiformes, Gruidae, Demoiselle Crane, *Grus virgo*
132. Charadriiformes, Turnicidae, Yellow-legged Buttonquail, *Turnix tanki*
133. Charadriiformes, Turnicidae, Barred Buttonquail, *Turnix suscitator*
134. Charadriiformes, Burhinidae, Eurasian Thick-knee, *Burhinus oedicnemus*
135. Charadriiformes, Burhinidae, Great Thick-knee, *Esacus recurvirostris*

136. Charadriiformes, Haematopodidae, Eurasian Oystercatcher, *Haematopus ostralegus*
137. Charadriiformes, Dromadidae, Crab-plover, *Dromas ardeola*
138. Charadriiformes, Recurvirostridae, Black-winged Stilt, *Himantopus himantopus*
139. Charadriiformes, Recurvirostridae, Pied Avocet, *Recurvirostra avosetta*
140. Charadriiformes, Charadriidae, Yellow-wattled Lapwing, *Vanellus malarbaricus*
141. Charadriiformes, Charadriidae, Grey-headed Lapwing, *Vanellus cinereus*
142. Charadriiformes, Charadriidae, Red-wattled Lapwing, *Vanellus indicus*
143. Charadriiformes, Charadriidae, White-tailed Lapwing, *Vanellus leucurus*
144. Charadriiformes, Charadriidae, Pacific Golden Plover, *Pluvialis fulva*
145. Charadriiformes, Charadriidae, Grey Plover, *Pluvialis squatarola*
146. Charadriiformes, Charadriidae, Common Ringed Plover, *Charadrius hiaticula*
147. Charadriiformes, Charadriidae, Little Ringed Plover, *Charadrius dubius*
148. Charadriiformes, Charadriidae, Kentish Plover, *Charadrius alexandrinus*
149. Charadriiformes, Charadriidae, Lesser Sand Plover, *Charadrius mongolus*
150. Charadriiformes, Charadriidae, Greater Sand Plover, *Charadrius leschenaultii*
151. Charadriiformes, Charadriidae, Caspian Plover, *Charadrius asiaticus*
152. Charadriiformes, Rostratulidae, Greater Painted-snipe, *Rostratula benghalensis*
153. Charadriiformes, Jacanidae, Pheasant-tailed Jacana, *Hydrophasianus chirurgus*
154. Charadriiformes, Jacanidae, Bronze-winged Jacana, *Metopidius indicus*
155. Charadriiformes, Scolopacidae, Eurasian Woodcock, *Scolopax rusticola*
156. Charadriiformes, Scolopacidae, Jack Snipe, *Lymnocryptes minimus*
157. Charadriiformes, Scolopacidae, Wood Snipe, *Gallinago nemoricola*
158. Charadriiformes, Scolopacidae, Pintail Snipe, *Gallinago stenura*
159. Charadriiformes, Scolopacidae, Swinhoe's Snipe, *Gallinago megala*
160. Charadriiformes, Scolopacidae, Common Snipe, *Gallinago gallinago*
161. Charadriiformes, Scolopacidae, Great Snipe, *Gallinago media*
162. Charadriiformes, Scolopacidae, Asian Dowitcher, *Limnodromus semipalmatus*
163. Charadriiformes, Scolopacidae, Black-tailed Godwit, *Limosa limosa*
164. Charadriiformes, Scolopacidae, Bar-tailed Godwit, *Limosa lapponica*

165. Charadriiformes, Scolopacidae, Whimbrel, *Numenius phaeopus*
166. Charadriiformes, Scolopacidae, Eurasian Curlew, *Numenius arquata*
167. Charadriiformes, Scolopacidae, Spotted Redshank, *Tringa erythropus*
168. Charadriiformes, Scolopacidae, Common Redshank, *Tringa totanus*
169. Charadriiformes, Scolopacidae, Marsh Sandpiper, *Tringa stagnatilis*
170. Charadriiformes, Scolopacidae, Common Greenshank, *Tringa nebularia*
171. Charadriiformes, Scolopacidae, Green Sandpiper, *Tringa ochropus*
172. Charadriiformes, Scolopacidae, Wood Sandpiper, *Tringa glareola*
173. Charadriiformes, Scolopacidae, Terek Sandpiper, *Xenus cinereus*
174. Charadriiformes, Scolopacidae, Common Sandpiper, *Actitis hypoleucos*
175. Charadriiformes, Scolopacidae, Ruddy Turnstone, *Arenaria interpres*
176. Charadriiformes, Scolopacidae, Great Knot, *Calidris tenuirostris*
177. Charadriiformes, Scolopacidae, Red Knot, *Calidris canutus*
178. Charadriiformes, Scolopacidae, Sanderling, *Calidris alba*
179. Charadriiformes, Scolopacidae, Little Stint, *Calidris minuta*
180. Charadriiformes, Scolopacidae, Temminck's Stint, *Calidris temminckii*
181. Charadriiformes, Scolopacidae, Long-toed Stint, *Calidris subminuta*
182. Charadriiformes, Scolopacidae, Red-necked Stint, *Calidris ruficollis*
183. Charadriiformes, Scolopacidae, Curlew Sandpiper, *Calidris ferruginea*
184. Charadriiformes, Scolopacidae, Dunlin, *Calidris alpina*
185. Charadriiformes, Scolopacidae, Broad-billed Sandpiper, *Calidris falcinellus*
186. Charadriiformes, Scolopacidae, Spoon-billed Sandpiper, *Calidris pygmea*
187. Charadriiformes, Scolopacidae, Ruff, *Calidris pugnax*
188. Charadriiformes, Scolopacidae, Red-necked Phalarope, *Phalaropus lobatus*
189. Charadriiformes, Glareolidae, Indian Courser, *Cursorius coromandelicus*
190. Charadriiformes, Glareolidae, Collared Pratincole, *Glareola pratincola*
191. Charadriiformes, Glareolidae, Oriental Pratincole, *Glareola maldivarum*
192. Charadriiformes, Glareolidae, Little Pratincole, *Glareola lactea*
193. Charadriiformes, Laridae, Brown Noddy, *Anous stolidus*
194. Charadriiformes, Laridae, Lesser Noddy, *Anous tenuirostris*
195. Charadriiformes, Laridae, Indian Skimmer, *Rynchops albicollis*
196. Charadriiformes, Laridae, Slender-billed Gull, *Chroicocephalus genei*
197. Charadriiformes, Laridae, Brown-headed Gull, *Chroicocephalus brunnicephalus*
198. Charadriiformes, Laridae, Black-headed Gull, *Chroicocephalus ridibundus*

199. Charadriiformes, Laridae, Pallas's Gull, *Ichthyaetus ichthyaetus*
200. Charadriiformes, Laridae, Lesser Black-backed Gull, *Larus fuscus*
201. Charadriiformes, Laridae, Steppe Gull, *Larus fuscus barabensis*
202. Charadriiformes, Laridae, Gull-billed Tern, *Gelochelidon nilotica*
203. Charadriiformes, Laridae, Caspian Tern, *Hydroprogne caspia*
204. Charadriiformes, Laridae, Greater Crested Tern, *Thalasseus bergii*
205. Charadriiformes, Laridae, Lesser Crested Tern, *Thalasseus bengalensis*
206. Charadriiformes, Laridae, Sandwich Tern, *Thalasseus sandvicensis*
207. Charadriiformes, Laridae, Little Tern, *Sternula albifrons*
208. Charadriiformes, Laridae, Saunders's Tern, *Sternula saundersi*
209. Charadriiformes, Laridae, Bridled Tern, *Onychoprion anaethetus*
210. Charadriiformes, Laridae, Sooty Tern, *Onychoprion fuscatus*
211. Charadriiformes, Laridae, River Tern, *Sterna aurantia*
212. Charadriiformes, Laridae, Roseate Tern, *Sterna dougallii*
213. Charadriiformes, Laridae, Common Tern, *Sterna hirundo*
214. Charadriiformes, Laridae, White-cheeked Tern, *Sterna repressa*
215. Charadriiformes, Laridae, Black-bellied Tern, *Sterna acuticauda*
216. Charadriiformes, Laridae, Whiskered Tern, *Chlidonias hybrida*
217. Charadriiformes, Laridae, White-winged Tern, *Chlidonias leucopterus*
218. Charadriiformes, Stercorariidae, Pomarine Skua, *Stercorarius pomarinus*
219. Charadriiformes, Stercorariidae, South Polar Skua, *Stercorarius maccormicki*
220. Charadriiformes, Stercorariidae, Arctic Skua, *Stercorarius parasiticus*
221. Pterocliformes, Pteroclididae, Chestnut-bellied Sandgrouse, *Pterocles exustus*
222. Pterocliformes, Pteroclididae, Painted Sandgrouse, *Pterocles indicus*
223. Columbiformes, Columbidae, Rock Pigeon, *Columba livia*
224. Columbiformes, Columbidae, Nilgiri Wood Pigeon, *Columba elphinstonii*
225. Columbiformes, Columbidae, Oriental Turtle Dove, *Streptopelia orientalis*
226. Columbiformes, Columbidae, Eurasian Collared Dove, *Streptopelia decaocto*
227. Columbiformes, Columbidae, Red Collared Dove, *Streptopelia tranquebarica*
228. Columbiformes, Columbidae, Spotted Dove, *Streptopelia chinensis*
229. Columbiformes, Columbidae, Laughing Dove, *Streptopelia senegalensis*
230. Columbiformes, Columbidae, Emerald Dove, *Chalcophaps indica*
231. Columbiformes, Columbidae, Orange-breasted Green Pigeon, *Treron bicinctus*
232. Columbiformes, Columbidae, Pompadour Green Pigeon, *Treron pompadora*

233. Columbiformes, Columbidae, Yellow-legged Green Pigeon, *Treron phoenicopterus*
234. Columbiformes, Columbidae, Green Imperial Pigeon, *Ducula aenea*
235. Columbiformes, Columbidae, Mountain Imperial Pigeon, *Ducula badia*
236. Psittaciformes, Psittacidae, Vernal Hanging Parrot, *Loriculus vernalis*
237. Psittaciformes, Psittacidae, Alexandrine Parakeet, *Psittacula eupatria*
238. Psittaciformes, Psittacidae, Rose-ringed Parakeet, *Psittacula krameri*
239. Psittaciformes, Psittacidae, Plum-headed Parakeet, *Psittacula cyanocephala*
240. Psittaciformes, Psittacidae, Malabar Parakeet, *Psittacula columboides*
241. Cuculiformes, Cuculidae, Greater Coucal, *Centropus sinensis*
242. Cuculiformes, Cuculidae, Lesser Coucal, *Centropus bengalensis*
243. Cuculiformes, Cuculidae, Sirkeer Malkoha, *Taccocua leschenaultii*
244. Cuculiformes, Cuculidae, Blue-faced Malkoha, *Phaenicophaeus viridirostris*
245. Cuculiformes, Cuculidae, Chestnut-winged Cuckoo, *Clamator coromandus*
246. Cuculiformes, Cuculidae, Pied Cuckoo, *Clamator jacobinus*
247. Cuculiformes, Cuculidae, Asian Koel, *Eudynamys scolopaceus*
248. Cuculiformes, Cuculidae, Asian Emerald Cuckoo, *Chrysococcyx maculatus*
249. Cuculiformes, Cuculidae, Violet Cuckoo, *Chrysococcyx xanthorhynchus*
250. Cuculiformes, Cuculidae, Banded Bay Cuckoo, *Cacomantis sonneratii*
251. Cuculiformes, Cuculidae, Grey-bellied Cuckoo, *Cacomantis passerinus*
252. Cuculiformes, Cuculidae, Drongo-Cuckoo - Fork-tailed, *Surniculus lugubris dicruroides*
253. Cuculiformes, Cuculidae, Large Hawk Cuckoo, *Hierococcyx sparverioides*
254. Cuculiformes, Cuculidae, Common Hawk Cuckoo, *Hierococcyx varius*
255. Cuculiformes, Cuculidae, Lesser Cuckoo, *Cuculus poliocephalus*
256. Cuculiformes, Cuculidae, Indian Cuckoo, *Cuculus micropterus*
257. Cuculiformes, Cuculidae, Common Cuckoo, *Cuculus canorus*
258. Strigiformes, Tytonidae, Common Barn Owl, *Tyto alba*
259. Strigiformes, Tytonidae, Eastern Grass Owl, *Tyto longimembris*
260. Strigiformes, Tytonidae, Bay Owl - Sri Lanka, *Phodilus badius assimilis*
261. Strigiformes, Strigidae, Collared Scops Owl, *Otus bakkamoena*
262. Strigiformes, Strigidae, Oriental Scops Owl, *Otus sunia*
263. Strigiformes, Strigidae, Indian Eagle Owl, *Bubo bengalensis*
264. Strigiformes, Strigidae, Spot-bellied Eagle Owl, *Bubo nipalensis*
265. Strigiformes, Strigidae, Brown Fish Owl, *Ketupa zeylonensis*
266. Strigiformes, Strigidae, Mottled Wood Owl, *Strix ocellata*
267. Strigiformes, Strigidae, Brown Wood Owl, *Strix leptogrammica*

268. Strigiformes, Strigidae, Jungle Owlet, *Glaucidium radiatum*
269. Strigiformes, Strigidae, Spotted Owlet, *Athene brama*
270. Strigiformes, Strigidae, Brown Hawk Owl, *Ninox scutulata*
271. Strigiformes, Strigidae, Short-eared Owl, *Asio flammeus*
272. Caprimulgiformes, Podargidae, Sri Lanka Frogmouth, *Batrachostomus moniliger*
273. Caprimulgiformes, Caprimulgidae, Great Eared Nightjar, *Lyncornis macrotis*
274. Caprimulgiformes, Caprimulgidae, Grey Nightjar, *Caprimulgus indicus*
275. Caprimulgiformes, Caprimulgidae, Jerdon's Nightjar, *Caprimulgus atripennis*
276. Caprimulgiformes, Caprimulgidae, Indian Nightjar, *Caprimulgus asiaticus*
277. Caprimulgiformes, Caprimulgidae, Savanna Nightjar, *Caprimulgus affinis*
278. Apodiformes, Hemiprocnidae, Crested Treeswift, *Hemiprocne coronata*
279. Apodiformes, Apodidae, Indian Swiftlet, *Aerodramus unicolor*
280. Apodiformes, Apodidae, White-rumped Spinetail, *Zoonavena sylvatica*
281. Apodiformes, Apodidae, Brown-backed Needletail, *Hirundapus giganteus*
282. Apodiformes, Apodidae, Asian Palm Swift, *Cypsiurus balasiensis*
283. Apodiformes, Apodidae, Alpine Swift, *Tachymarptis melba*
284. Apodiformes, Apodidae, Common Swift, *Apus apus*
285. Apodiformes, Apodidae, Pacific Swift, *Apus pacificus*
286. Apodiformes, Apodidae, Indian House Swift, *Apus affinis*
287. Trogoniformes, Trogonidae, Malabar Trogon, *Harpactes fasciatus*
288. Coraciiformes, Coraciidae, Indian Roller, *Coracias benghalensis*
289. Coraciiformes, Coraciidae, European Roller, *Coracias garrulus*
290. Coraciiformes, Coraciidae, Dollarbird, *Eurystomus orientalis*
291 Coraciiformes, Alcedinidae, Stork-billed Kingfisher, *Pelargopsis capensis*
292. Coraciiformes, Alcedinidae, Ruddy Kingfisher, *Halcyon coromanda*
293. Coraciiformes, Alcedinidae, White-throated Kingfisher, *Halcyon smyrnensis*
294. Coraciiformes, Alcedinidae, Black-capped Kingfisher, *Halcyon pileata*
295. Coraciiformes, Alcedinidae, Blue-eared Kingfisher, *Alcedo meninting*
296. Coraciiformes, Alcedinidae, Common Kingfisher, *Alcedo atthis*
297. Coraciiformes, Alcedinidae, Oriental Dwarf Kingfisher, *Ceyx erithaca*
298. Coraciiformes, Alcedinidae, Pied Kingfisher, *Ceryle rudis*
299. Coraciiformes, Meropidae, Blue-bearded Bee-eater, *Nyctyornis athertoni*
300. Coraciiformes, Meropidae, Green Bee-eater, *Merops orientalis*

301. Coraciiformes, Meropidae, Blue-tailed Bee-eater, *Merops philippinus*
302. Coraciiformes, Meropidae, Chestnut-headed Bee-eater, *Merops leschenaulti*
303. Coraciiformes, Meropidae, European Bee-eater, *Merops apiaster*
304. Bucerotiformes, Upupidae, Common Hoopoe, *Upupa epops*
305. Bucerotiformes, Bucerotidae, Malabar Grey Hornbill, *Ocyceros griseus*
306. Bucerotiformes, Bucerotidae, Indian Grey Hornbill, *Ocyceros birostris*
307. Bucerotiformes, Bucerotidae, Malabar Pied Hornbill, *Anthracoceros coronatus*
308. Bucerotiformes, Bucerotidae, Great Hornbill, *Buceros bicornis*
309. Piciformes, Megalaimidae, Brown-headed Barbet, *Psilopogon zeylanicus*
310. Piciformes, Megalaimidae, White-cheeked Barbet, *Psilopogon viridis*
311. Piciformes, Megalaimidae, Malabar Barbet, *Psilopogon malabaricus*
312. Piciformes, Megalaimidae, Coppersmith Barbet, *Psilopogon haemacephalus*
313. Piciformes, Picidae, Northern Wryneck, *Jynx torquilla*
314. Piciformes, Picidae, Speckled Piculet, *Picumnus innominatus*
315. Piciformes, Picidae, Heart-spotted Woodpecker, *Hemicircus canente*
316. Piciformes, Picidae, Brown-capped Pygmy Woodpecker, *Dendrocopos moluccensis*
317. Piciformes, Picidae, Yellow-crowned Woodpecker, *Dendrocopos mahrattensis*
318. Piciformes, Picidae, White-bellied Woodpecker, *Dryocopus javensis*
319. Piciformes, Picidae, Lesser Yellow-naped Woodpecker, *Picus chlorolophus*
320. Piciformes, Picidae, Streak-throated Woodpecker, *Picus xanthopygaeus*
321. Piciformes, Picidae, Himalayan Golden-backed Woodpecker, *Dinopium shorii*
322. Piciformes, Picidae, Common Golden-backed Woodpecker, *Dinopium javanense*
323. Piciformes, Picidae, Lesser Golden-backed Woodpecker, *Dinopium benghalense*
324. Piciformes, Picidae, Greater Golden-backed Woodpecker, *Chrysocolaptes lucidus*
325. Piciformes, Picidae, White-naped Woodpecker, *Chrysocolaptes festivus*
326. Piciformes, Picidae, Rufous Woodpecker, *Micropternus brachyurus*
327. Passeriformes, Pittidae, Indian Pitta, *Pitta brachyura*
328. Passeriformes, Tephrodornithidae, Bar-winged Flycatcher-shrike, *Hemipus picatus*
329. Passeriformes, Tephrodornithidae, Large Woodshrike - Malabar, *Tephrodornis virgatus sylvicola*
330. Passeriformes, Tephrodornithidae, Common Woodshrike, *Tephrodornis pondicerianus*

331. Passeriformes, Artamidae, Ashy Woodswallow, *Artamus fuscus*
332. Passeriformes, Aegithinidae, Common Iora, *Aegithina tiphia*
333. Passeriformes, Aegithinidae, Marshall's Iora, *Aegithina nigrolutea*
334. Passeriformes, Campephagidae, Large Cuckooshrike, *Coracina javensis*
335. Passeriformes, Campephagidae, Black-winged Cuckooshrike, *Lalage melaschistos*
336. Passeriformes, Campephagidae, Black-headed Cuckooshrike, *Lalage melanoptera*
337. Passeriformes, Campephagidae, Ashy Minivet, *Pericrocotus divaricatus*
338. Passeriformes, Campephagidae, Small Minivet, *Pericrocotus cinnamomeus*
339. Passeriformes, Campephagidae, White-bellied Minivet, *Pericrocotus erythropygius*
340. Passeriformes, Campephagidae, Scarlet Minivet, *Pericrocotus flammeus*
341. Passeriformes, Laniidae, Brown Shrike, *Lanius cristatus*
342. Passeriformes, Laniidae, Brown Shrike - Philipine, *Lanius cristatus lucionensis*
343. Passeriformes, Laniidae, Bay-backed Shrike, *Lanius vittatus*
344. Passeriformes, Laniidae, Long-tailed Shrike, *Lanius schach*
345. Passeriformes, Laniidae, Great Grey Shrike, *Lanius excubitor*
346. Passeriformes, Oriolidae, Indian Golden Oriole, *Oriolus kundoo*
347. Passeriformes, Oriolidae, Black-naped Oriole, *Oriolus chinensis*
348. Passeriformes, Oriolidae, Black-hooded Oriole, *Oriolus xanthornus*
349. Passeriformes, Dicruridae, Black Drongo, *Dicrurus macrocercus*
350. Passeriformes, Dicruridae, Ashy Drongo, *Dicrurus leucophaeus*
351. Passeriformes, Dicruridae, White-bellied Drongo, *Dicrurus caerulescens*
352. Passeriformes, Dicruridae, Bronzed Drongo, *Dicrurus aeneus*
353. Passeriformes, Dicruridae, Hair-crested Drongo, *Dicrurus hottentottus*
354. Passeriformes, Dicruridae, Greater Racket-tailed Drongo, *Dicrurus paradiseus*
355. Passeriformes, Rhipiduridae, White-throated Fantail, *Rhipidura albicollis*
356. Passeriformes, Rhipiduridae, White-throated Fantail - White-spotted, *Rhipidura albicollis albogularis*
357. Passeriformes, Rhipiduridae, White-browed Fantail, *Rhipidura aureola*
358. Passeriformes, Monarchidae, Black-naped Monarch, *Hypothymis azurea*
359. Passeriformes, Monarchidae, Indian Paradise-flycatcher, *Terpsiphone paradisi*

360. Passeriformes, Corvidae, Rufous Treepie, *Dendrocitta vagabunda*
361. Passeriformes, Corvidae, White-bellied Treepie, *Dendrocitta leucogastra*
362. Passeriformes, Corvidae, House Crow, *Corvus splendens*
363. Passeriformes, Corvidae, Large-billed Crow - Indian Jungle, *Corvus macrorhynchos culminatus*
364. Passeriformes, Stenostiridae, Grey-headed Canary-flycatcher, *Culicicapa ceylonensis*
365. Passeriformes, Paridae, Cinereous Tit, *Parus cinereus*
366. Passeriformes, Paridae, White-naped Tit, *Machlolophus nuchalis*
367. Passeriformes, Paridae, Black-lored Tit - Indian, *Machlolophus xanthogenys aplonotus*
368. Passeriformes, Alaudidae, Jerdon's Bushlark, *Mirafra affinis*
369. Passeriformes, Alaudidae, Indian Bushlark, *Mirafra erythroptera*
370. Passeriformes, Alaudidae, Rufous-tailed Lark, *Ammomanes phoenicura*
371. Passeriformes, Alaudidae, Greater Short-toed Lark, *Calandrella brachydactyla*
372. Passeriformes, Alaudidae, Malabar Lark, *Galerida malabarica*
373. Passeriformes, Alaudidae, Sykes's Lark, *Galerida deva*
374. Passeriformes, Alaudidae, Oriental Skylark, *Alauda gulgula*
375. Passeriformes, Alaudidae, Ashy-crowned Sparrow Lark, *Eremopterix griseus*
376. Passeriformes, Pycnonotidae, Grey-headed Bulbul, *Brachypodius priocephalus*
377. Passeriformes, Pycnonotidae, Black-crested Bulbul - Flame-throated, *Pycnonotus melanicterus gularis*
378. Passeriformes, Pycnonotidae, Red-whiskered Bulbul, *Pycnonotus jocosus*
379. Passeriformes, Pycnonotidae, Red-vented Bulbul, *Pycnonotus cafer*
380. Passeriformes, Pycnonotidae, Yellow-throated Bulbul, *Pycnonotus xantholaemus*
381. Passeriformes, Pycnonotidae, White-browed Bulbul, *Pycnonotus luteolus*
382. Passeriformes, Pycnonotidae, Yellow-browed Bulbul, *Acritillas indica*
383. Passeriformes, Pycnonotidae, Black Bulbul - Square-tailed, *Hypsipetes leucocephalus ganeesa*
384. Passeriformes, Hirundinidae, Sand Martin, *Riparia riparia*
385. Passeriformes, Hirundinidae, Barn Swallow, *Hirundo rustica*
386. Passeriformes, Hirundinidae, Pacific Swallow - Hill, *Hirundo tahitica domicola*
387. Passeriformes, Hirundinidae, Wire-tailed Swallow, *Hirundo smithii*
388. Passeriformes, Hirundinidae, Dusky Crag Martin, *Ptyonoprogne concolor*

389. Passeriformes, Hirundinidae, Northern House Martin, *Delichon urbicum*
390. Passeriformes, Hirundinidae, Red-rumped Swallow, *Cecropis daurica*
391. Passeriformes, Hirundinidae, Streak-throated Swallow, *Petrochelidon fluvicola*
392. Passeriformes, Phylloscopidae, Tickell's Leaf Warbler, *Phylloscopus affinis*
393. Passeriformes, Phylloscopidae, Hume's Leaf Warbler, *Abrornis humei*
394. Passeriformes, Phylloscopidae, Greenish Leaf Warbler, *Seicercus trochiloides*
395. Passeriformes, Phylloscopidae, Greenish Warbler/Green Warbler, *Phylloscopus sp*
396. Passeriformes, Phylloscopidae, Large-billed Leaf Warbler, *Seicercus magnirostris*
397. Passeriformes, Phylloscopidae, Tytler's Leaf Warbler, *Phylloscopus tytleri*
398. Passeriformes, Phylloscopidae, Western Crowned Leaf Warbler, *Seicercus occipitalis*
399. Passeriformes, Phylloscopidae, Blyth's Leaf Warbler, *Seicercus reguloides*
400. Passeriformes, Acrocephalidae, Clamorous Reed Warbler, *Acrocephalus stentoreus*
401. Passeriformes, Acrocephalidae, Paddyfield Warbler, *Acrocephalus agricola*
402. Passeriformes, Acrocephalidae, Blyth's Reed Warbler, *Acrocephalus dumetorum*
403. Passeriformes, Acrocephalidae, Thick-billed Warbler, *Arundinax aedon*
404. Passeriformes, Acrocephalidae, Booted Warbler, *Iduna caligata*
405. Passeriformes, Acrocephalidae, Sykes's Warbler, *Iduna rama*
406. Passeriformes, Locustellidae, Grasshopper Warbler, *Locustella naevia*
407. Passeriformes, Locustellidae, Broad-tailed Warbler, *Schoenicola platyurus*
408. Passeriformes, Locustellidae, Bristled Grass Warbler, *Chaetornis striata*
409. Passeriformes, Cisticolidae, Zitting Cisticola, *Cisticola juncidis*
410. Passeriformes, Cisticolidae, Golden-headed Cisticola, *Cisticola exilis*
411. Passeriformes, Cisticolidae, Grey-breasted Prinia, *Prinia hodgsonii*
412. Passeriformes, Cisticolidae, Jungle Prinia, *Prinia sylvatica*
413. Passeriformes, Cisticolidae, Ashy Prinia, *Prinia socialis*
414. Passeriformes, Cisticolidae, Plain Prinia, *Prinia inornata*
415. Passeriformes, Cisticolidae, Common Tailorbird, *Orthotomus sutorius*
416. Passeriformes, Timaliidae, Indian Scimitar Babbler, *Pomatorhinus horsfieldii*
417. Passeriformes, Timaliidae, Tawny-bellied Babbler, *Dumetia hyperythra*

418. Passeriformes, Timaliidae, Dark-fronted Babbler, *Rhopocichla atriceps*
419. Passeriformes, Timaliidae, Striped Tit Babbler, *Mixornis gularis*
420. Passeriformes, Pellorneidae, Quaker Tit Babbler, *Alcippe poioicephala*
421. Passeriformes, Pellorneidae, Puff-throated Babbler, *Pellorneum ruficeps*
422. Passeriformes, Leiothrichidae, Common Babbler, *Argya caudata*
423. Passeriformes, Leiothrichidae, Large Grey Babbler, *Argya malcolmi*
424. Passeriformes, Leiothrichidae, Rufous Babbler, *Argya subrufa*
425. Passeriformes, Leiothrichidae, Jungle Babbler, *Turdoides striata*
426. Passeriformes, Leiothrichidae, Yellow-billed Babbler, *Turdoides affinis*
427. Passeriformes, Leiothrichidae, Wynaad Laughing-thrush, *Garrulax delesserti*
428. Passeriformes, Leiothrichidae, Black-chinned Laughing-thrush, *Trochalopteron cachinnans*
429. Passeriformes, Leiothrichidae, Kerala Laughing-thrush, *Trochalopteron fairbanki*
430. Passeriformes, Leiothrichidae, Kerala Laughingthrush - Travancore, *Trochalopteron fairbanki meridionale*
431. Passeriformes, Sylviidae, Lesser Whitethroat, *Curruca curruca*
432. Passeriformes, Sylviidae, Eastern Orphean Warbler, *Curruca crassirostris*
433. Passeriformes, Sylviidae, Yellow-eyed Babbler, *Chrysomma sinense*
434. Passeriformes, Zosteropidae, Oriental White-eye, *Zosterops palpebrosus*
435. Passeriformes, Irenidae, Asian Fairy-bluebird, *Irena puella*
436. Passeriformes, Sittidae, Chestnut-bellied Nuthatch, *Sitta castanea*
437. Passeriformes, Sittidae, Velvet-fronted Nuthatch, *Sitta frontalis*
438. Passeriformes, Sturnidae, Asian Glossy Starling, *Aplonis panayensis*
439. Passeriformes, Sturnidae, Hill Myna - Southern, *Gracula religiosa indica*
440. Passeriformes, Sturnidae, Jungle Myna, *Acridotheres fuscus*
441. Passeriformes, Sturnidae, Bank Myna, *Acridotheres ginginianus*
442. Passeriformes, Sturnidae, Common Myna, *Acridotheres tristis*
443. Passeriformes, Sturnidae, Asian Pied Starling, *Gracupica contra*
444. Passeriformes, Sturnidae, Purple-backed Starling, *Agropsar sturninus*
445. Passeriformes, Sturnidae, Chestnut-tailed Starling, *Sturnia malabarica*
446. Passeriformes, Sturnidae, Chestnut-tailed Starling - Malabar, *Sturnia malabarica blythii*
447. Passeriformes, Sturnidae, Brahminy Starling, *Sturnia pagodarum*
448. Passeriformes, Sturnidae, Rosy Starling, *Pastor roseus*
449. Passeriformes, Turdidae, Pied Thrush, *Geokichla wardii*
450. Passeriformes, Turdidae, Orange-headed Thrush, *Geokichla citrina*
451. Passeriformes, Turdidae, Orange-headed Thrush - White-throated, *Geokichla citrina cyanota*

452. Passeriformes, Turdidae, Scaly Thrush - Nilgiri, *Zoothera dauma neilgherriensis*
453. Passeriformes, Turdidae, Indian Blackbird, *Turdus simillimus*
454. Passeriformes, Turdidae, Indian Blackbird - Black-capped, *Turdus simillimus nigropileus*
455. Passeriformes, Turdidae, Indian Blackbird - Bourdillon's, *Turdus simillimus bourdilloni*
456. Passeriformes, Turdidae, Eyebrowed Thrush, *Turdus obscurus*
457. Passeriformes, Muscicapidae, Bluethroat, *Luscinia svecica*
458. Passeriformes, Muscicapidae, Siberian Rubythroat, *Calliope calliope*
459. Passeriformes, Muscicapidae, Indian Blue Robin, *Larvivora brunnea*
460. Passeriformes, Muscicapidae, Oriental Magpie Robin, *Copsychus saularis*
461. Passeriformes, Muscicapidae, White-rumped Shama, *Kittacincla malabarica*
462. Passeriformes, Muscicapidae, Indian Robin, *Saxicoloides fulicatus*
463. Passeriformes, Muscicapidae, Black Redstart, *Phoenicurus ochruros*
464. Passeriformes, Muscicapidae, White-bellied Shortwing, *Brachypteryx major*
465. Passeriformes, Muscicapidae, White-bellied Shortwing - albiventris, *Brachypteryx major albiventris*
466. Passeriformes, Turdidae, Malabar Whistling Thrush, *Myophonus horsfieldii*
467. Passeriformes, Muscicapidae, Siberian Stonechat, *Saxicola maurus*
468. Passeriformes, Muscicapidae, Pied Bushchat, *Saxicola caprata*
469. Passeriformes, Muscicapidae, Isabelline Wheatear, *Oenanthe isabellina*
470. Passeriformes, Muscicapidae, Desert Wheatear, *Oenanthe deserti*
471. Passeriformes, Muscicapidae, Blue Rock Thrush, *Monticola solitarius*
472. Passeriformes, Muscicapidae, Blue-capped Rock Thrush, *Monticola cinclorhyncha*
473. Passeriformes, Muscicapidae, Dark-sided Flycatcher, *Muscicapa sibirica*
474. Passeriformes, Muscicapidae, Asian Brown Flycatcher, *Muscicapa dauurica*
475. Passeriformes, Muscicapidae, Brown-breasted Flycatcher, *Muscicapa muttui*
476. Passeriformes, Muscicapidae, Rusty-tailed Flycatcher, *Muscicapa ruficauda*
477. Passeriformes, Muscicapidae, Red-breasted Flycatcher, *Ficedula parva*
478. Passeriformes, Muscicapidae, Taiga Flycatcher, *Ficedula albicilla*
479. Passeriformes, Muscicapidae, Kashmir Flycatcher, *Ficedula subrubra*
480. Passeriformes, Muscicapidae, Black-and-orange Flycatcher, *Ficedula nigrorufa*

481. Passeriformes, Muscicapidae, Verditer Flycatcher, *Eumyias thalassinus*
482. Passeriformes, Muscicapidae, Nilgiri Flycatcher, *Eumyias albicaudatus*
483. Passeriformes, Muscicapidae, White-bellied Blue Flycatcher, *Cyornis pallidipes*
484. Passeriformes, Muscicapidae, Tickell's Blue Flycatcher, *Cyornis tickelliae*
485. Passeriformes, Muscicapidae, Blue-throated Blue Flycatcher, *Cyornis rubeculoides*
486. Passeriformes, Chloropseidae, Jerdon's Leafbird, *Chloropsis jerdoni*
487. Passeriformes, Chloropseidae, Golden-fronted Leafbird, *Chloropsis aurifrons*
488. Passeriformes, Dicaeidae, Thick-billed Flowerpecker, *Dicaeum agile*
489. Passeriformes, Dicaeidae, Pale-billed Flowerpecker, *Dicaeum erythrorhynchos*
490. Passeriformes, Dicaeidae, Plain Flowerpecker, *Dicaeum concolor*
491. Passeriformes, Nectariniidae, Purple-rumped Sunbird, *Leptocoma zeylonica*
492. Passeriformes, Nectariniidae, Crimson-backed Sunbird, *Leptocoma minima*
493. Passeriformes, Nectariniidae, Purple Sunbird, *Cinnyris asiaticus*
494. Passeriformes, Nectariniidae, Loten's Sunbird, *Cinnyris lotenius*
495. Passeriformes, Nectariniidae, Little Spiderhunter, *Arachnothera longirostra*
496. Passeriformes, Passeridae, House Sparrow, *Passer domesticus*
497. Passeriformes, Passeridae, Yellow-throated Sparrow, *Gymnoris xanthocollis*
498. Passeriformes, Ploceidae, Black-breasted Weaver, *Ploceus benghalensis*
499. Passeriformes, Ploceidae, Streaked Weaver, *Ploceus manyar*
500. Passeriformes, Ploceidae, Baya Weaver, *Ploceus philippinus*
501. Passeriformes, Estrildidae, Red Munia, *Amandava amandava*
502. Passeriformes, Estrildidae, Indian Silverbill, *Euodice malabarica*
503. Passeriformes, Estrildidae, White-rumped Munia, *Lonchura striata*
504. Passeriformes, Estrildidae, Scaly-breasted Munia, *Lonchura punctulata*
505. Passeriformes, Estrildidae, Black-throated Munia, *Lonchura kelaarti*
506. Passeriformes, Estrildidae, Black-headed Munia, *Lonchura malacca*
507. Passeriformes, Motacillidae, Forest Wagtail, *Dendronanthus indicus*
508. Passeriformes, Motacillidae, Western Yellow Wagtail, *Motacilla flava*
509. Passeriformes, Motacillidae, Citrine Wagtail, *Motacilla citreola*
510. Passeriformes, Motacillidae, Grey Wagtail, *Motacilla cinerea*
511. Passeriformes, Motacillidae, White Wagtail, *Motacilla alba*
512. Passeriformes, Motacillidae, White-browed Wagtail, *Motacilla maderaspatensis*

513. Passeriformes, Motacillidae, Richard's Pipit, *Anthus richardi*
514. Passeriformes, Motacillidae, Paddyfield Pipit, *Anthus rufulus*
515. Passeriformes, Motacillidae, Blyth's Pipit, *Anthus godlewskii*
516. Passeriformes, Motacillidae, Tawny Pipit, *Anthus campestris*
517. Passeriformes, Motacillidae, Long-billed Pipit, *Anthus similis*
518. Passeriformes, Motacillidae, Tree Pipit, *Anthus trivialis*
519. Passeriformes, Motacillidae, Olive-backed Pipit, *Anthus hodgsoni*
520. Passeriformes, Motacillidae, Nilgiri Pipit, *Anthus nilghiriensis*
521. Passeriformes, Fringillidae, Common Rosefinch, *Erythrina erythrina*
522. Passeriformes, Emberizidae, Red-headed Bunting, *Granativora bruniceps.*

•